64 யோகினிகள் மர்மங்கள்

(வரலாறு - வசியம் - வழிபாடு)

வேணு சீனிவாசன்

(தமிழ்நாடு அரசின் சிறந்த நூலாசிரியர் விருது பெற்றவர்)

சங்கர் பதிப்பகம்

15 / 21, டீச்சர்ஸ் கில்டு காலனி, 2-வது தெரு,
இராஜாஜி நகர் விரிவு,
வில்லிவாக்கம், சென்னை - 600 049.
தொலைபேசி: 044-26502086, 9444191256
email: shankar_pathippagam@yahoo.com
wef: www shankarpathippagam.in & www bookthagam.com

நூல் விவரப் பட்டியல்

நூலின் பெயர்
64 யோகினிகள் மர்மங்கள்

உரிமை
பதிப்பகத்தார்க்கு

நூலாசிரியர்
வேணு சீனிவாசன்

நூல் அளவு
டெம்மி

பதிப்பு ஆண்டு
முதல் பதிப்பு - 2022

பக்கங்கள்
288

விலை
ரூ290/-

ISBN NO: 978-93-87655-60-7

வெளியீடு
சங்கர் பதிப்பகம்
15/21, டீச்சர்ஸ் கில்டு காலனி,
2-வது தெரு, இராஜாஜி நகர் விரிவு,
வில்லிவாக்கம், சென்னை - 600 049.
தொலைபேசி: 044 - 2650 2086

வடிவமைப்பு & மேலட்டை
பழனி & லதா, வில்லிவாக்கம்.

அச்சிட்டோர்
எம்.கே.கிராபிக்ஸ், சென்னை - 600 021.
தொலைபேசி : 98408 28213

ஆசிரியர் குறிப்பு

ஆசிரியர் வேணுசீனிவாசன் கல்பாக்கம் அணுவாற்றல் துறை மருத்துவமனையில் பணியாற்றி ஒய்வுபெற்று தற்போது மும்பையில் வசித்து வருகிறார்.

குழந்தை எழுத்தாளர் சங்கப் பரிசு, அமரர் ராமரத்தினம் நகைச்சுவைக் குறுநாவல் போட்டிப் பரிசு, வானொலி நாடகவிழாப் பரிசு ஆகியவற்றோடு, மகாத்மா மாற்றினார் என்ற சிறுவர் கதைக்காக வள்ளியப்பா இலக்கிய வட்டப் பரிசையும் வென்றிருக்கிறார். 2015ம் ஆண்டு நட்புக்கு ஒரு இளங்கோ என்ற சிறுவர் கதைக்காக இரண்டாம் முறை வள்ளியப்பா இலக்கிய வட்டப் பரிசை வென்றார்.

2011 ல் வெளிவந்த சுற்றுச்சூழல் மாசு விளைவுகளும் விழிப்புணர்வும் என்ற நூலுக்காக சிறந்த நூலாசிரியருக்கான பரிசை தமிழ்வளர்ச்சித்துறை இவருக்குத் தந்து கவுரவித்திருக்கிறது.

இவர் எழுதிய ஸ்ரீ வைஷ்ணவம் என்ற ஆன்மீக நூலுக்காக வைணவ மகாசபை பொன்னாடை போர்த்தி கவுரவித்து, சிறந்த நூலாசிரியர் எனப் பாராட்டியது. பிறகு ஸ்ரீ ராமானுஜர், திருமாலே வேங்கடவா ஆகிய வைணவ நூல்களுக்காக இரண்டாம் முறையும் கவுரவித்தது.

தேனி மாவட்டம் கம்பத்தில் இயங்கிவரும் பாரதி கலை இலக்கியப் பேரவை, இவர் எழுதிய அற்புதமனிதர் அப்துல்கலாம் என்ற நூலை 2018ம் ஆண்டின் சிறந்த வரலாற்று நூலாகத் தேர்ந்தெடுத்தது. மேளதாளங்களோடு வரவேற்று, பாரதியைப்போல முண்டாசு அணிவித்து, சிம்மாசனத்தில் அமரவைத்து விருது கொடுத்து கவுரவித்தது.

பதினைந்து வருடங்களுக்கும் மேலாக சென்னை வானொலியில் சுற்றுச்சூழல் சிந்தனைகள் பகுதியில் இவரது கருத்துக்கள் ஒலி உலா காண்கின்றன. சிறுவர் கதைகள், இலக்கியம், மருத்துவம், அறிவியல், ஆன்மீகம் ஆகிய துறைகளில் இதுவரையில் 140 க்கும் அதிகமான புத்தகங்களைப் படைத்திருக்கிறார்.

அழகு பதிப்பகம், வானதி, விஜயா, நர்மதா, இந்து, அல்லயன்ஸ், வானவில், சிக்ஸ்த்சென்ஸ், கிழக்கு, சங்கர், ஆகிய முன்னணிப் பதிப்பகங்கள் இவரது நூல்களை வெளியிட்டுள்ளன.

கைபேசி: 9944722794

முன்னுரை

சக்தி வழிபாட்டில் அம்பாளின் மிக முக்கியமான பரிவார தேவதைகளாக இருப்பவர்கள் தான் 64 யோகினிகள். இவர்கள் அன்னையின் உடல் பாகங்களில் இருந்து தோன்றியவர்கள். தோன்றாத்துணையாக இருந்து பாதுகாப்பவர்கள். இவர்களே ஆய கலைகள் அறுபத்தினான்கின் குறியீடாக இருப்பவர்கள். இந்த அறுபத்து நான்கு யோகினிகளும் அறுபத்து நான்கு பைரவர்களின் மனைவியாகவும் சொல்லப்படுகிறார்கள்.

இந்த 64 யோகினிகளை எட்டுபேர் கொண்ட குழுக்களாக அமைத்து எட்டு பேருக்கு ஒன்று என்ற அளவில் உருவம் கொடுத்து அஷ்ட மாத்ருகா என்று குறிப்பிடுவதும் உண்டு. எட்டுபேர்களைக் கொண்ட இந்த வழிபாடே பிற்காலத்தில் சப்த மாதர்கள் என ஏழுபேரைக் கொண்டதாக மாறிவிட்டது என்று சிலர் கூறுவதும் உண்டு.

சிவபெருமான் அசுரர்களை வதம் செய்த பிறகு ஏராளமாக பூமியில் சிந்திக்கிடந்த ரத்தம் மற்றும் மாமிசத்தை உண்பதற்கு யோகினிகளுக்குக் கட்டளையிட்டார். அந்த யோகினிகள் சிவபெருமான் கட்டளைக்குக் கீழ்படிந்து அசுரர்களின் மாமிசத்தை உண்டு, ரத்தத்தைக் குடித்து பூமியைச் சுத்தப்படுத்தினர் என தேவிபாகவதம் தெரிவிக்கிறது.

அறுபத்து நான்கு யோகினியர் எப்போதும் கூட்டமாகவே இயங்குபவர்கள். அவர்களைப் பிரிக்க முடியாது. சப்த மாதர்கள், பயிர்த்தொழில் கடவுளாகவும், போர்த் தெய்வமாகவும், யோகக் கடவுளராகவும் போற்றப்படுவதைப் போலவே யோகினிகளும் பல நிலைகளில் வைத்து வழிபடப்படுகின்றனர்.

யோகினிகள் தெய்வமா? தெய்வத்தின் அம்சம் பொருந்தியவர்களா? அல்லது பராசக்தியின் பாதுகாவலர்களா?

என்று ஒரு பட்டி மன்றமே நடத்தலாம். அந்த அளவுக்கு தகவல்கள் குவிந்திருக்கின்றன. சக்தியை வழிபடும் சாக்தர்களுக்கு யோகினிகள் இறைவியின் பரிவாரத் தெய்வங்கள். அவளது பாதுகாவலர்கள். ஒவ்வொரு சக்தி கோயிலிலும் கோஷ்டத்தில் பரிவாரத் தேவதைகளாக பிராம்மணி, மகேஷ்வரி, வைஷ்ணவி, வாராகி என்று இவர்கள் இருப்பதைப் பார்த்திருப்பீர்கள். இவர்கள் அஷ்ட யோகினிகள் எனப்படுகிறார்கள். இவர்களது வேலை பராசக்தியின் படையை நடத்திச்செல்வது, பகைவர்களை அழிப்பது. இதன் தலைமைப் பதவியில் இருப்பவள் வாராகிதேவி.

பண்டைக்காலத்தில் யோகினி வழிபாடு ரகசியமாக நடந்திருக்கிறது. தாந்திரீக முறையில் நடத்தப்பட்ட இந்த வழிபாடுகள் ஊருக்கு வெளியே ரகசியமாக நடைபெற்றன.

மந்திரம் கற்றவர்கள், யோகப் பயிற்சியாளர்கள், மாந்திரீகத்தில் நாட்டம் உள்ளவர்கள் ஆகியோர் யோகினி வழிபாட்டை ஆர்வத்தோடு செய்தனர். ஏவல், பில்லி, சூனியம் ஆகியவற்றை வைப்பதற்கும், எடுப்பதற்கும் யோகினிகள் பயன்படுத்தப்பட்டனர். யோகம் என்ற சொல்லுக்கு உடலை ஆன்மாவுடன் இணைப்பது என்று பொருள் கொண்டால், அந்த ஆன்மாவை கடவுளுடன் இணைக்கும் ஆற்றல் பெற்றவர்கள் இந்த யோகினிகள். யோகத்தில் வல்ல ஆண்கள் யோகி எனப்பட்டது போல, யோகப்பயிற்சியில் வல்ல பெண்கள் யோகினிகள் எனப்பட்டனர்.

இவர்கள் தியான யோகம் செய்து அஷ்டமாசித்துக்களை அடைந்தவர்கள். ஆகவே இவர்களை வழிபட்டால் அமானுஷ்ய ஆற்றல்களை எளிதாகப் பெறலாம். இவர்களை பூசை முறைகள், பலி, நைவேத்தியம் ஆகியவற்றின் மூலமாகத் திருப்தி செய்தால், அவர்கள் நாம் வேண்டியதைத் தடங்கல் இல்லாமல் நிபந்தனை இல்லாமல் தருவார்கள் என்ற நம்பிக்கை யோகினி வழிபாடு செய்வோரிடம் இருந்தது.

இந்த அடிப்படையில் தான் யோகினி வழிபாடு அந்தக் காலத்தில் நடைபெற்றது. அபரிமிதமான வளர்ச்சியும் அடைந்தது. ஆனால் கொஞ்சம் கொஞ்சமாக இந்த வழிபாடு சிக்கலாகவும், கட்டுப்பாடுகள் அற்றதாகவும் மாறியது. அதனால் மக்கள் வெறுத்தனர். அப்போது இது ரகசிய வழிபாடாகத் தொடர்ந்து

நிலவியது. அதுவும் கொஞ்சகாலத்திற்கு மட்டுமே பிறகு அடியோடு அழிந்து விட்டது.

யட்சிணி, யோகினி, டாகினி ஆகிய பெயர்களை அடிக்கடி நாம் கேள்விப்பட்டிருக்கிறோம், படித்திருக்கிறோம். இவர்கள் அனைவருமே ஒருவர் தாமா? அல்லது வேறு வேறானவர்களா?

யட்சிணிகளை வழிபாடு செய்வது போல யோகினியை இன்று யாராவது வழிபடுகிறார்களா?

யோகினிகளின் உருவம் சில அழகாகவும் சில பயங்கரமாகவும் இருக்கிறதே இதற்கு என்ன காரணம்?

யோகினிகள் அழகான பெண் வடிவம் கொண்டிருந்த போதிலும் அவர்கள் விலங்குகளின் தலையும், பறவைகளின் தலையும் பெற்று நம்மைக் கதிகலங்க வைப்பதன் காரணம் என்ன?

இது போன்ற இன்னும் பல கேள்விகளுக்கு இந்த நூலில் விளக்கமும் விடைகளும் தந்திருக்கிறேன். அவர்களது வாகனங்கள் பற்றியும் அவைகள் குறிப்பாக உணர்த்தும் செய்திகள் குறித்தும் எழுதி இருக்கிறேன்.

தற்போது யோகினிகளைத் தியானம் செய்யும் முறைகள் நமது இந்தியாவிலும், வெளிநாடுகளிலும் பரவி இருக்கிறது. சில உயர்ந்த குணம் கொண்ட யோகினிகளை உபாசனை செய்து தியானிப்பதன் மூலமாக நாம் நல்ல பலன்களைப் பெறலாம் என்பதை இந்த நூலில் தெளிவாக்கி இருக்கிறேன்.

டாகினி என்றால் பேய் என்று தமிழ் இலக்கியங்களில் சொல்லப்பட்டுள்ளது. இடாகினிப் பேய் குழந்தைகளைத் தன் வாயில் போட்டுத் தின்னும் என்பதை ஐம்பெருங் காப்பியங்களில் ஒன்றான மணிமேகலை தெரிவிக்கிறது. யோகினிகளுக்கு தலைச்சன் குழந்தைகளை நரபலி கொடுத்ததும், சுடுகாட்டில் யோகினி வழிபாடுகளைச் செய்து அகோரிகளைப் போல பிணங்களைத் தின்னக் கொடுத்ததும் இந்த அடிப்படையில் தானோ என்று எண்ண வேண்டியிருக்கிறது. யோகினிகளைக் குறித்த மர்மங்கள் இது போல எத்தனையோ?

தன் தலையைத் தானே அரிந்து கையில் வைத்திருக்கும் அரிதலைச்சி, சின்னமஸ்தா போன்றவைகளும் யோகினிகளே. இது போன்ற ரத்தத்தை உறைய வைக்கும் அமானுஷ்ய விவரங்கள் யோகினிகளிடம் உண்டு. தமிழில் யோகினிகள் குறித்து முழுவிவரங்களுடன் வந்திருக்கும் முதல் நூல் இதுவாகத்தான் இருக்கும் என்று நினைக்கிறேன்.

எனது மற்ற நூல்களை வாங்கிப் படித்து நேரிலும் தொலைபேசி மூலமும் வாழ்த்தும், பாராட்டும் தெரிவிக்கும் அன்பு உள்ளங்களுக்கு நன்றி.

ஸ்ரீ சக்கர ரகசியங்கள், தெய்வ வசிய ரகசியங்கள், பரிகாரத் தலங்கள், திருவிளக்கு பூஜை, சீமந்தம் முதல் சஷ்டியப்தபூர்த்தி வரை ஆகிய புத்தகங்களை வாங்கிப் படித்து என்னை இன்றும் பாராட்டி வருகின்ற அத்தனை வாசகர்களுக்கும் நன்றி தெரிவித்துக் கொள்கிறேன்.

நீங்கள் கொடுக்கின்ற ஊக்கமே இது போன்ற நல்ல நூல்களை உருவாக்க எனக்கு உற்சாகத்தைத் தருகிறது. எனது மற்ற புத்தகங்களை வாங்கிப் படித்து சுவைக்கும் உங்கள் ரசனைக்கு ஏற்ப இந்த யோகினி மர்மங்கள் புத்தகத்தையும் ஏராளமான தகவல்களோடு கொடுத்திருக்கிறேன். வாங்கிப் படித்து பயன் அடையுங்கள்.

இந்தப் புத்தகத்தை மிக அழகாக வெளியிட்ட சங்கர் பதிப்பகத்திற்கு பாராட்டுக்கள். யோகினிகள் பற்றி தமிழில் இதுவரை நூல்கள் வரவில்லை. எனவே யோகினிகள் நூலினை எழுதுங்கள் எனக் கூறி குறிப்புகளும் கொடுத்த நண்பர் ஆ.கோமதிநாயகம் அவர்களுக்கும் நன்றி. இந்த நூலை எழுதுவதற்கு பலவகையிலும் உதவிய என் அருமைத் துணைவியார் ராஜேஸ்வரி, எனது அன்பு மகன் குமாரவிஜயன், மருமகள் பிரியா ஆகியோருக்கு உளங்கனிந்த நன்றி. மழலை மொழிபேசி எனது மனவாட்டத்தைப் போக்கும் பேத்தி கீர்த்தனாவுக்கு ஆசிகள்.

எனது மகன் வயதுடைய நண்பர் சித்தய்யா அவர்கள், யோகினிகள் குறித்த நூல் எழுதுவதை அறிந்தபோது சார் எந்த அளவு எழுதி இருக்கீங்க? என்று தொலைபேசி மூலமாகத்

தொடர்பு கொண்டு மும்பையில் இருக்கும் என்னிடம் அடிக்கடி விசாரிப்பார். நீங்க எழுதல யோகினிகளே உங்க மூலமாக எழுதிக்கிறாங்க என்று சொல்லி அளவில்லாத உற்சாகத்தை ஊட்டியவர் அவர். கல்பாக்கம் மருத்துவ மனையில் நான் பணியாற்றிய ஒப்பற்ற காலங்களில் அவரும் நானும் ஆன்மீகம் குறித்து அனுதினமும் உரையாடி மகிழ்ந்திருக்கிறோம். அவர் என் மீது கொண்ட அன்பும், மரியாதையும் துளிக்கூடக் குறையாமல் இன்று வரையில் தொடர்கிறது. ஆம் நான் பணியில் இருந்து ஓய்வு பெற்று மூன்று ஆண்டுகள் கடந்த பின்னும் அவருடைய அன்பில் மூழ்கித் திளைக்கிறேன். அவர் எனக்குச் செய்யும் உதவிகள் ஏராளம். அந்த அன்பு உள்ளம் தன் குடும்பத்தாருடன் இனிதே வாழ இறைவனை வேண்டுகிறேன்.

கல்பாக்கம் காமாட்சி அம்மன் கோயிலில் அர்ச்சகராகப் பணிபுரியும் திரு தட்சிணாமூர்த்தியும் என் மகன் வயதுடைய நண்பரே. புத்தகங்கள் படிப்பதில் ஆர்வம் கொண்ட அவர், எனது புத்தகங்களைப் படித்துவிட்டு பிரமித்துப் போவார். எப்படி படிச்சி ஞாபகம் வச்சிக்கிறீங்க என்று ஆச்சரியம் காட்டுவார். யோகினிகள் குறித்து நான் எழுதுவதை அறிந்து, இது போன்ற புத்தகங்களை உங்களால் மட்டுமே எழுத முடியும். காரணம் உங்கள் தியானமும், மந்திர ஜெபமும் அந்த ஆற்றலை அளிக்கிறது என்று சொல்லி வியந்தார். அந்த அன்பு உள்ளத்துக்கு என் நன்றிகளைத் தெரிவித்துக் கொள்கிறேன்.

இந்த நூலைப் படிக்கும் அனைவரும் எல்லா வளமும் எல்லா நலமும் பெற்று மனநிம்மதியோடு வாழ ஏழுமலை வாசனை இறைஞ்சுகிறேன்.

அன்பன்
வேணு சீனிவாசன்

பொருளடக்கம்

1. தாய்த் தெய்வ வழிபாடு........13
2. சக்தி வழிபாடு........16
3. பராசக்தியின் பல்வேறு வடிவங்கள்........18
4. தட்சணையும் பலியும் - புதிய பார்வை........21
5. யோகினிகள் பெற்ற பரிணாம வளர்ச்சி........24
6. யார் இந்த யோகினிகள்........27
7. பலவிதமான வழிபாட்டு முறைகள்........29
8. சப்த மாதர்களும் அஷ்ட யோகினிகளும்........32
9. காமாட்சியும் அஷ்ட மாத்ருகாக்களும்........36
10. கோடிக்கணக்கான யோகினிகள் இருக்கிறார்களா?........39
11. ரத்தத்தைக் குடித்த யோகினிகள்........44
12. அரிதலைச்சியும் சின்னமஸ்தாவும்........47
13. யோகினி மர்மங்கள்........53
14. யட்சிணிகளை வசியம் செய்யலாம்........56
15. பறவையைப் போல பறந்த யோகினி........59
16. ரகசிய வழிபாட்டு முறைகள்........62
17. யோகினி வசியம்........66

18. யோகினி உபாசனைகள் 71

19. ஸ்வர்ண யோகினி உபாசனை 73

20. யோகினி வருவதற்கான அறிகுறிகள் 75

21. ஸ்வர்ண யோகினியை அணுகும் முறைகள் 77

22. நாகயோகினி உபாசனை 81

23. யோகினிகளும் மச்சேந்திரநாதரும் 83

24. யோகினி வழிபாடு எதற்காக? 89

25. யோகினி வழிபாடும் பலன்களும் 95

26. யோகினி ஏகாதசி விரத மகிமை 99

27. அஷ்ட மகா யோகினிகள் 101

28. யோகினிகளின் தரிசனம் 105

29. சௌஷாட் யோகினி ஆலயம் 236

30. பைரவர்களும் யோகினிகளும் 248

31. யோகினி ஆலயங்கள் ஒரு பார்வை 252

32. யோகினிகள் அமர்ந்த கோயில் 254

33. யோகினி ஆலயங்களின் கட்டமைப்பு 260

34. சிலை சிலையாம் காரணமாம் 266

35. யோகினி வழிபாடு மலர்ந்ததும் மறைந்ததும் 270

36. யோகினியரின் பல்வேறு வடிவங்கள் 275

64 யோகினி மர்மங்கள்

(வரலாறு - வசியம் - வழிபாடு)

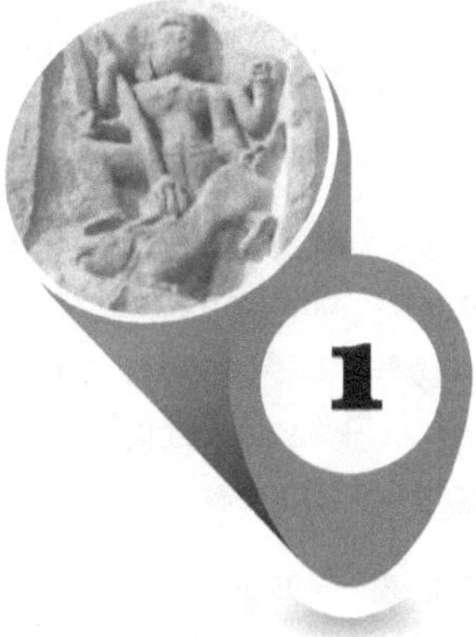

தாய்த் தெய்வ வழிபாடு

ஆதிகால மனிதர்கள் கூட்டமாகக் குகைகளில் வாழ்ந்தனர். அப்போது இயற்கை சீற்றங்களான இடி, மின்னல், சூறாவளி ஆகியவற்றைக் கண்டு அஞ்சினர். இவ்வாறே இருட்டு, பாம்பு, கொடிய மிருகங்கள் போன்றவையும் அவர்களை அச்சங் கொள்ள வைத்தன. இவைகளில் இருந்து தங்களைக் காப்பாற்றுமாறு அவர்கள் கடவுளர்களை வேண்டினர். இப்படித் தொடங்கியது தான் வழிபாடு என்பது.

வழிபாடு என்றால் வழியில் செல்லுதல் அல்லது பின்பற்றுதல் எனப் பொருள் வருகிறது. தங்களுக்குப் பிடித்த பொருளையோ, மனிதனையோ, கடவுளையோ, விலங்கையோ, தாவரத்தையோ மனிதன் வழிபடத்தக்க சொற்களைச் சொல்லி வழிபடுவது கொஞ்சம் கொஞ்சமாகப் பழக்கத்தில் வந்தது.

பழந்தமிழர்கள் மற்றும் இந்தியர்களின் வழிபாட்டு முறையில் வீர வணக்கமும் இருந்தது, அது இன்றும் நிலவி வருகிறது. தன் சொத்துக்களை கொள்ளையர்களிடம் இருந்து காக்கவோ, தனது கால்நடைகளைக் காக்கவோ, தனது உறவினர்களைப் பகைவர்களிடமிருந்து பாதுகாக்கவோ, அல்லது நாட்டைக் காக்க பகைவர்களுடன் போரிட்டோ இறந்தவர்களை அவர்கள் தெய்வமாக மதித்துப் போற்றினர்

ஒன்னார்த் தெய்வம் முன்னின்று விலங்கி
ஒளிரேந்து மருப்பில் களிறுஎறிந்து வீழ்ந்தெனக்
கல்லே பரவின் அல்லது
நெல்லுகுத்துப் பரவும் கடவுளும் இலவே

போரில் பகைவர்களுடன் போரிட்டு வீரமரணம் அடைந்தவர்களை நடுகல் வைத்துப் போற்றுவோமே தவிர, நெல் தூவி கடவுளை வழிபடும் வழக்கம் இல்லை என்கிறது பாடல் வரிகள். இதில் இருந்து வீரவழிபாடு புறநானூற்றுக் காலத்தில் எத்தனை உயர்ந்ததாக இருந்தது என்பதை அறிய முடிகிறது.

இதுபோலவே இறந்து போன முன்னோர்களை வழிபடுவது நீத்தார் வழிபாடு எனப்பட்டது. குடும்பத்தில் இருந்த பெண்கள் தியாகத்தினாலோ, வீரத்தினாலோ உயிரிழக்க நேரிட்டால் அவர்களைத் தெய்வமாக்கி இல்லுறை தெய்வம் எனப் போற்றினர் தமிழர்கள். அப்படி வழிபடப்பட்டவளே கண்ணகி.

இங்கிருந்து தான் தாய்த் தெய்வ வழிபாடு தொடங்குகிறது. மிகப் பழங்காலந்தொட்டே நம்மிடையே தாய்த் தெய்வ வழிபாடு இருந்து வந்துள்ளது. பிற்காலத்தில் இந்த வழிபாடு கொஞ்சம் கொஞ்சமாக வளர்ச்சி அடைந்து, பெண்களைப் போற்றி தனிப்பெரும் தெய்வமாக வழிபட்டது; இந்த வழிபாட்டுக்கு சாக்தம் என்பது பெயர். கொற்றவை வழிபாடு, கண்ணகி வழிபாடு, மாரியம்மன் வழிபாடு என்பவை இவற்றில் அடங்கும்.

மன்னர்கள் அவரவர் இஷ்ட தெய்வங்களைத் தமது வழிபடு தெய்வமாக ஏற்றனர். பல்லவர் காலத்தில் அம்மன் வழிபாடு பிரசித்தி பெற்றது. குறிப்பாக இவர்கள் காலத்தில் மகிஷாசுர மர்த்தினி, துர்காதேவி ஆகியோர் சிறப்பாக வழிபடப்பட்டனர். பல்லவர்களால் எழுப்பப்பட்ட கோயில்களில் பெண் தெய்வத்திற்கான தனிச் சந்நிதிகள் அமைக்கப்பட்டன. அம்மனின் புகழ்பாடும் புராணங்களும், அவளது வீரத்தைச் சிறப்பிக்கும் கதைகளும் எழுதப்பட்டன.

சைவமும் வைணமும் உச்சத்தில் இருந்த போது தாய்த் தெய்வம் சிவனின் மனைவியாகவும், விஷ்ணுவின் தங்கையாகவும் மாற்றம் பெற்றது. இருந்தபோதிலும் சிவன், விஷ்ணு ஆகியோரது ஆலயங்களில் தாய் தெய்வத்துக்கென தனிச் சந்நிதிகள்

அமைக்கப்பட்டன. அம்மன் சந்நிதி என்றும் தாயார் சந்நிதி என்றும் அவைகள் வழிபாடு செய்யப்பட்டன.

தமிழகத்தைப் பொறுத்த வரையில் தாய்த் தெய்வத்திற்கு ஏற்றம் அதிகம். கன்னியாகுமரியில் உள்ள குமரித் தெய்வம், மதுரை மீனாட்சி, காஞ்சி காமாட்சி, திருவானைக்காவல் அகிலாண்டேஸ்வரி, நெல்லை காந்திமதி அம்மன், கீழ் திருப்பதியில் பத்மாவதித் தாயார், ஸ்ரீ வில்லிபுத்தூரில் ஆண்டாள் நாச்சியார் என்பவை இதற்குத் தகுந்த சான்றாகும்.

இவை தவிர ஒவ்வொரு கிராமத்திலும், ஊரிலும் எல்லைப் புறங்களைக் காவல் காக்க சக்திதேவிகளை நியமித்து வழிபட்டனர். சப்தமாதர்கள், எல்லையம்மன், பிடாரியம்மன் போன்றவை அவை. காடுகளை அடுத்துள்ள ஊர்களில் வனதேவதைகள் வழிபடப்பட்டன. சில தேவதைகள் ஒரு குறிப்பிட்ட குடும்பத்தினரால் மட்டுமே வழிபாடு செய்யப்படுவதும் உண்டு. இந்தப் பெண் தெய்வங்கள் நாளடைவில் புகழ்பெற்றன, அதனால் போற்றுதலுக்கும் வழிபாட்டுக்கும் உரியவைகளாக மாறிவிட்டன.

●●●

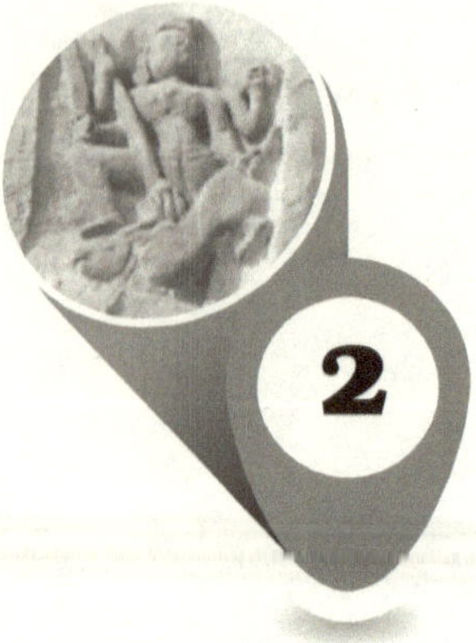

சக்தி வழிபாடு

சாக்த சமயம் அம்மன் வழிபாட்டை புதிய நிலையில் வகுத்துக்காட்டின. அம்மன் வழிபாட்டிற்கு மிக முக்கியமானது கோடுகளாலான யந்திர வழிபாடாகும். சக்தி வழிபாட்டில் யந்திர வழிபாட்டை "ஸ்ரீசக்கர பூசை" என்பர். இதனை ஸ்ரீவித்யோபாசனை என்றும் குறிப்பிடுவது வழக்கம். காஞ்சி காமாட்சி அம்மன் ஆலயத்தில் தேவியின் முன்னிலையில் இந்தச் ஸ்ரீசக்கரம் பிரதிஷ்டை செய்யப்பட்டுள்ளது. சக்கர யந்திரத்தில் எழுதப்பட்ட மந்திரங்களை உபாசிக்கும் போது அது அதிக அளவில் பயன் கொடுக்கிறது.

ஹரப்பா காலத்திற்கும் குப்தர் காலத்திற்கும் இடையில் சக்தி வழிபாடு ஓரளவுக்கு இருந்த போதிலும் முழு வளர்ச்சி அடையவில்லை. சக்தியை இயக்கு சக்தி, இயங்கு சக்தி என வகைப்படுத்தலாம். இயங்குசக்தியும் இயக்கு சக்தியுமாயுள்ள தெய்வம் சூரியன். அவனுக்குரியது சாவித்திரி மந்திரம் அல்லது காயத்திரி மந்திரம் ஆகும். சவிதா என்னும் சொல்லுக்கு இயக்குபவன் என்பது பொருள். உலகை இயக்குபவன் ஆதலால் இயக்குசக்தி சூரியனிடம் உண்டு. அவனை இயக்குகின்றவள் உஷையும் அக்கினியும் ஆகும். உஷை தாய் என்றும் அக்கினி காதலி எனவும் வேதங்களில் போற்றப்படுகின்றனர். வேத காலத்திலும் சக்தி வழிபாடு இடம் பெற்று இருந்தது.

சிவபெருமான் உமையம்மைக்குத் தனது உடலில் இடப்பாகத்தைப் பகிர்ந்தளித்தார். உமையும் உமையொரு பாகரும் ஏக உருவில் வந்திங்கு எமையும் தமக்கு அன்பு செய்ய வைத்தாய் என்று அவர்கள் இருவரும் சொல்லும் பொருளும் போல ஒரே உருவத்தில் அர்த்தநாரீஸ்வரக் கோலத்தில் நடமாடுவதை அபிராமிப் பட்டர் பாடுகிறார்.

பராசக்தியாகிய அம்பாள் அறக்கருணை மூலமும் மறக்கருணை மூலமும் அருள்செய்ய வல்லவள். அதாவது பக்தர்களுக்குத் தாய்போல அன்பின் மூலமாகவும், பகைவர்களுக்கு கோபம் கொண்டு தண்டித்தல் மூலமும் அருள் செய்வாள். அம்பாள் வழிபாட்டை புராணங்கள் விரிவுபடுத்தின. தேவி பாகவதம் அம்பாளுக்கு முதன்மை கொடுத்து அம்பாளின் பல்வேறு மூர்த்தங்களையும் அவற்றுக்குரிய மந்திரங்களையும் சிறப்பித்தன.

●●●

'ஸ்ரீ சக்கர ரகசியங்கள்' என்ற நூலை இந்த நூலின் ஆசிரியர் எழுதி இருக்கிறார். அதில் ஏராளமான தகவல்கள் அடங்கி உள்ளன. எங்களிடமிருந்து விருப்பப்பட்டவர்கள் அந்தப் புத்தகத்தை வாங்கிப் படிக்கலாம்.

பராசக்தியின் பல்வேறு வடிவங்கள்

பராசக்தியின் வெவ்வேறு தோற்றங்களாக கௌரி, மனோன்மணி, சாமுண்டீஸ்வரி, துர்க்கை, மகமாரி ஆகியோர் உண்டு. மாரகாசுரனை சங்காரம் செய்ததால் மகமாரி என்ற பெயரை அன்னை பெற்றாள் என காரணாகமம் கூறுகின்றது. இவளது தலையைச் சுற்றிலும் அக்கினிச் சுவாலைகள் தோன்றும். கபாலம், சக்தி, பாசம், உடுக்கு என்னும் நான்கு ஆயுதங்களை இவள் ஏந்தி நிற்பாள். இந்த அடிப்படையில் தான் முத்துமாரி வழிபாடும் தோன்றியது.

காளிதாச மகாகவியும் சக்திமீது பல பாடல்களைப் பாடியுள்ளார். இதிகாச புராணத்தில் தாட்சாயினி, பார்வதி பற்றிய கருத்துக்கள் உண்டு. சிவ புராணத்தில் உமை தன்னை பிரம்மமாகவும், பேரொளியாகவும் பரந்த இவ்வுலகமாகவும் காரண காரியமாகவும் எல்லாமாகவும் இருப்பதாகவும் கூறுகின்றது. மார்க்கண்டேய புராணம் சக்தியின் பெருமைகள், வடிவங்கள் பற்றிக் குறிப்பிடுகின்றது. மேலும் புராணங்களது குறிப்பின்படி சிவன், பிரம்மா, விஷ்ணு எனும் 3 தெய்வங்களினதும் பேரொளியிலிருந்து சக்தி தோற்றம் பெற்றாள் எனக் குறிப்பிடுகின்றது.

பிற்காலத்தில் மகாசக்தியிடம் இருந்து பிரம்மா, விஷ்ணு மற்றும் ருத்திரன் ஆகியோர் தோன்றினர் என்ற கருத்து எழுந்தது.

அவளே கடவுளர் யாவர்க்கும் மேலை இறைவியுமாம், இவளே அவர் தமக்கு அன்னையும் ஆயினள் என்று கூறுகிறார் அபிராமிப் பட்டர்.

தமிழகத்தில் சங்க காலத்திலிருந்து சக்தி வழிபாடு சிறப்படைந்திருந்தது. பாலை நிலத்தில் வசித்தவர்கள் இவளை கொற்றவை என்றும் பாய்கலைப்பாவை என்றும் போற்றி வழிபட்டனர். வனப்பகுதியில் இவளுக்கு கானமர்செல்வி என்ற பெயர் இருந்தது. திருமுருகாற்றுப்படை வெற்றிவேல் போர்க்கொற்றவை எனவும் குறிப்பிடுகின்றது.

மணிமேகலை, சிவப்பதிகாரம் போன்ற நூல்களில் சக்தியைப் பற்றிய குறிப்புக்கள் உள்ளன. மகாசரஸ்வதி, மகாலட்சுமி, துர்க்கை என்ற பெயர்கள் உண்டு. காரைக்காலம்மையார் சிவனைப் போற்றிப் பாடும்போது சக்தியினையும் போற்றிப் பாடியிருந்தமை குறித்தற்குரியது.

பல்லவர் காலப்பகுதியில் சக்திவழிபாடு சைவத்துடன் இணைந்து வளர்ந்தது. தோடுடைய செவியன், மாதர்பிறைக் கண்ணியானை போன்ற தேவாரப்பாடல்களின் மூலமாக இதை அறிய முடிகிறது.

சோழர் காலத்தில் சக்திக்குரிய தலங்கள் அமைக்கப்பட்டன. சோழர்கள் ராஜராஜேஸ்வரியையும், பாண்டியர் நாயக்கர் மீனாட்சியையும் வழிபட்டிருந்தனர். கஜபாகு மன்னர் காலத்தில் கிராமிய வழிபாட்டின் அம்சமாக கண்ணகி வழிபாடு தோற்றம் பெற முத்துமாரி அம்மன் வழிபாடும் கிராமங்களில் நுழைந்தது. இம்முத்துமாரி காத்தவராயனின் தாயாகவும் சொல்லப்படுகிறாள்.

இந்தியாவின் வட நாட்டிலும் மிகுதியான செல்வாக்கை சக்தி வழிபாடு பெற்றுள்ளது. சக்திக்குரிய சிறந்த விரதமாக நவராத்திரியையும், கணவனைப் பெற கார்த்தியாயினி விரதமும் கன்னிப்பெண்கள் இன்றும் கடைப்பிடித்து வருகின்றனர்.

கேதாரகௌரி விரதம் உமை சிவனை அடைந்த வரலாற்றைக் கூறுகிறது.

இப்படி எத்தனையோ விதமான தெய்வவழிபாடுகள் இருந்தன. அவை ஆறு மார்க்கங்களாகப் பிரிக்கப்பட்டன. சைவம், வைணவம், சாக்தம், கௌமாரம், காணாபத்யம், சௌரம் என்பவை அவை. இதில் சாக்தம் என்பது தான் சக்தி வழிபாடு ஆகும். இது ஆதிகாலத்தில் இருந்து மிகப் பிரபலமாக உள்ளது. ஆதிசங்கரர் முதலாக சகல சித்திகளும் வரப்பெற்ற கோரக்கர் முதலாக அத்தனை மகான்களும், சித்தர்களும் சக்தியை வணங்கியவர்களே! வட நாட்டில் வாழ்ந்த காளிதாசர், விவேகானந்தர், இராமகிருஷ்ணர் போன்றோர் அம்பாள் உபாசகர்களே. குமரகுருபரர், அபிராமிப் பட்டர் போன்றோரும் தென்நாட்டு அம்பாள் உபாசகரே.

காளியை வழிபட்ட காபாலிகர்கள் தங்களது இஷ்ட தெய்வமான காளியைத் திருப்தி செய்யப் பலி கொடுத்தனர். சேவல், ஆடு, மாடு என்று ஆரம்பித்த இந்தப் பலிகள் இறுதியாக மனிதர்களையும் பலி கொடுக்கின்ற பாவச் செயலான நரபலி என்ற உச்சத்தை எட்டியது. இது ஒரு தவறான கண்ணோட்டம் என அறிஞர்கள் பலராலும் கண்டிக்கப்பட்டுள்ளது. ஒரு விஷயத்தை நாம் தவறாகப் புரிந்து கொள்வதால் இத்தகைய குளறுபடிகள் தோன்றுவது இயற்கை. இதைப் பற்றி கொஞ்சம் தெரிந்து கொள்வோம்.

●●●

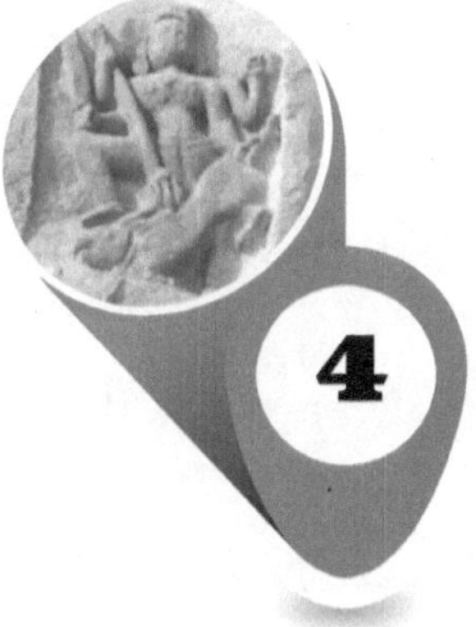

தட்சணையும் பலியும் - புதிய பார்வை

கர்ப்பூராதி ஸ்தோத்திரம் என்னும் நூலில் செம்மறியாடு, ஒட்டகம், பூனை, எருமை ஆகியவற்றை காளிதேவிக்குப் பலியிடலாம் என்று கூறப்பட்டுள்ளது. இவைகளை அப்படியே அர்த்தம் செய்து கொள்வது கூடாது. உண்மையில் மனிதர்களிடத்தில் உள்ள அந்த விலங்குகளின் குணங்களே பலியிடப்படுதல் வேண்டும்.

இது குறித்து ஷீரடி சாய்பாபா வாழ்க்கையில் நடந்த ஒரு நிகழ்ச்சியைத் தெரிந்து கொண்டு மேலே செல்வோம்.

ஆறு ரூபாய் தட்சணை வேண்டும்

பாபா தன்னிடம் வருகின்ற பக்தர் சிலரிடம் தட்சணை கேட்பதுண்டு. அது பொதுவாக பணமாகவே, மிகச்சிறிய அளவுள்ள தொகையாகவே இருக்கும். பலநேரங்களில் அவர் பணவகை சார்ந்தவற்றை விரும்பிக் கேட்காத ரகசியப்பொருளும் இருந்ததை அவருடைய பக்தர்கள் குறிப்பிட்டு இருக்கிறார்கள்.

ஒருநாள் திருமதி தார்கட் பெண்ணிடம் பாபா நீ ஆறு ரூபாய் தட்சணை கொடு எனக் கேட்டார். அவளிடம் பணம் இல்லை, இதனால் அவள் மனவருத்தம் அடைந்தாள். இதுகுறித்து சாய்பக்தரான தனது கணவரிடம் அந்தப் பெண்மணி

தெரிவித்தபோது, உன்னிடம் உள்ள ஆறு உட்பகைவர்களையே பாபா தட்சணையாகக் கேட்கிறார்.

காம, குரோத, லோப, மோக, மத, மாற்சரியம் என்ற அந்த ஆறு கெட்ட குணங்களை நம்மை விட்டு விலக்கி பாபாவின் பாதங்களில் சமர்ப்பித்து விட வேண்டும் என்பதையே இது மறைமுகமாகத் தெரிவிக்கிறது. ஆகவே பணம் கொடுக்க முடியவில்லையே என வருத்தப்படாதே, பாபாவிடம் உனது உட்பகைவர்களைச் சமர்ப்பித்து விடுகிறேன் என்று மானசீகமாக வேண்டிக் கொள் என்று அறிவுரை கூறினார். அந்தப் பெண்மணியும் இதைக் கேட்டு மகிழ்ச்சி அடைந்தாள், பாபாவிடம் அவ்வாறே தெரிவித்து மன நிம்மதி பெற்றாள். இது போல பாபா நடத்திய மற்றொரு சம்பவத்தையும் இங்கே தெரிந்து கொள்வோம்.

பதினைந்து ரூபாய் தட்சிணை கொடு.

ஒருநாள் பேராசிரியர் ஜி.ஜி நார்கேயிடம் இருந்து பாபா 15 ரூபாய் தட்சிணை கேட்டார். இதைக் கேட்டதும் அவர் அதிர்ச்சி அடைந்தார். காரணம் அவரிடம் அப்போது ஒரு ரூபாய் பணம் கூட இல்லை. பாபாவின் ஆசையைத் தன்னால் பூர்த்தி செய்ய முடியாமல் போய்விட்டதே, அந்தப் பாக்கியத்தை நான் இழந்து விட்டேனே என்ற வருத்தம் அவரது முகத்தில் வெளிப்பட்டது.

பாபா என்னிடம் பணம் எதுவும் இல்லை என்று நார்கே தெரிவித்தார்.

இதைக் கேட்ட பாபா, உங்களிடம் பணம் இல்லை என்பதை நான் அறிவேன். நீங்கள் இப்போது சில காலமாக யோகவாசிஷ்டத்தை பாராயணம் செய்து வருகிறீர்கள் அல்லவா? அதில் இருந்து எனக்குத் தட்சணை கொடுங்கள் என்று கேட்டார்.

தான் படித்து வரும் ஆன்மீக நூலின் மூலமாக தட்சணை அளிப்பது எப்படி? சற்றே தயங்கினார் நார்கே.

அருகில் இருந்தவர்கள், அந்த நூலில் உள்ள கருத்துப்படி வாழ்வது, அதன் புண்ணிய பலனில் ஒரு பகுதியை பாபாவின் பாதங்களுக்கு காணிக்கையாக்குவது, அந்த நூலில் சொல்லப்பட்டுள்ள நீதிகளை உணர்ந்து அவைகளை பாபாவின் பக்தர்களிடம் நடந்து காட்டுவது போன்றவை எனத் தெளிவாக்கினார்கள்.

இப்போது குருமார்களோ அல்லது தெய்வங்களோ பலி கேட்பதில்லை. மிருக பலியையோ அல்லது வேறெந்த பலிகளையோ அவர்கள் விரும்புவதும் இல்லை. சொல்லப்போனால் தட்சணை கூட உண்மையான துறவிக்கு அவசியம் இல்லை என்பதை இது போன்ற சம்பவங்கள் புரிய வைக்கின்றன.

●●●

நம் நாட்டில் பலவகையான தெய்வ வழிபாடுகள் உள்ளன. இவற்றுள் மிகப் பிரபலமானதும், மக்களால் அதிகம் கடைப்பிடிக்கப்படுவதுமான வழிபாடு சாக்தம் எனப்படும் சக்தி வழிபாடாகும்.

ஆதிசங்கரர் முதல் சகல சித்திகளும் கைவரப்பெற்ற கோரக்கர் சித்தர் வரை அன்னை பராசக்தியை வழிபட்டு அவள் திருவடிகளைச் சரணடைந்து பலனடைந்தவர்கள் பல கோடி பேர்.

அந்த சக்தி வழிபாட்டில் மிக முக்கியமான பரிவார தேவதைகளாக விளங்குபவர்கள்தான் இந்த 64 யோகினிகள்.

யோகினிகள் பெற்ற பரிணாம வளர்ச்சி

கிராம தேவதைகள் படிப்படியாக வளர்ச்சி அடைந்து அதிக ஆற்றல் பெற்ற யோகினிகளாக மாற்றம் பெற்று குழுக்களாக மாறின. ஒவ்வொரு குழுவிலும் உள்ள யோகினிகளின் எண்ணிக்கை எட்டு, பன்னிரண்டு, பதினாறு, அறுபத்திநான்கு என வேறுபடுவதை இன்று காண முடிகிறது.

இவற்றுள் எட்டு யோகினிகள் அஷ்டாங்க யோகினிகள் என்ற பெயரால் அதிகம் பிரசித்தி பெற்றுள்ளனர். இதுவே இந்து சமயத்தில் அதிக ஆகர்ஷணம் மற்றும் அதிக ஆற்றல் பெற்றதாகக் கருதப்படுகிறது. எட்டின் வர்க்கமான அறுபத்தினான்கு யோகினிகளின் குழு தாந்திரீக உபாசனையில் மிகுந்த ஆற்றல் பெற்ற வழிபாட்டுக்குரியதாக இருக்கிறது.

இவ்வாறு பிரிக்கப்பட்ட எட்டு பேர் கொண்ட யோகினிகளின் ஒவ்வொரு குழுவிற்கும் ஒரு தெய்வம் உண்டு. அந்தத் தெய்வத்தின் பண்புகளை ஏற்றுக் கொண்டு அந்த எட்டு யோகினிகளும் செயல்படுவார்கள். யோகினிகள் அறுபத்திநான்கு என்பதை தாந்திரீக இலக்கியங்கள் அனைத்தும் உறுதி செய்கின்றன. ஆனால் அந்த யோகினிகளின் பெயர்கள்,

வருணனைகள், அவைகளின் குணங்கள் மற்றும் வாகனம், தாங்கியுள்ள பொருட்கள் ஆகியவை வேறுபடுகின்றன.

யோகினி வழிபாடு என்பது பொதுவாக அச்சத்தோடு கலந்த மரியாதையோடு இணைந்திருப்பதைக் காணலாம். அந்த யோகினிகளின் உருவங்கள் மற்றும் பயங்கரமான வடிவங்கள் ஆயுதங்கள் ஆகியவை இதை உறுதி செய்கின்றன. யோகினிகள் கல்லில் செதுக்கப்படும் போதும், இலக்கியங்களில் வருணிக்கப்படும் போதும் பல்வேறு தலைகளைக் கொண்டவர்களாக இருப்பதைப் பார்க்கிறோம். கிளி, மயில், கழுகு, ஆந்தை, புறா மற்றும் வல்லூறு ஆகிய பறவைகளின் தலைகளைக் கொண்ட யோகினிப் பெண்கள் உண்டு.

இவ்வாறே தவளை, யானை, குள்ளநரி, ஆடு, எருது, புலி, பூனை, குதிரை மற்றும் பாம்புத் தலையோடு கூடிய யோகினி உருவங்களும் உள்ளன. சித்திரங்களிலும், சிற்பங்களிலும் இவைகளைக் காண முடிகிறது. பறவை மற்றும் விலங்குகளின் குணங்களைக் கொண்ட யோகினிகளோடு ரத்தத்தை உறைய வைக்கும் யோகினிச் சிலைகளும் நம்மை அதிர்ச்சிக்கு உள்ளாக்குகின்றன. இவற்றில் முக்கியமானது தனது தலையை அரிந்து தன் கையில் வைத்திருக்கும் தேவியின் சிலை. இவளுக்கு

அரிதலைச்சி என்று தமிழ் இலக்கியம் பெயர் சூட்டியுள்ளது. இவளைப் பற்றி தனியாக ஒரு கட்டுரையில் பின்னால் படிக்கலாம்.

சில சித்திரங்களில் இந்த அரிதலைச்சியின் காலடியில் ஏராளமான அசுரர்களின் தலைகள் விழுந்து கிடப்பதைக் காண முடிகிறது. பத்ம புராணத்தில் இது குறித்த கதை உண்டு. சிவபெருமான் அசுரர்களை வதம் செய்த பிறகு ஏராளமாக பூமியில் சிந்திக் கிடந்த ரத்தம் மற்றும் மாமிசத்தை உண்பதற்கு யோகினிகளுக்குக் கட்டளையிட்டார். அந்த யோகினிகள் சிவபெருமான் கட்டளைக்குக் கீழ்ப்படிந்து அசுரர்களின் மாமிசத்தை உண்டு, ரத்தத்தைக் குடித்து பூமியைச் சுத்தப்படுத்தினர். இறைவன் அளித்த விருந்தை உண்டு ஆனந்தம் அடைந்த அவர்கள் கும்மாளமிட்டனர், அதனை விளக்கும் விதமாக அந்தச் சித்திரத்தில் அவர்கள் ஏராளமான உடல்களோடும், விஷப்பற்களோடும் இருப்பதை ஓவியங்களில் காண முடிகிறது. சில ஓவியங்களில் யோகினிகள் அதிக எண்ணிக்கையில் கரங்களைப் பெற்று இருப்பதைப் பார்க்கலாம். பொதுவாக அவர்களுக்கு இரண்டு அல்லது நான்கு கரங்களே காட்டப்பட்டுள்ளன.

●●●

64 யோகினி கோயில்

ஒடிசா மாநிலத்தில் கோர்த்தா மாவட்டத்திலுள்ள ஹிராப்பூர் கிராமத்தில் அமைந்த யோகினிக் கோயில் சௌபதி யோகினி கோயில் எனப்படும்.

மிகப் பழமையான இக்கோயில் காளிக்கு அர்ப்பணிக்கப்பட்டதாகக் கூறப்படுகிறது. இங்கு 64 யோகினியரின் சிற்பங்கள் உள்ளன.

இப்போது இக்கோயில் தொல்லியல்துறை கட்டுப்பாட்டில் உள்ளது.

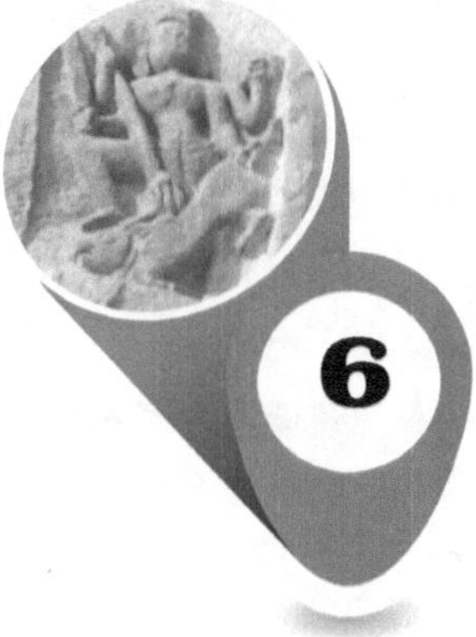

யார் இந்த யோகினிகள்?

இந்து சமயத்தில் குறிக்கப்படும் 64 யோகினிகள் அபூர்வமான சக்திகள் பெற்ற பெண்களாவர். இவர்களைக் குறித்த வரலாறு சற்று குழப்பமாகவும், அதிக மாறுபாடுகளுக்கு உள்ளானதாகவும் இருக்கிறது. யோகினி வழிபாடு என்பது ஆறாம் நூற்றாண்டில் தொடங்கி மெதுவாக வளர்ச்சி அடைந்து, பன்னிரண்டாம் நூற்றாண்டில் பரிணமித்ததாக சரித்திர வல்லுநர்கள் தெரிவிக்கின்றனர். வித்யா தேஜா என்னும் பண்டிதர், இந்த யோகினி வழிபாடு வழக்கமான வைதீக வழிபாட்டுக்கு

எதிரானது என்கிறார். இதன் காரணமாக அந்தக் கால வைதீகப் பிராம்மணர்கள் இதனை மறுத்தனர், எதிர்த்தனர். யோகினி வழிபாடு இயற்கையிலேயே தாந்திரீக முறையில் அமைந்திருப்பதால் இதனைப் பழங்குடிகள் மற்றும் கிராம மக்கள் அதிகம் விரும்பி ஏற்றனர்.

யோகினி என்னும் பெண் தெய்வம் ஆதியில் கிராமத் தேவதையாகவோ அல்லது ஊர்க்காளி மற்றும் தெய்வமாகவோ இருந்தது. அந்த ஊரில் வசித்த மக்களுக்கு நன்மை செய்யும் பெண் தெய்வமே அது. தாந்திரீக முறையில் இந்தத் தேவதைகள் புதிய வழிபாடுகளையும், உருவங்களையும் பெற்றது. மேலும் தன்னை வழிபடுவோருக்கு அதீத சக்திகளைத் தருவதாக நம்பப்படுகிறது.

இந்த யோகினிகளுக்கு அஷ்டமா சித்திகளைத் தரும் ஆற்றல் உண்டு. அஷ்டமா சித்திகள் என்பவை அணிமா, லகிமா போன்றவை

●●●

யோகினிகள் மிகவும் அதீதமான சக்தி படைத்தவர்கள். இவர்களை வழிபடுவதன் மூலம் மனிதர்களுக்கு அபாரமான சித்திகள் கிடைத்ததாகப் புராணங்கள் குறிப்பிடுகின்றன.

யோகினி வழிபாட்டை தாந்த்ரீக வழிபாடு எனக் குறிப்பிடுவர். இதில் பெண்களே அதிகமாக ஈடுபட்டனர்.

புலன்களை அடக்கி பிரம்மச்சரிய விரதம் இருந்து இந்த யோகினிகளை வழிபட்டால் அவர்களுடைய அருளால் பில்லி, சூன்யம், ஏவல் போன்ற துன்பங்களிலிருந்து விடுபடலாம்.

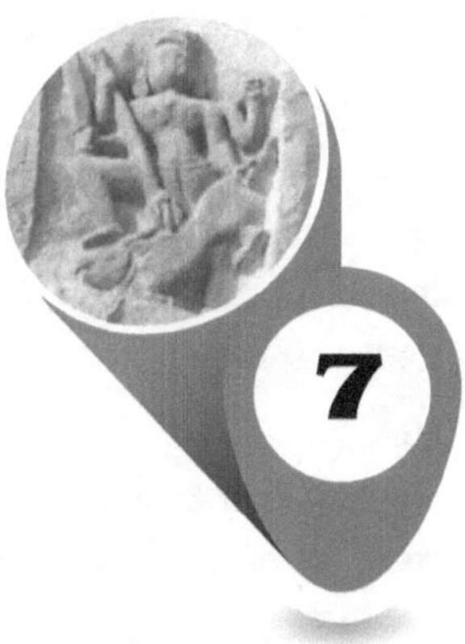

பலவிதமான வழிபாட்டு முறைகள்

யோகினி வழிபாட்டில் நான்கு சம்பிரதாயங்கள் கடைப்பிடிக்கப்பட்டு வருகின்றன. அவைகளின் மூலமாக இந்த வழிபாடு ஆதிகால பழங்குடிகளின் வழிபாட்டில் இருந்து வளர்ச்சி அடைந்த விதத்தையும், பிறகு அவைகள் உச்சத்தை அடைந்து, மிக அதீத ஆற்றல் தரும் மார்க்கமாகப் பரிணாமம் பெற்றதையும் அறிய முடிகிறது.

யோகினிகள் சித்துக்கள் கைவரப்பெற்றவர்கள். இவர்கள் மகாசக்தியின் பரிவாரத் தேவதைகள் என்பதை இந்த நான்கு சம்பிரதாயங்களின் அடிப்படையின் மூலமாக நாம் அறிய முடிகிறது. முதல் மார்க்கத்தில் மகாசக்தியின் உடல் பாகங்களில் இருந்து இந்த யோகினிகள் உருவாக்கப்பட்டவர்கள். தேவியின் கால் பெருவிரல் நகங்கள், அவளது குரல், வியர்வை, தொப்புள், நெற்றி, கன்னம், உதடுகள், கால்கள், கைகள், வயிறு மற்றும் அவளது கோபம் ஆகியவை யோகினிகளை உருவாக்கி இருக்கின்றன என்று நம்பப்படுகிறது.

இரண்டாவது வழியில் யோகினிகள் மகாசக்தியான பார்வதியின் பணிப்பெண்களாவர். இந்தக் கருத்து சிவபெருமானுக்கு ஏவல்

செய்யும் சிவகணங்கள் இருப்பதன் அடிப்படையில் பார்வதிக்கும் ஏவல் பெண்கள் உருவாக்கப்பட்டதாக இருக்கலாம்.

மூன்றாவது மார்க்கத்தில் யோகினிகள் பார்வதியின் தாயாகப் பார்க்கப்படுகிறார்கள். எட்டு பேர்களைக் கொண்ட எட்டு குழுக்களுக்கு ஒரு தலைவி உண்டு. அவளது ஏவல் கேட்டு மற்ற யோகினிகள் செயல்படுவார்கள். இந்தத் தலைவிகள் எட்டு பேரும் அஷ்ட மாத்ருகா என்று அழைக்கப்படுகிறார்கள்.

நான்காவது வழிபாட்டு முறையில் யோகினிகள் எல்லாம் வல்ல ஈஸ்வரியின் பாதுகாவலர்களாகச் சொல்லப்பட்டுள்ளனர். பல தாந்திரீக நூல்களை ஆராய்ச்சி செய்து பார்த்தால் யோகினி வழிபாடு சாக்த வழிபாட்டின் ஒரு கூறான கௌலமார்க்கத்தோடு மிக நெருங்கிய தொடர்பு கொண்டிருப்பதை அறிய முடிகிறது.

ஒரிசா, கிழக்கு மத்தியப் பிரதேசம் ஆகியவற்றிலுள்ள பழங்குடிப் பகுதிகளில் அறுபத்தி நான்கு வடிவத் தாய்த்தெய்வ வெளிப்பாடுகளான அறுபத்தி நான்கு யோகினிக் கோயில்கள் தோற்றுவிக்கப்பட்டுள்ளன. அவற்றில் ஐந்து கோயில் பற்றி அறிந்துள்ளோம். ஜெபகல்பூர் அருகில் உள்ள பேரகட் என்னும் ஊரின் கோயிலும், கஜுரகோவில் உள்ள கோயிலும் ஒன்பதாம் நூற்றாண்டில் தோற்றுவிக்கப்பட்டது. மூன்றாவது கோயில் பழைய பாட்னா ஆட்சிக்குட்பட்ட ஒரிசாவின் சம்பல்பூர் அருகில் உள்ளது. இதே பகுதியில் உள்ள கலாபந்தியில் நான்காவது கோயில் உள்ளது. உத்தரப்பிரதேசத்தின் லலித்பூர் மாவட்டத்தில் உள்ள தூதையில் ஐந்தாவது கோயில் உருவாக்கப்பட்டுள்ளது. பழங்குடித் தேவதைகளுடன் இணங்கிப் போவதற்காகவே அந்தக் காலத்தில் இந்தக் கோயில்கள் நிறுவப்பட்டன என்பது தெளிவாகத் தெரிகின்றது.

யோகினிக் கோயில்களை ஆராய்வதன் மூலமாக நாம் ஏராளமான யோகினிகள் குறித்த தகவல்களைப் பெறலாம். அவைகளின் தோற்றம், வளர்ச்சி அடைந்த விதம், தனித்தன்மை ஆகியவற்றை அறிவதற்கு அதுவே சிறந்த வழியாக இருக்கும். ஒவ்வொரு யோகினி ஆலயமும் அது அமைந்திருக்கும் இடத்திற்கு ஏற்ப குறிப்பிட்ட தனித்தன்மை மிகுந்ததாக இருப்பதைக் காணமுடிகிறது. இதன் காரணமாக ஏராளமான கருத்து வேற்றுமைகள் யோகினி வழிபாடு குறித்து எழுந்துள்ளன.

சில யோகினி வழிபாட்டு ஆலயங்கள் நகருக்கு அருகே இருந்த போதிலும் பெரும்பாலானவை எளிதில் செல்ல முடியாத தொலைவில் அமைந்திருக்கின்றன. உதாரணமாக ராணிபூர் ஜாரியல் யோகினி ஆலயம். அருகில் உள்ள ஊரில் இருந்து பல மைல் தொலைவில் அமைந்திருக்கிறது. ஹிராபூர் யோகினி ஆலயம் மக்கள் நடமாட்டமே இல்லாத இடத்தில் மிகத்தனியாக அமைந்திருக்கிறது. இதை அடைவதற்குச் சிறிய சந்து மட்டுமே வழியாக இருக்கிறது. யோகினி ஆலயத்தில் நாம் காணக்கூடிய மற்றொரு சிறப்பான அம்சம் இந்தக் கோயில்கள் வட்ட வடிவத்தில் கட்டடப்பட்டிருப்பது தான். நாம் மேலே குறிப்பிட்ட இரண்டு ஆலயங்களுமே வட்ட வடிவத்தில் அமைந்தவை.

●●●

யோகினிக் கோயில்கள் வட்ட வடிவிலும், மேற்கூரை இல்லாமலுமே காணப்படுகின்றன. ஒரே ஒரு வட்டப் பிரகாரம், மூலவர், கருவறை, கொடிமரம் என எதுவுமே கிடையாது. அந்த வட்ட வடிவப் பிரகாரத்தில வரிசையாக அன்னையரின் திருவுருவச் சிலைகள் சுவரோடு சேர்த்து செதுக்கப்பட்டுள்ளன. சிலைகள் சுமார் 2 அடி உயரம் கொண்டவை. நடுநாயகமாக துர்க்கை சிலை உள்ளது.

சப்த மாதர்களும் அஷ்ட யோகினிகளும்

யோகி மற்றும் யோகினி என்னும் வார்த்தைகள் இந்து மதத்திலும் பௌத்த மதத்திலும் யோகப் பயிற்சிகளில் மேம்பட்ட ஆண்களையும், பெண்களையும் குறிக்கிறது. ஆனால் தாந்திரீக மற்றும் சாக்த வழிபாடுகளில் யோகினி என்ற வார்த்தை பெண்களை மட்டுமே குறிப்பதைப் பார்க்க முடிகிறது. அந்த வார்த்தை அதீத ஆற்றல் பெற்ற, எதிர்காலத்தை மாற்றக்கூடிய தன்மை வாய்ந்த தெய்வீக சக்திகள் படைத்த பெண்களைக் குறிக்கிறது. பொதுவாக 64 முதல் 81 யோகினிகள் இருப்பதாக நூல்கள் தெரிவிக்கின்றன.

அளவுக்கரியதான சக்திகளைத் தங்களது யோகப்பயிற்சிகளின் மூலமாக அடைந்த பெண்களே யோகினிகள். இவர்கள் ஞானத்தைத் தேடிப் பெற்றவர்கள். அதன் மூலமாக உள்ளொளி அடைந்தவர்கள். இவர்கள் அதீத ஆற்றலோடு உடலைக் கட்டுப்படுத்தும் வித்தை கைவரப்பெற்றவர்கள். இதயத்தின் துடிப்பை இவர்களினால் கட்டுப்படுத்தி கூட்டவோ குறைக்கவோ முடியும். அதிகக் குளிரையோ அல்லது வெப்பத்தையோ தாங்கிக் கொள்ளும் அளவில் உடலை உறுதிகொண்டதாக மாற்றிக்கொள்ள முடியும். எல்லாவற்றுக்கும் மேலாக இவர்களால் நினைத்த இடத்திற்கு ஆகாயமார்க்கமாகப் பறந்து செல்லவும் முடியும்.

தாந்திரீக உபாசனை மார்க்கத்தில் யோகினிகள் பெரும்பங்கு வகிக்கின்றனர். சாக்த உபாசனையாகிய சக்தியை வழிபாடு செய்கின்ற மார்க்கத்தில் பெண்களுக்கு உயர்வு தரப்பட்டுள்ளது. சக்தி என்பது வெறும் பெண் தெய்வம் அல்ல, அது எல்லாவகையான ஆற்றலின் பிறப்பிடம். மெய்ஞானத்தை அடைய வேண்டிய எந்த ஒரு வழியிலும் சக்தியின் இணைப்பு இல்லாமல் எதுவும் நடப்பதில்லை. சாக்த தத்துவங்கள் தேவியே அனைத்து உலகங்களையும், படைத்து, காத்து பின்பு முடிவில் அழிக்கிறாள் என்கின்றன.

சாக்த உபாசகராக விளங்கிய அபிராமிப் பட்டர், ‘பூத்தவளே புவனம் பதினான்கையும், பூத்தவண்ணம் காத்தவளே பின் கரந்தவளே’ என்று அவளது அருட்செய்கையை வியந்து போற்றுகிறார். அவளே பார்வதி, அவளே உமையம்மையாகி இறைவனின் இடப்பாகத்தில் தங்கி இருக்கிறாள். அவளே துர்க்கையாகி அரக்கர்களையும் அசுரர்களையும் சம்ஹாரம் செய்கிறாள்.

யோகினிகள் குறித்த தகவல்கள் வேதங்களில் காணப்படுகின்றன. அவைகள் யோகினிகள் தேவி பராசக்தியை விட சக்தி குறைந்தவர்களாக, கீழ்நிலையில் இருப்பவர்களாகச் சுட்டுகின்றன. எந்த மார்க்கத்தை விளக்குவதற்காக ஒரு நூல் எழுதப்பட்டதோ அதற்கு ஏற்ப யோகினிகளின் நிலை நிறுவப்பட்டுள்ளது.

சில தந்திர நூல்களில் யோகினிகள் துர்காதேவியின் அம்சமாகத் தோன்றியவர்கள் என்று சொல்லப்படுகிறது. இவர்கள் தேவியின் அம்சமாகத் தோன்றியவர்கள் என்பதால், தாய்மை, அன்பு, உருவாக்கும் ஆற்றல், அச்சம் மற்றும் துணிவு

ஆகியவற்றின் பிறப்பிடமாகச் சொல்லப்படுகிறார்கள். இந்தக் கருத்துக்களின் அடிப்படையில் ஏழு அல்லது எட்டு யோகினிகள் சேர்ந்த குழு மாத்ருக்கள் என்று அழைக்கப்படுகிறது.

பிராம்மணி, மகேஸ்வரி, கௌமாரி, இந்திராணி, வைஷ்ணவி, வாராகி, நாரசிம்ஹி ஆகிய எழுவரும் சப்தமாதர்கள் எனப்படுகிறார்கள். இவர்களுடன் பிற்காலத்தில் சாமுண்டி என்னும் உக்கிரக தேவதையும் சேர்ந்து பிற்காலத்தில் அஷ்ட மாதர்கள் என அழைக்கப்பட்டனர். மேலே நாம் பார்த்த ஏழு மாதாக்களும் ஏழு ஆண் தெய்வங்களின் மனைவிகளாவர். பிரம்மனின் பத்தினி பிராம்மணி, சிவனின் பத்தினி மகேஸ்வரி, கௌமார சக்தி கௌமாரி, இந்திரனின் பத்தினி இந்திராணி, மகாவிஷ்ணுவின் சக்தி வைஷ்ணவி, நரசிம்மரின் பத்தினி நாரசிம்ஹி, வராகரின் சக்தி வாராகி ஆவர். சம்பு மற்றும் ரக்தபீஜன் ஆகிய அசுரர்களை அழிப்பதற்காக இந்த மேற்சொன்ன எட்டு சக்திகள் தேவியால் உருவாக்கப்பட்டவர்கள் எனப் புராணங்கள் தெரிவிக்கின்றன.

பண்களா? அல்லது குணங்களா?

மேற்சொன்ன எட்டு சக்திகளும் பெண் தெய்வங்கள் எனக் கொள்வதைவிட, இவை எண் குணங்கள். கௌரவம், ஆணவம், கோபம், பொறாமை, அச்சம், காமம், குற்றம் சொல்லும் குணம், ரகசியங்களை அறியும் ஆவல் ஆகியவற்றின் தோற்றங்கள் என்று சொல்வாரும் உண்டு.

ஒரு இதிகாசத்தின்படி மாத்ருகா என்பவள் மற்ற யோகினிகளின் சக்திப் பெட்டகமாக விளங்குகிறாள். அவளது ஆணையின் படியே மற்ற யோகினிகள் செயல்படுகிறார்கள். இந்த வகையில் வைத்துப் பார்த்தால் தேவியின் அம்சமாகத் தோன்றியவர்கள் அஷ்ட மாதர்கள், அவர்களது கட்டளையை ஏற்று செயல்படும் சக்திகளே யோகினிகள் என்று பொருள் கொள்ளலாம்.

ஏழு யோகினிகளைக் கொண்ட குழு சப்த மாதர்கள் என அழைக்கப்படுகிறது. இவர்கள் தனி மனித நன்மைகள், உலக நன்மைகள், தாய்மைக் குணம், அன்பு மற்றும் பாசம் ஆகியவற்றின் குறியீடுகளாக இருக்கிறார்கள். ஆனால் எட்டு யோகினிகளைக் கொண்ட அஷ்ட மாத்ருகா என்னும் குழு தேவியின் கோபத்தில் இருந்து உதித்தவர்கள், வலிமையும் முரட்டுத்தனமும் மிகுந்தவர்கள் என்று மார்க்கண்டேய புராணம் தெரிவிக்கிறது. இதனால் தான் சப்தமாதர்களைப் பக்தர்கள் அனைவரும் அன்னையாக ஏற்றுக் கொண்டு யோகப்பயிற்சிகளை மேற்கொண்டு அவளது அருளை அடைய ஆர்வம் காட்டுகின்றனர்.

●●●

பராசக்தியின் கன்னி வடிவமான சப்த கன்னியர் வழிபாடு என்பது பெரும்பாலான மக்களால் கடைப்பிடிக்கப்படுகிறது.

பல இடங்களில் ஏழு செங்கல்களை வைத்து மஞ்சள், குங்குமம் சாத்தி, அலங்கரித்து, பொங்கலிட்டு படையல் படைத்து வழிபடுவதைக் காணலாம்.

அவை யாவுமே 'சப்த மாதாக்கள்' எனப்படும் சப்த கன்னியர் வழிபாடுதான்.

இவர்கள் பெரும்பாலான சிவாலயங்களில் சுற்றுப் பிரகாரத்தில் அருள்பாலிப்பர். பொதுவாக ஒரே கல்லில் அமர்ந்திருப்பது போன்று அமைக்கப்படுவர். சில இடங்களில் தனித்தனி திருமேனிகளும் கொண்டதுபோல அமைக்கப்படும். அமர்ந்த நிலையில் காணப்படுவர். பெரும்பாலும் நின்ற நிலையில் அமைக்கப்படுவது இல்லை.

காமாட்சியும் அஷ்ட மாத்ருகாக்களும்

ஏற்றமிகு வாழ்வருளும் ஏகாம்பரநல்லூர்

ராணிப்பேட்டை பொன்னை பேருந்து வழியில் உள்ளது ஏகாம்பரநல்லூர். அன்னை காமாட்சியுடன் ஏகாம்பரேஸ்வரர் திருவருள் புரியும் திருத்தலம் இது.

8 தலைவிகளான அஷ்டமாத்ருகா தேவிகள் இங்கு அருள்புரியும் காமாட்சியைத் தினமும் ஆராதிக்கின்றனர். தேவி உபாசனையில் மிக முக்கியமான பரிவாரத் தேவதைகளாக விளங்குபவர்கள்தான் 64 யோகினிகள் என்கிற அன்னையின் உடல் பாகங்களிலிருந்து தோன்றிய சக்திகள். இவர்களை 64 கலைகளின் வடிவங்களாகக் காண்பவர்களும் உண்டு. இவர்களை வணங்கி வழிபடுபவர்களுக்கு எந்தப் பிணியும் வராது காக்கும் வல்லமை படைத்தவர்கள். இந்த 64 யோகினியரில் எட்டு பேருக்கு ஒன்று என்ற வகையில் உருவம் கொடுத்து “அஷ்ட மாத்ருகா'' என்று குறிப்பிடப்படுகிறார்கள்.

அந்த அஷ்ட மாத்ருகா வழிபாடே நாளடைவில் சப்த கன்னியர் அல்லது சப்த மாதர்கள் என்ற பெயரில் மருவி ஏழு அன்னையர்களாக மாறிவிட்டது. பொதுவாகவே இந்த 64 யோகினி வழிபாடு தாந்திரீக வழிபாடுகளின் முன்னோடியாகும். இந்த யோகினியர் தோன்றிய வரலாற்றை தேவி மஹாத்மியம்

சுவைபடக் கூறுகிறது. சும்பன், நிசும்பன் என்ற இரு அரக்கர்கள் இருந்தார்கள். அவர்களை அழிப்பவர்களே இல்லாத நிலையில் அவர்களின் அட்டகாசங்கள் அதிகரிக்க அதனால் பாதிக்கப்பட்ட தேவர்கள் பராசக்தியைப் பிரார்த்திக்க சும்ப, நிசும்பர்களைச் சம்ஹாரம் செய்வதாக வாக்கு கொடுத்தாள், பின் அன்னை வீறு கொண்டு எழுந்தாள்.

தன் உடலின் ஒவ்வொரு பாகத்திலிருந்தும் 64 பேரைத் தோற்றுவித்தாள். அதில் மேல் பாகங்களிலிருந்து உருவான எட்டு பேரைத் தேர்ந்தெடுத்து அவர்களை அந்த 64 பேருக்கும் தலைவியாக்கினாள். மற்றவர்கள் அந்தத் தலைவியின் கட்டளையின்படி போர் புரிந்தார்கள். ஒவ்வொரு தலைவிக்கும் தங்களுடைய திவ்ய சக்தியை தெய்வங்கள் வழங்கின. பிரம்மனின் சக்தி பெற்றவள் பிராம்ஹி என்றும், மஹாவிஷ்ணுவிடமிருந்து சக்தி பெற்றவள் வைஷ்ணவி, மஹேஸ்வரரிடமிருந்து சக்தி பெற்றவள் மஹேஸ்வரி, இந்திரனிடமிருந்து சக்தி பெற்றவள் ஐந்த்ரீ, முருகனிடமிருந்து சக்தி பெற்றவள் கௌமாரி, வராஹப் பெருமானிடமிருந்து அருள் பெற்றவள் வாராஹி, நரசிம்மரின் உக்கிரகத்தைப் பெற்றவள் நாரசிம்ஹி என்றும், விநாயகரிடமிருந்து சக்தி பெற்றவள் விகடானனா என்றும் அழைக்கப்பட்டனர்.

இந்த எட்டு தலைவிகள் கீழும் எட்டெட்டுப் பணிப்பெண்களாக மொத்தம் 64 யோகினியர் விளங்கினர். அந்நிலையில் அன்னையையும் அவள் பெரும் படையையும் கண்டு பயம் கொண்டான் நிசும்பன். பயத்தில் அன்னையிடம், "நீ தனியாக என்னோடு போராடி வெற்றி பெறுவதே உனக்கு அழகு. நானோ தனியாக இருக்கிறேன். ஆனால், நீ இப்படி உன் துணைவிகளோடும் படையோடும் மோதுவது வீரமே அல்ல' என்றான். அதைக்கேட்டுச் சிரித்த அன்னை 64 யோகினிகளையும் தன்னுடைய உடலிலேயே ஐக்கியப்படுத்திக் கொண்டாள். பிறகு படையின்றித் தனியாகப் போராடி நிசும்பனையும் வென்றாள்.

ஆனால், அன்னையின் கோபாவேசம் தணியவில்லை. பிறகு அவளைத் தேவர்களும் மூவர்களும் சாந்தப்படுத்தி அமைதி அடையச் செய்தார்கள். அப்போது அன்னை 16 வகையான அலங்காரங்களோடு அழகின் இருப்பிடமாக ராஜராஜேஸ்வரியாகக் காட்சி தந்து அருளினாள்.

64 யோகினியர் என்ற கணக்கை வஸின்யாதி வாக்தேவதைகள் லலிதா ஸஹஸ்ரநாமத்தில். "சது: சஷ்டி கோடி கண சேவிதா' என்கின்றனர். சஷ்டி என்றால் ஆறு; சதுர் என்றால் நான்கு. இப்படி 64 கோடி யோகினியரால் பூஜிக்கப்படுகிறவள் அன்னை என்று இயம்புகின்றனர் அவர்கள்.

●●●

ராஜ ராஜேஸ்வரிக்கு ஸீப்ர திஷ்டா என்ற பெயரும் உண்டு. அதாவது ஜகத்தின் சோபனமான அதிஷ்டானத்தை உடையவள் என்பது இதன் பொருள்.

ஜகத்திற்கெல்லாம் சோபையைக் கொடுத்து விளங்கிக் கொண்டிருப்பவள் என்று தாத்பரியம். இருபது ஆக்ஷரங்களோடு கூடிய சந்தோ விசேஷத்திரு ஸீப்ரதிஷ்டா என்று பெயர்.

அஷ்ட மூர்த்தி என்ற பெயரும் உண்டு. அதாவது எட்டு விதமான மூர்த்திகளை உடையவள். ஆத்மாவே குணபேதத்தால் எட்டு விதமாக இருப்பதாகக் கூறுவர்.

இந்த ராஜராஜேஸ்வரியை ஸ்ரீசக்ரத்தில் எழுந்தருளச் செய்து பூஜிக்கும் போது அவளுடைய அனுக்கிரகம் விரைவில் கிட்டும்.

ஸ்ரீராஜராஜேஸ்வரி தூய்மையே வடிவாகக் கொண்டவள். எனவே அவளை ஸ்ரீசக்ரத்தில் எழுந்தருளச் செய்து பூஜை செய்பவர்கள் அதே தூய்மையைக் கடைப்பிடிக்க வேண்டும். அப்போதுதான் அவளது அருளினை விரைவில் பெற முடியும்.

படைத்தல், காத்தல், அழித்தல் என்னும் முத்தொழிலையும் தனியாகவே செய்பவள். அண்ட சராசரங்களையும் தனியாகவே காத்து ரட்சிப்பவள். எனவே இவளுக்கு ஏகாக்கினி என்ற திருநாமமும் உண்டு.

கோடிக்கணக்கான யோகினிகள் இருக்கிறார்களா?

யோகினிகள் உண்மையாகவே கோடி எண்ணிக்கையில் உள்ளனரா?

இந்த கேள்விக்கு விடையும் இருக்கிறது.

ஸ்ரீலலிதா சகஸ்ரநாமத்துக்கு ஆதிசங்கரர் உரையெழுத முயன்றும் அவரால் எழுத முடியவில்லை.

ஸ்ரீலலிதா ஸஹஸ்ரநாமத்துக்கு உரையெழுத ஆதிசங்கரர் நினைத்து ஒருநாள் தனது சீடர்களில் ஒருவரை அழைத்து ஸ்ரீ லலிதா சஹஸ்ரநாமம் ஓலைச்சுவடியை எடுத்துவா என்றார்.

அவரும் நூல் இருந்த அறைக்குள் சென்று ஒரு சுவடியைக் கையில் எடுத்துக்கொண்டு வந்து ஆதிசங்கரரிடம் கொடுத்தார். அதைப் பிரித்துப் பார்த்தார் சங்கரர். ஆனால் அது 'விஷ்ணு ஸஹஸ்ரநாமம்' ஏடு.

நான் உன்னிடம் லலிதா சஹஸ்ரநாமம் தானே கொண்டு வரச் சொன்னேன் என்றார் சங்கரர்.

மன்னிக்கணும் என்று சொல்லிவிட்டு அந்தச் சுவடிக்கட்டை எடுத்துக் கொண்டு சீடர் நூலறைக்குச் சென்று, மீண்டும் ஒரு சுவடியைக் கொணர்ந்தார்.

அதுவும் விஷ்ணு ஸஹஸ்ரநாமம்தான்.

மீண்டும் ஒழுங்காகக் கொண்டுவரச் சொல்லி சங்கரர் சீடரைத் திருப்பி அனுப்பினார்.

மீண்டும் வந்தது விஷ்ணு ஸஹஸ்ரநாமம்தான்.

ஏன் இப்படிச் செய்கிறாய்?

குருவே என் தவறு ஒன்றுமே இல்லை. அங்கே ஒரு அற்புதம் நடக்கிறது என்று சீடர் தயங்கித் தயங்கிச் சொன்னார்,

"நான் என்ன செய்வது? அறையில் இருந்து ஒழுங்காகத்தான் ஸ்ரீலலிதா ஸஹஸ்ரநாம சுவடியை எடுக்கிறேன். ஆனால் அந்த அறைக்குள் ஒரு பெண் நின்றுகொண்டு, என்னைத் தடுத்து, கையில் இருக்கும் சுவடியை வாங்கிக் கொண்டு, "இதைக் கொண்டு போய்க் கொடு" என்று சொல்லி, இதையே கொடுத்து அனுப்புகிறாள். ஏனோ என்னால் மறுக்கவோ பதில் பேசவோ முடியவேயில்லை என்றார் குழப்பத்துடன்.

உள்ளே இருப்பவள் அம்பிகைதான் என்பதை ஞானதிருஷ்டியால் உணர்ந்த ஆதிசங்கரர் உடனடியாக விஷ்ணு ஸஹஸ்ரநாமத்திற்கு பாஷ்யத்தை எழுதினார்.

பின்னால் பல நூற்றாண்டுகளுக்குப் பின்னர் பாஸ்கரராயரே ஸ்ரீலலிதா ஸஹஸ்ரநாமத்துக்கு உரை எழுதினார்.

முன்னூறு ஆண்டுகளுக்கு முன்னால் மகாராஷ்டிரத்தில் வாழ்ந்த அவர் கல்வியில் கரை கண்டவர், மாபெரும் சக்தி உபாசகர், வேதங்கள், தந்திர சாஸ்திரங்கள், ஆகம சாத்திரங்கள், தர்க்கம், வேதாந்தம், மந்திர சாஸ்திரங்கள் ஆகியவற்றை ஐயம் திரிபறக் கற்றவர்.

பல ரகசிய நூல்கள், கோட்பாடுகள், நடைமுறைகள், சம்பிரதாயங்கள், ரகசிய சமயங்கள் போன்றவற்றை நன்கு அறிந்தவர்.

அம்பிகை உபாசனையில் பல கட்டங்களைத் தாண்டியவர். பல அபூர்வ ஆற்றல்கள் படைத்தவர்.

வரிவஸ்யா ரஹஸ்யம், சேதுபந்தம், ஸௌபாக்ய பாஸ்கரம் ஆகிய அரிய நூல்களை இயற்றிவர். கணேச ஸஹஸ்ரநாமம், ஸ்ரீலலிதா ஸஹஸ்ரநாமம் ஆகியவற்றுக்கு உரையும் விளக்கமும் எழுதியவர். இவற்றில் ஸ்ரீலலிதா சகஸ்ரநாமத்துக்கு அவர் எழுதிய பாஷ்யமே 'சௌபாக்ய பாஸ்கரம்' என்ற பெயர் பெற்றது. அந்த நாமாவளியில் உள்ள ஆயிரம் நாமங்களுக்கும் அவர் எழுதியுள்ள உரையைப் பத்து அத்தியாயங்களாக ஆக்கியிருக்கிறார்.

ஒவ்வொரு அத்தியாயத்திலும் நூறு நாமாக்களின் உரை இருக்கும்.

இந்த உரை நூலை அவர் காசியில் ஒரு சபையைக் கூட்டி அங்கு அரங்கேற்றம் செய்தார். அந்த அரங்கத்தில் அவர் ஒவ்வொரு நாமத்தையும் சொல்லி அதற்குரிய பொருளையும் பொருள் விளக்கத்தையும் சொல்லிக் கொண்டே வந்தார்.

கூடியிருந்த அறிஞர்கள் கேட்ட கேள்விகளுக்கெல்லாம் அவர் பதில் சொல்லிக் கொண்டே வந்தார்.

ஸ்ரீலலிதா சகஸ்ரநாமத்தில் ஒரு நாமா வருகிறது.

'மஹாசதுஷ்ஷஷ்டி கோடி யோகினி கண ஸேவிதா' அறுபத்து நான்கு கோடி யோகினி கணத்தாரால் சேவிக்கப்படுகிறவள்.

அதை விளக்கும்போது ஓர் அறிஞர் அவரைக் கேட்டார்:

"உண்மையிலேயே அறுபத்து நான்கு கோடி யோகினிகள் இருக்கின்றனரா?"

ஆமாம்.

அது உண்மையானால் அவர்களின் பெயர்களைச் சொல்லுங்கள்"

"அப்படியே சொல்கிறேன். நான் சொல்லச் சொல்ல நீங்கள் எழுதிக்கொள்ளுங்கள்."

பாஸ்கரராயர் வரிசையாக யோகினிகளின் பெயர்களைச் சொல்லலானார்.

அவர் சொல்லச் சொல்ல காசிப் பண்டிதர் எழுதிக் கொண்டே வந்தார்.

ஒரு நாள், இரண்டு நாள் ஆகியது. மூன்றாவது நாள் அந்தப் பண்டிதருக்குச் சந்தேகம் ஏற்பட்டது. இவர் உண்மையாகவே யோகினிகளின் பெயர்களைச் சொல்கிறாரா? அல்லது மனதுக்குத் தோன்றிய பெயர்களைச் சொல்லிக் குழப்புகிறாரா?

இந்த எண்ணத்தோடு அவர் பாஸ்கரராயரை நன்கு ஏறிட்டுப் பார்த்தார்.

அப்போது ஒரு காட்சி தென்பட்டது.

பாஸ்கரராயரின் தோளில் சிறிய உருவில் அமர்ந்து கொண்டு அம்பிகையே வரிசையாகத் தம்முடைய அறுபத்து நான்கு கோடி யோகினிகளின் பெயர்களையும் சொல்லிக் கொண்டிருப்பதைக் கண்டார். அம்பிகை வேறு யார் கண்களுக்கும் தெரியவில்லை.

அவள் சொல்லிக் கொண்டிருந்த பெயர்கள் பாஸ்கர ராயருக்கு மட்டுமே கேட்டன. அவற்றை அப்படியே பாஸ்கரராயர் சொல்லிக் கொண்டிருந்தார். அதைத்தான் காசிப் பண்டிதரும் எழுதிக்கொண்டே வந்திருக்கிறார்.

இதைக் கண்டவுடன் அந்தப் பண்டிதர் பாஸ்கரராயரின் பாதங்களில் விழுந்து வணங்கினார். அதன் பின்னர் அந்த அரங்கேற்றம் தடையில்லாமல் நடந்தேறியது.

அந்த அரிய உரையில் பல நுணுக்கமான விஷயங்களைப் பார்க்கலாம்.

ஸ்ரீலலிதா சஹஸ்ரநாமத்தில் ஒரு நாம மந்திரம் இருக்கிறது.

'சதுஷ் ஷஷ்டி கலாமயி'

'அறுபத்து நான்கு கலைகளுக்கும் தாயாக விளங்குபவள்' என்று பொருள்.

இம்மந்திரத்திற்கு விளக்கம் கொடுக்கும் இடத்தில், பாஸ்கரராயர் அறுபத்துநான்கு கலைகளையும் பட்டியலிட்டு, அவை என்னென்ன என்பதையும் குறிப்பிட்டுள்ளார்.

●●●

ஸ்ரீலலிதா ஸஹஸ்ர நாமமானது 'குஹ்ய (ரகசிய) ஸஹஸ்ரநாமம்' என்று சொல்லப்பட்டிருக்கிறது. விஷ்ணு, சிவ ஸஹஸ்ரநாமங்கள் வியாஸர் போன்ற மகரிஷிகளால் ஆக்கப்பட்டவை.

ஆனால் லலிதா ஸஹஸ்ரநாமமோ வசினீ முதலிய எட்டு வாக் தேவதைகளால் செய்யப்பட்டது. அதனால் பஞ்சதசீ உபதேச முள்ளவர்களே ஸ்ரீலலிதா ஸஹஸ்ர நாமத்தைப் பாராயணம் செய்யவோ அல்லது சதுர்தாரி (ஓம் ஐம் ஹ்ரீம் ஸ்ரீம்) நாமாக்களை முன் சேர்த்து அர்ச்சனை செய்யவோ அதிகாரம் உள்ளவராவர்.

ஸ்ரீவித்யை இல்லாதவனைக் கொண்டு இதனைப் பாராயணம் செய்யச் சொன்னால், சொல்பவன் மூடன் என்றும், பாராயணம் செய்பவன் யோகினிகளின் கோபத்திற்கு ஆளாகி பலவித துன்பங்களும் அவனுக்கு ஏற்படுமென்று இந்த ஸஹஸ்ரநாமம் செய்த எட்டு வாக் தேவதைகளும் கூறியுள்ளனர்.

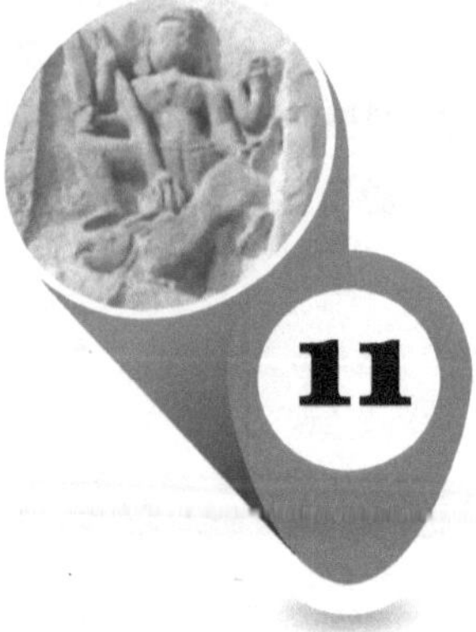

ரத்தத்தைக் குடித்த யோகினிகள்

முன்னொரு காலத்தில் சும்பன், நிசும்பன் என்ற இரண்டு அசுரர்கள் தங்கள் வர பலத்தின் காரணமாக தேவர்களுக்கும், முனிவர்களுக்கும், பெண்களுக்கும் தீராத துன்பங்களைக் கொடுத்தனர். இதற்கு மேல் பொறுத்துக் கொள்ளமுடியாது என்ற நிலையில் தேவரும், முனிவர்களும் அன்னையின் பாதம் பணிந்தனர்.

அவளை நோக்கி தாயே! அந்த அசுரர்களின் வர பலத்தின் முன்னால் பிரம்ம, விஷ்ணு, ருத்திரர்களால் கூட நிற்க முடியாத நிலை ஏற்பட்டு இருக்கிறது. அவர்கள் செய்யும் அக்கிரமங்கள் எல்லை கடந்து போகின்றன. இந்த நேரத்தில் உயிர்களுக்கும், தேவர்களுக்கும், முனிவர்களுக்கும் நீயே காவலாக இருக்க வேண்டும். ஆனால் நீயோ தவத்தில் மூழ்கி இருக்கிறாய்.

அம்மா வான்மழைக்கு ஏங்கி நிற்கும் பயிர்களைப் போல நினது கருணை வேண்டி ஏங்கி நிற்கிறோம். கண் திறந்து பார் அம்மா! எங்களது துன்பங்களைப் போக்கி அருள்வாய் என அழுது முறையிட்டனர்.

அன்னை கண் திறந்தாள். அந்த அளவில் சூரியனைக் கண்ட பனிபோல இதுநாள் வரையில் அவர்களை வாட்டி எடுத்த அசுரர்கள் துன்பம் ஒழியும் வேளை நெருங்கியது. அவள்

தேவர்களையும் முனிவர்களையும் பார்த்து வருந்த வேண்டாம், சும்ப நிசும்பர்களை நானே வதம் செய்வேன், அஞ்சாமல் செல்க என ஆறுதல் சொல்லி அனுப்பி வைத்தாள்.

பிறகு வீறு கொண்டு எழுந்தாள், தன் உடலின் ஒவ்வொரு உறுப்பில் இருந்தும் 64 யோகினிகளைத் தோற்றுவித்தாள். எட்டு பேர் கொண்ட குழுவாகப் பிரித்தாள். அதில் தனது உடலின் மேல்பாகங்களில் இருந்து உருவெடுத்த எட்டு பேரைத் தேர்ந்தெடுத்து அவர்களை ஒவ்வொரு குழுவிற்கும் தலைவியாக்கினாள். ஒவ்வொரு தலைவிக்கும் தங்களுடைய திவ்ய சக்தியை அனைத்து தெய்வங்களும் வழங்கின.

அந்த வகையில் பிரம்மனின் சக்தியாக விளங்குபவள் பிராம்மணி, மகாவிஷ்ணுவின் சக்தி பெற்றவள் வைஷ்ணவி, ருத்திரனின் சக்தி பெற்றவள் மாகேஷ்வரி, முருகனின் சக்தி பெற்றவள் கௌமாரி, இந்திரனின் சக்தி பெற்றவள் இந்திராணி, வராகப் பெருமானின் சக்தி பெற்றவள் வாராகி, நரசிம்மரின் அருள் பெற்றவள் நாரசிம்ஹி, விநாயகரிடம் இருந்து ஆற்றல் பெற்றவள் விகடானானா.

இந்த எட்டுத் தலைவிகளின் கீழ் எட்டுப் பெண்கள் பணியாற்ற அறுபத்தினான்கு யோகினிகள் சும்ப நிசும்பர்களை எதிர்த்துப் போரிட்டனர். இறுதியில் தேவி பராசக்தி அவர்களை அழித்தாள். இந்தப் போரில் ரத்த பீஜன் என்ற அசுரன் ஒரு விநோதமான வரம் பெற்றிருந்தான். அவனது உடலில் இருந்து தரையில் விழும் ஒவ்வொரு சொட்டு ரத்தமும் ஒரு அசுரனாக உருவெடுக்கும் என்பதே அவ்வரம். அவனை எத்தனை முறை சம்ஹாரம் செய்த போதிலும் அவனது ரத்தத் துளிகளில் இருந்து மேலும் மேலும் அசுரர்கள் தோன்றிக்கொண்டே இருப்பதனால் போர் நீண்டு கொண்டே சென்றது. தேவியின் படை சலிப்படைந்தது.

இந்த நிலையில் ஒரு தந்திரம் செய்தாள் அன்னை, அவனை சம்ஹாரம் செய்த போது அவன் உடலில் இருந்து சிந்தும் ஒவ்வொரு சொட்டு ரத்தத்தையும் தரையில் சிந்தாமல் தனது பரிவாரங்களான யோகினிகளைக் கொண்டு உறிஞ்சிக் குடிக்கச் செய்தாள். இப்படியாக அவள் ரக்தபீஜனை அழித்தாள்.

அசுரர்களைப் பெருங்கோபத்தோடு வென்று வெற்றிவாகை சூடிய பிறகும் தேவியின் சினம் தணியவே இல்லை. பிறகு அவளைத் தேவர்களும் மூவர்களும் சாந்தப்படுத்தி அமைதி அடையச் செய்தார்கள். அப்போது அன்னை 16 வகையான அலங்காரங்களோடு அழகின் இருப்பிடமாக ராஜராஜேஸ்வரியாகக் காட்சி தந்து அருளினாள்.

அழகுக்கு ஒருவரும் ஒவ்வாத வல்லி, அருமறைகள் பழகிச் சிவந்த பாதம் புயத்தாள் என்று அபிராமியின் அழகை வருணித்துப் பாடுவார் அபிராமிப் பட்டர்.

அன்னை அபிராமி ராஜதர்பாரில் அமர்ந்து ஆட்சி செய்வதை விளக்குவது தான் ஸ்ரீ சக்கரம். அதன் பௌதிக வடிவமே ஸ்ரீ மகாமேரு. அவ்வாறு அகிலாண்டேஸ்வரியாக ஆட்சி செய்யும் போது அவளுக்கு ஏவல் செய்பவர்களே யோகினிகள்.

64 யோகினியர் என்ற கணக்கை ஆதிசங்கரர் தன்னுடைய சௌந்தர்யலஹரி என்னும் நூலில் துல்லியமாகக் கணக்கிட்டுக் கூறுகிறார். அதில் ஒரு கட்டடத்தில் அன்னை தர்பாரில் கொலு வீற்றிருக்கும் அழகை.

"சது: சஷ்டி கோடி கண சேவிதா"

என்கிறார். சஷ்டி என்றால் ஆறு; சதுர் என்றால் நான்கு. இப்படி 64 கோடி யோகினியரால் பூஜிக்கப்படுகிறவள் அன்னை என்பதை அவர் நிர்ணயம் செய்கிறார். அவர் இந்த எண்ணிக்கையை வைத்தே தனது ஸ்ரீசக்கரத்தை வடிவமைத்தார்.

ஒவ்வொரு குழுவிற்கும் தலைவியாக விளங்கிய ஒவ்வொரு யோகினிக்குள்ளும் ஒரு கோடி யோகினியர் இருந்ததாக அவர் தெரிவிக்கிறார். இப்படித்தான் அன்னை இந்த அண்ட பகிரண்டங்களையும் அத்தனை சராசரங்களையும் ஆட்சி செய்து வருகிறாள்.

●●●

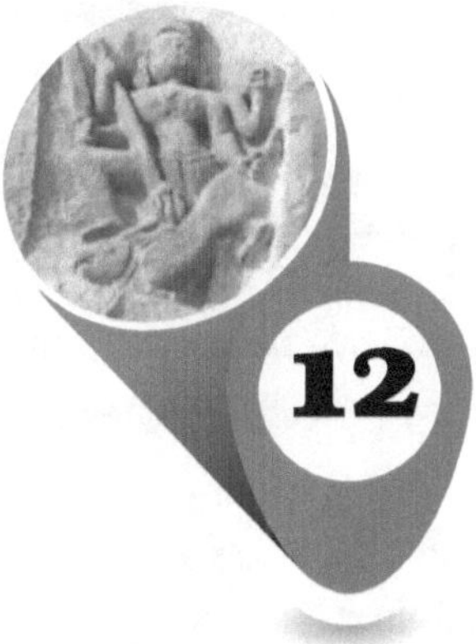

அரிதலைச்சியும் சின்னமஸ்தாவும்

கொடூரமான தோற்றம் கொண்ட இவள் தேவியின் அம்சம். அதோடு மகாவித்யா என அழைக்கப்படும் பத்து தேவதைகளில் ஒருத்தி. தனது தலையைத் தானே அரிந்து கையில் ஏந்தியிருப்பவள். அதனால் இவளை அரிதலைச்சி என்று அழைக்கிறார்கள். இவளுக்கு, சின்னமஸ்தா மற்றும் பிரசண்ட சண்டிகை என்ற வேறு பெயர்களும் இருக்கிறது.

தன்னையே தியாகம் செய்தல், சுயகட்டுப்பாடு, கலவி வேட்கை மற்றும் கலவி ஆற்றல் ஆகியவற்றின் உருவகமாகவே இவள் இருப்பதாக சாஸ்திரங்கள் தெரிவிக்கின்றன.

இவளது தோற்றம் சற்று விநோதமாக அச்சம் தருவதாக இருக்கிறது. அது போலவே இவளை வழிபாடு செய்யும் முறைகளும் எளிதில் பின்பற்ற முடியாதவை. இந்திய சாக்த மதத்தில் மட்டும் அல்லாமல் இவளை வழிபடுவோர் மற்ற மதங்களிலும் பண்டைக் காலத்தில் இருந்திருப்பது வியப்பான உண்மை.

பௌத்த மதக் கதை ஒன்றில் கிருஷ்ணாச்சாரியார் வகுப்பைச் சேர்ந்த இரண்டு சகோதரிகள் தங்கள் தலையைத் தங்கள் கையாலேயே அரிந்து அதைத் தங்கள் கைகளில் ஏந்தியபடி குருவின் முன்னிலையில் நடனம் ஆடியதாகச்

சொல்லப்பட்டுள்ளது. மேகலை மற்றும் கங்கை என்ற பெயர் கொண்ட இவர்களுடன் வஜ்ரயோகினி என்பவளும் சேர்ந்து ஆடியதாக அந்தக் கதை தெரிவிக்கிறது.

திபெத்தில் உள்ள இந்த வஜ்ரயோகினியின் தோற்றம் சின்னமுண்டா என அழைக்கப்படுகிறது. இது நம்முடைய அரிதலைச்சியின் தோற்றத்தோடு பெரிதும் ஒத்திருக்கிறது. தாந்திரீக முறையில் வழிபாடு செய்பவர்கள் கூட அரிதலைச்சியை வசியம் செய்வதற்கு அச்சப்படுகின்றனர்.

காரணம் அரிதலைச்சி என்ற பெயருக்கு, அம்சத்திற்கு தன்னைத் தியாகம் செய்தல் என்றொரு அர்த்தம் இருக்கிறது. சுயக்கட்டுப்பாடு, கலவி வேட்கை, கலவியாற்றல் எனப் பல தத்துவங்களின் உருவகமாகவே அரிதலைச்சி காணப்படுகிறாள்.

பார்க்க மட்டுமல்ல, அரிதலைச்சியை வணங்கும் வழிமுறைகளும் கூட சற்றே ஆபத்தானது எனக் கூறுகிறார்கள். மேலும், தாந்திரீகம் செய்பவர்களே கூட, அரிதலைச்சியை வழிபட வேண்டாம் என எச்சரிக்கை செய்கின்றனர்.

இவள் செம்பருத்தியின் சிவப்பு நிறம் கொண்டவள், பதினாறு வயது நிரம்பிய வாலைப்பருவத்தினள். ஒரு கையில் வாளை ஏந்தி மறுகையில் அரிந்த சிரத்தைக் கொண்டு காட்சி தருகிறாள். வெட்டுப்பட்ட கழுத்தில் இருந்து ரத்தம் பீச்சி அடிக்கிறது. வெளியேறும் ரத்தத்தை ஒரு சொட்டு கூட தரையில் சிந்தாமல் இவளது தோழிகளான இடாகினியும், வாருணியும் இரண்டு பக்கங்களிலும் இருந்து அங்காய்ந்த வாய்திறந்து குடிக்கின்றனர். இவள் மன்மதனோடும், சிவபெருமானோடும் உடலுறவு கொள்வாள் எனக் கதைகளில் சொல்லப்பட்டுள்ளது.

இதனை விளக்குவது போல ஆணும் பெண்ணும் உடலுறவு கொள்ளும் சித்திரம் இவளது காலுக்கு அடியில் காணப்படுவதை பல ஓவியங்களில் பார்க்க முடிகிறது.

பௌத்தக் கதை!

அரிதலைச்சியைப் போன்றே திபெத்தில் வஜ்ரயோகினி என்பவரின் சின்னமுண்டா என்ற தலை அரிந்த தோற்றம்,

அப்படியே அரிதலைச்சியின் அமைப்பைப் போலவே இருக்கிறது.

மேகலை, கங்கலை என்ற பௌத்தத்தின் கிருஷ்ணாச்சாரியர் எனும் வகுப்பை சேர்ந்த இரு சகோதரிகள், தங்கள் குருவின் முன், தங்கள் தலையை அரிந்து நடனம் ஆடியதாகவும். இந்தச் சகோதரிகளுடன் வஜ்ரயோகினி என்பவரும் சேர்ந்து ஆடினார் என்றும் ஒரு பௌத்த கதை மூலம் அறியப்படுகிறது.

மற்றொரு கதை!

லக்ஷ்மிங்கரை என்ற இளவரசி, பத்மசம்பவ புத்தரின் அடியவளாக இருந்தாள். இவள் தனது தலையை அரிந்து கொண்டு, ஊர் முழுவதும் சுற்றி வந்து சின்னமுண்டா வஜ்ரவராகி என்ற பெயர் பெற்றாள் என்றும் மற்றுமொரு கதை தெரிவிக்கிறது. வேதகாலத்தில் வணங்கப்பட்ட நிர்ரித்ரீயின் மாறுபட்ட தோற்றமே, இன்று நாம் வணங்கும் காளி, சாமுண்டி மற்றும் அரிதலைச்சி ஆகியோர் என்று சொல்பவர்களும் உண்டு.

மேலே படத்தைப் பார்த்தால் அரிதலைச்சி கையில் தனது தலையோடு இருப்பதையும், அவள் கழுத்தில் இருந்து மூன்று பிரிவாக ரத்தம் பீறிட்டு அடிப்பதையும் காணலாம். அவளது

இரண்டு புறங்களிலும் இடாகினியும் வாருணிதேவதையும் நின்ற நிலையில் அதைப் பாத்திரத்தில் ஏந்திக் குடிப்பதையும் காண முடிகிறது. மற்றொரு கோணத்தில், காமனும் ரதியும் மூலாதார சக்காரத்தைக் குறிப்பதாகவும், இடை, பிங்கலை, சுசும்னா நாடிகளூடாக குண்டலினி சக்தி தலையைத் தனியே பிரித்து வெளியேறுவதை அரிதலைச்சியின் கழுத்திலுள்ள மூன்று இரத்த ஊற்றுகள் குறிக்கின்றன என்றும் கூறப்படுகிறது.

இடாகினி என்ற பேயைப் பற்றிய வருணனைகளை நாம் கலிங்கத்துப்பரணி, தக்கயாகப்பரணி, மணிமேகலை போன்ற தமிழ் இலக்கியங்களில் காண முடிகிறது.

சாக்தப் பிரமோதம்!

சாக்தப் பிரமோதம் என்ற புத்தகத்தில் அரிதலைச்சியின் வேறு நூறு பெயர்கள் கூறப்பட்டுள்ளன. அதில், பிரசண்ட சண்டிகை என்ற பெயரும் சொல்லப்படுகிறது. தேவாசுரப் போரில் அசுரரைக் கொன்று தீர்த்த பிறகும் கூட வெறி தீராமல், தனது தலையைத் தானே கொய்து கொண்டு, தனது குருதியை அருந்தியதால், சின்னமஸ்தை என இவள் அழைக்கப்படுகிறாள்.

மேலும், பெரும்பாலான கதைகளில், அரிதலைச்சி அவளது தியாகம், தாய்மை ஆகியவற்றைப் பேணிக்காக்க அவதாரம் எடுத்ததாகவும் அவளது நோக்கமே உலக நன்மை என்பதாகவும் வலியுறுத்தப்படுகின்றன.

தசமகா வித்யாக்களில் அநேகமாக இவளைத் தவிர மற்றவர்களுக்கு அதிக எண்ணிக்கையில் ஆலயங்கள் நாடு முழுவதும் காணப்படுகின்றன. இவள் ரத்தம், மாமிசம், மது, மைதுனம், மச்சம் ஆகியவற்றினால் மனநிறைவு அடைவதாக நூல்கள் கூறுவதால் வழிபாட்டு முறைகள் சற்று கடினமாக உள்ளன. கன்னிப்பெண்ணுடன் உறவு

கொள்ளுவது, பச்சை மாமிசம் உண்பது போன்றவற்றினால் இவளை வழிபடுவோர் மிகவும் சொற்பமே. தற்போது இத்தகைய வழிபாடுகள் வழக்கொழிந்து விட்டன.

இடாகினிப் பேய்!

அரிதலைச்சியை ஒரு பெண் வணங்கினால், அவள் கணவன், பிள்ளைகளை இழந்து இடாகினிப் பேயாய் அலைவாள் என்றும் சிலர் சொல்வதுண்டு. இதனைக் குறித்த தகவல்கள் சாக்த புத்தகங்களில் எச்சரிக்கையுடன் கூறப்பட்டுள்ளன. அது போலவே இவளை வணங்க வருபவர்கள் வழிபடும் போது குறை இருந்தால், அவர்களின் தலையைக் கொய்து இரத்தத்தைக் குடித்துவிடுவாள் என்றும் எச்சரிக்கை தரப்பட்டுள்ளது.

மாலதி என்ற பெண் இறந்து போன குழந்தையை உயிர்ப்பித்துத் தருமாறு வேண்டி பாசண்டச் சாத்தனுக்கு உரிய கோயிலை அடைந்தாள். அங்கே அவள் வரம் வேண்டிப் பாடு கிடந்தாள்.

ஒப்பிட முடியாத அழகுடன் கூடிய பெண் உருவத்தில் அங்கே இடுபிணம் தின்னும் இடாகினிப் பேய் ஒன்று வந்தது. அவளை நோக்கி, “தவம் செய்யாதவர்க்குத் தேவர்கள் வரம் தர மாட்டர்கள். உன்னைப் போன்றவர் முன்னால் அவர்கள் வருவதோ, இறந்த குழந்தையைப் பிழைப்பித்துத் தருவதோ இயலாது உன் கையில் உள்ள பிணத்தை என்னிடம் தா’’ என்று அவளுக்கு ஆறுதலாகப் பேசிக் கொண்டே அவளிடமிருந்த செத்த குழந்தையைக் கையால் பற்றிச் சுடுகாட்டுக்கு எடுத்துச் சென்று தன் வயிற்றுக்குள் இட்டு விழுங்கி விட்டது.

குழந்தை இறந்து போனபோது அதன் உடலாவது என்னிடம் இருந்தது. இப்போது அந்த உயிர் நீங்கிய உடலும் அடையாளத்துக்குக் கூட இல்லாமல் போய் விட்டதே என்று

கதறித்துடித்தாள் அந்த இளம்பெண். இடி உண்ட மயில் போல் துடிதுடித்தாள், ஏங்கி அழுதாள்.

“அன்னையே நீ அழாதே” என்று கூறிப் பக்கத்தில் ஒரு சோலையில் கிடந்த ஒரு குழந்தையைக் காட்டி “எடுத்துச் செல்க” என்று அங்கு வந்த அத்தெய்வம் கூறியது. பாசாண்டச் சாத்தனே அக்குழந்தை வடிவாகியது. மாற்றுக் குழந்தை கிடைத்தவுடன் அதனை வீட்டுக்கு எடுத்துச் சென்று தன் பழியைப் போக்கிக் கொண்டாள்.

இதனை சிலப்பதிகாரம் புகார்க்காண்டத்தில் கனாத்திறம் உரைத்த காதையில் நாம் படித்து இன்புறலாம். இதில் இருந்து இடாகினி என்பது பிணங்களைத் தின்னும் ஒரு வகைப்பேய் என்று அறியலாம். அதனால் தான் அது அரிதலைச்சியின் உடலில் இருந்து பீறிட்டுக் கிளம்பும் ரத்த ஊற்றை ஆவலோடு பருகி ஆனந்தம் அடைகிறது.

அரிதலைச்சியை இமாசலப் பிரதேசத்தில் உள்ள சிந்துபூர்ணி எனும் பகுதியில் தரிசிக்கலாம். இங்குள்ள சின்னமஸ்திகா என்ற கோவில், தாட்சாயிணியின் திருப்பாதம் விழுந்த சக்திபீடங்களில் ஒன்றாகப் போற்றப்படுகின்றது. காசிக்கு அருகே உள்ள ராம்நகர், ஜார்கண்டில் இருக்கும் நந்தன பர்வத் மலை மற்றும் மேற்கு வங்கத்தில் இருக்கும் விஷ்ணுபூரிலும், நேபாளத்தின் காத்மாண்டு பள்ளத்தாக்கில் என சில இடங்களில் மட்டும் அரிதலைச்சிக்கான ஆலயங்கள் இருக்கின்றன.

●●●

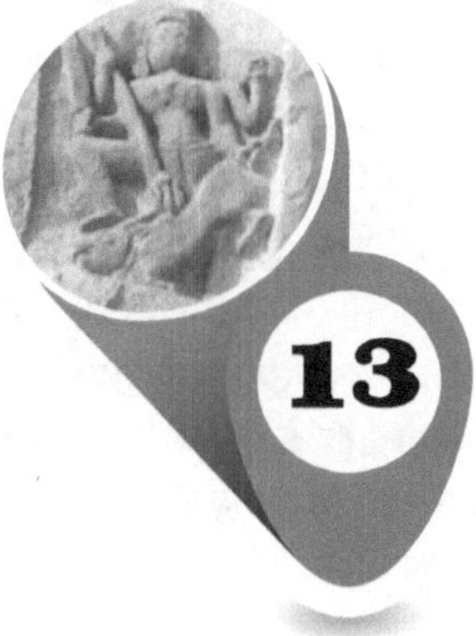

யோகினி மர்மங்கள்

யோகினிகளைப் பற்றிய தகவல்களைத் திரட்டுவதில் அதிக சிரமம் உண்டு. ஊர்மக்கள் இது குறித்த விவரங்களைத் தருவதற்கு விரும்பவில்லை. மேலும் யோகினி வழிபாடு என்பது அதிக ரகசியம் வாய்ந்ததாகக் கருதப்படுவதை நாம் அறிவோம். யோகினி வழிபாட்டு முறைகளை ஒருவர் தெரிந்து கொள்ள வேண்டுமானால் அவர் அந்த வழியில் தகுந்த குருவின் மூலமாகத் தீட்சை பெற்றிருக்க வேண்டும். அவருக்கே யோகினிகள் குறித்த ரகசியங்களை அறிவிக்க வேண்டும். இல்லை என்றால் ரகசியத்தை வெளியிடுபவர் பஞ்ச பூதங்களினாலும் கஷ்டங்களை அனுபவிப்பர் என ஊர்மக்கள் நம்பிக்கை கொண்டுள்ளனர். இதனால் அவர்களிடம் இருந்து வேண்டிய அளவு தகவல்களைப் பெற முடியவில்லை.

காளிகா மார்க்கம் கௌல மார்க்கம் ஆகிய இரண்டு மார்க்கங்களில் மட்டுமே யோகினி வழிபாடு கடைப்பிடிக்கப்படுகிறது. மிருக மாமிசம் மட்டும் அல்லாமல் மனித மாமிசத்தையும் சில நேரங்களில் உண்பது, குழந்தையை அல்லது கன்னி கழியாத பெண்ணை நரபலி கொடுப்பது, மது உண்பது, உடலுறவுச் சடங்குகள் ஆகியவை இவற்றில் இடம் பெறுகின்றன.

யோகினிகள் தாங்களே தங்களை வழிபாடு செய்யும் சாதகர்களுக்குத் தேவையான அதீத ஆற்றல்களை

வழங்குவார்கள். அதோடு அவர்கள் தாங்கள் விரும்பும் பறவை அல்லது விலங்கு உருவத்தை எடுத்துக் கொண்டு அருள் செய்வார்கள். தான் விரும்பும் இடத்திற்கு பறவையாகிப் பறந்து செல்லும் ஆற்றல் பெற்ற யோகினிகள் பலர் இருந்திருக்கிறார்கள். வானத்தில் பறக்கும் இந்த ஆற்றலை அவர்கள் நினைத்தால் தங்களை உண்மையான பக்தியோடு முறையான வழியில் உபாசனை செய்யும் பக்தர்களுக்கும் வரமாகத் தருவார்கள் என்று இவர்களைக் குறித்த தகவல்கள் கந்த புராணம், அக்கினி புராணம், மாலதி மாதவா, ராஜ தரங்கிணி, உத்தம சரித்திரகதை ஆகிய நூல்களில் சொல்லப்பட்டுள்ளன.

யட்சிணிகளும் யோகினிகளும்

யோகினிகளுக்கும், யட்சிணிகளுக்கும் தொடர்பு இருப்பதாகச் சிலர் நம்புகிறார்கள். யோகினி மரங்களில் வசிக்கின்ற தேவதைகள், அதாவது குலவிருட்சங்களில் அவர்கள் வாழ்கிறார்கள் என்றும் அந்த மரத்தின் அதிதேவதைகளே யட்சிணிகள் என்றும் அவர்கள் தெரிவிக்கிறார்கள். ஆனந்த குமாரசாமி அவர்கள் இது குறித்த கட்டுரை ஒன்றில் யட்சிணி, யோகினி ஆகிய இருவருமே நெருங்கிய தொடர்பு கொண்டவர்கள். யட்சிணி வழிபாட்டின் எச்சமாகவே யோகினி வழிபாடு ஏற்பட்டிருக்கலாம் என்று அவர் தெரிவிக்கிறார்.

ஆனால் யட்சிணிகளுக்கும் யோகினிகளுக்கும் பெருத்த வேறுபாடு காணப்படுகிறது. யட்சிணியை வசியம் செய்வது போல யாரும் அத்தனை எளிதாக யோகினிகளை வசியம் செய்ய முடியாது. பராசக்தியின் அம்சமாகத் தோன்றிய யோகினிகள் யட்சிணிகளை விட அதிக ஆற்றல் படைத்தவர்கள்.

இதனை ஒரு உதாரணம் மூலமாக விளக்கலாம்.

ஒரு இடத்தில் நெருப்பு திகு திகுவென எரிந்து கொண்டிருக்கிறது. அதன் அருகே உட்கார்ந்தால் நம்மால் அதிகமான வெப்பத்தை உணரமுடியும். வெளிச்சமும் கிடைக்கும். அந்த எரியும் நெருப்பிற்கு எதிரே ஒரு நிலைக்கண்ணாடியை வைக்க வேண்டும். அந்தக் கண்ணாடியில் இப்போது திகுதிகு வென எரிகின்ற நெருப்பைக் காண முடியும்.

அதைத் தொட்டால் சுடுவதில்லை, கண்ணாடியில் இருந்து வெப்பமும் வராது. காரணம் அது நெருப்பின் பிரதிபலிப்பே தவிர வேறல்ல.

யட்சிணிகள் இது போல பராசக்தியைப் பிரதிபலிக்கும் பிறவிகள். அவர்களுடைய ஆற்றல் மிகவும் குறைந்தது, ஆனால் யோகினிகளின் ஆற்றல் அபாரமானது. காரணம் அவர்கள் தேவியின் அம்சமாகத் தோன்றியவர்கள் என்றும் சிலர் கருதுகின்றனர்.

●●●

14

யட்சிணிகளை வசியம் செய்யலாம்

ஆனால் அதுபோல யோகினிகளை வசியம் செய்யும் முறைகளையோ அல்லது அதற்கான வழிபாடு மற்றும் மந்திரங்களையோ நமது சித்தர்களோ அல்லது முன்னோர்களோ எழுதி வைக்கவில்லை. யட்சிணிகளில் கூட சில யட்சிணிகளை மட்டுமே வசியம் செய்ய முடியும். அது மட்டும் அல்ல. சில யட்சிணிகளே மனிதர்களுடன் சேர்ந்து வாழ்வதை விரும்பும்.

பொதுவாக வசியம் செய்யும் போது யட்சிணியோ அல்லது யோகினியோ மனிதர்களுடன் இணக்கமாகக் செயல்படும். ஆனால் ஒவ்வொன்றிலும் ஒரு நிபந்தனை இருக்கும். யட்சிணி வசியத்தில் உதாரணமாக கர்ணபிசாசினி, கர்ண யட்சிணி, பத்மா யட்சிணி ஆகியவற்றை வசியம் செய்வது வழக்கம்.

பத்மா யட்சிணியை வசியம் செய்வது எளிது, மிகவும் பாதுகாப்பானது. இதை வசியம் செய்தால் நடக்கப்போவதைக் காதில் வந்து சொல்லும். தொலைந்து போன பொருட்கள், களவு போன பொருட்களைக் கண்டு பிடிக்க உதவும். சில சித்த வைத்தியர்களுக்கு அந்தக் கால மூலிகைகளை அடையாளம் காட்டும். மேலும் இது சகுனங்கள் மூலமாக எதிர்காலத்தை உணர்த்தும். ஒரு வேலைக்குச் செல்லும் போது இந்த யட்சிணி அந்த வேலை ஜெயமாகும் அல்லது தடைப்படும் என்பதை

முதலிலேயே சொல்லிவிடும். அதற்கேற்ப உங்கள் வேலைகளை மாற்றி அமைத்துக் கொண்டு வெற்றி பெறலாம்.

உங்களிடம் வந்து குறிகேட்க நினைப்பவரது பெயரைக் கூடத் தெரிவிக்கும் ஆற்றல் படைத்தது.

உங்களது இஷ்ட தெய்வத்தைத் தியானம் செய்ய உட்காரும் போது இது பத்து வயது சிறுமியாக எதிரில் வந்து முக்காலங்களையும் சொல்லும். சில சமயங்களில் அது கனவில் வந்து சொல்லும் என்று தகவல் உண்டு.

யட்சிணி வசியம் என்றாலே முதலில் நினைவுக்கு வருவது கர்ண யட்சிணி தான். இது ஜோசியர்களுக்கு மிகவும் பயன்படும் யட்சிணி. அந்தக் காலத்தில் மட்டும் அல்ல, இந்தக் காலத்திலும் சில ஜோதிடர்கள் இந்தக் கர்ண யட்சிணியை வசியம் செய்து கொண்டு தங்களிடம் ஜோதிடம் கேட்க வருபவர்களைப் பற்றிய பல ரகசியமான ருசிகர தகவல்களைச் சொல்லி அசத்துவார்கள். காரணம் இந்த யட்சிணியை வசியம் செய்தால் தேவையான விஷயங்களை ஜோதிடர்களின் வலது காதில் வந்து சொல்லும். சிலர் வலம்புரிச் சங்கில் இந்த யட்சிணியை ஆவாகனம் செய்து கொண்டு அதைக் காதில் வைத்து கேட்பதன் மூலமாக ஜோதிடம் சொல்வார்கள்.

இதற்கு அடுத்ததாக கர்ணபிசாசினி என்ற யட்சிணி. இதை அகோர யட்சிணி என்றும் சொல்வார்கள். காரணம் இதை காசியில் வாழும் அகோரிகள் வசியம் செய்து வைத்திருப்பார்கள். சிலர் அகோரிகளுக்குப் பணிவிடை செய்தோ, அவர்களுடைய தேவையைப் பூர்த்தி செய்தோ அவர்களிடமிருந்து இந்த யட்சிணியைத் தானமாகப் பெற்றுக் கொள்வார்கள். இந்த யட்சிணியும் அதே குணத்தைக் கொண்டது தான். இதன்

தேவையைப் பூர்த்தி செய்தால் அது நமது தேவையை மும்மடங்கு பூர்த்தி செய்யும் என்று சொல்லப்படுகிறது.

இதற்கு அடுத்ததாக தனதா யட்சிணியை வசியம் செய்தால் அரசன் போல வாழ வைக்கும் என்று தாந்திரீக நூல்கள் தெரிவிக்கின்றன. செல்வ வளம் பெருகும், அந்தஸ்து உயரும், அஷ்ட ஐஸ்வர்யம் தேடிவரும். இது மகாலட்சுமியின் அம்சமானது.

இதைப் போன்ற யட்சிணிகளை வசியம் செய்வது அத்தனை எளிதான காரியம் அல்ல. அதற்கு மன ஒருமைப்பாடும், ஐம்புலன்களில் கட்டுப்பாடும், ஒழுக்கமும் அவசியம். அப்படியிருக்க யோகினி வசியம் என்பது மிக மிகக் கடினமானது என்பதை இப்போது நீங்களே அறிந்து கொண்டிருப்பீர்கள்.

இந்தப் புத்தகத்தில் கூட நான் யோகினி வசியம் பற்றி எதுவும் கூறவில்லை. அது குறித்த தகவல்கள் அதிகம் நம்மிடையே இல்லை. யட்சிணி வசியம் பற்றி பல நூல்கள் இருக்கின்றன. அதைக் குறித்து தனியாகவே ஒரு நூல் எழுத விருப்பம் உண்டு. யட்சிணிகள் வழிகாட்டினால் அது எளிதாக முடியும்.

இங்கே நான் யோகினிகளைத் தியானம் செய்வது குறித்தே அதிகம் விளக்கி இருக்கிறேன். தியானத்தின் மூலமாக அவர்களுடைய தொடர்பை நாம் பெற முடியும். அதுவே போதும். நமக்கு இந்த உலகத்தில் சீரும் சிறப்புமாக வாழ அவர்கள் அருள் புரிவார்கள்.

அந்தக் காலத்தில் மட்டுந்தான் யோகினிகள் இருந்தார்கள். இப்போது யாரும் இல்லையா? என்ற கேள்வி நம்முள் எழுவது இயல்பு. அதைப் போக்கும் விதமாக அவ்வப்போது சில யோகினிகள் நம்மிடையே தோன்றுகிறார்கள்.

அதிசய ஆற்றல் பெற்ற பெண் யோகினி ஒருவர் நம்மிடையே வாழ்ந்திருக்கிறார் அவரைப் பற்றிய தகவல்களைச் சுருக்கமாகத் தெரிந்து கொள்வோம்.

●●●

பறவையைப் போல பறந்த யோகினி

யோகினிகள் அஷ்டமா சித்துக்கள் கைவரப் பெற்றவர்கள் என்பதை நாம் அறிவோம். அவர்களில் ஒருவரே ஸ்ரீ சக்கரை அம்மா அவர்கள். இவருக்கு பறவைச் சித்தர் என்றும் பெயர் உண்டு. இவரது இயற்பெயர் ஆனந்தம்மா. இவரது சமாதி ஆலயம் திருவான்மியூரில் உள்ள கலாஷேத்திரா மற்றும் பாம்பன் ஸ்வாமிகள் சமாதி ஆலயத்தின் நடுவே அமைந்திருக்கிறது.

அஷ்டமா சித்திகளில் மிக நுண்ணிய வடிவத்தை எடுக்கக்கூடிய சக்தி, உடலை லேசாக்கிக் கொள்வது, எடை அதிகமில்லாத, லேசான பொருட்களைக் கனமாக்குவது, செல்ல நினைக்கும் இடங்களுக்கு உடனே செல்ல முடிந்த சக்தி மற்றும் கூடுவிட்டுக் கூடு பாய்வது போல தனது ஆன்மாவை பிற உடம்பில் செலுத்தும் சக்தி போன்ற அனைத்து சக்திகளையும் இந்த யோகினி அன்னையார் பெற்று இருந்தார். அது மட்டும் அல்ல. இவர் தனது இடுப்பில் நாகப்பாம்பு ஒன்றைக் கட்டி வைத்திருந்தார் என்றும் கூறுகின்றார்கள். இந்த ஸ்ரீ சக்கரை அம்மா யார்?

திருவண்ணாமலை மாவட்டத்தில் உள்ள தேவிகாபுரம் எனும் சிற்றூரில் பெரியநாயகி அம்மன் ஆலயத்தில் அர்ச்சகராக இருந்த சேஷ குருக்கள் மற்றும் அவர் மனைவி சுந்தராம்பாள்

என்பவர்களுக்கு 1854 ம் ஆண்டு பிறந்த ஆனந்தம்மா இளம் வயதிலேயே வித்தியாசமான பெண்ணாக வளர்ந்தவர். ஆனந்தம் எனும் தமிழ் வருடத்தில் பிறந்ததினால் தன் பெண்ணுக்கு ஆனந்தம்மா என்று பெயர் வைத்தார்கள். இளம் வயதிலேயே தனது தந்தை மூலம் சிவஸ்துதிகளைக் கற்று அறிந்தார். இறைவன் மீது அதீத பக்தியோடு வளர்ந்தார். அவருடைய வயதை ஒத்த சிறுவர்களும் சிறுமிகளும் விளையாடும்போதும் அவர் அவற்றில் கலந்து கொள்ளாமல் ஒதுங்கினார். தனிமையை விரும்பினார், தந்தையோடு ஆலயத்துக்குச் சென்று எந்நேரமும் சிவஸ்துதியை ஜபித்து வந்தார்.

தேவியைப் பார்த்தபடி பலமணிநேரம் அமர்ந்திருப்பது சிறிய வயதிலேயே அவருக்கு வழக்கமாக இருந்தது. அந்தக் கால ஆச்சாரத்தின்படி அவருடைய ஒன்பது வயதிலேயே சிந்தாதிரிப்பேட்டையைச் சேர்ந்தவரும், அவருடைய தாயின் உறவினருமான திரு சாம்பசிவ சிவாச்சாரியார் என்பவருடன் திருமணமும் செய்து வைத்தார்கள். அம்மையாரால் இல்லறத்தில் ஈடுபட முடியவில்லை, எனவே பெரும்பாலும் அவர் தாய் வீட்டிலேயே இருந்திருக்கிறார்.

அவருடைய இருபது வயதில் கணவர் இறந்து போனார், இது அன்னையின் ஆன்மீக முன்னேற்றத்திற்கு வாய்ப்பாக அமைந்து விட்டது. அவர் குடும்ப வாழ்க்கையை முற்றிலும் கைவிட்டு, இறைவழிபாட்டில் முழுமூச்சோடு இறங்கினார். வீட்டின் அருகில் இருந்த கோமளீஸ்வரர் ஆலயத்தில் சென்று அமர்ந்து கொண்டு மணிக் கணக்கில் தியானம் செய்து தனது காலத்தை ஓட்டினாள் அந்த யோகினி.

ஒரு முறை ஆனந்தம்மா போளூரில் இருந்த தனது சகோதரர் வீட்டுக்குச் சென்ற போது, அவரது வாழ்க்கையில் மாற்றம் நிகழத் துவங்கியது. அந்த ஊரில் நட்க்ஷத்திரக் குன்று என்ற சிறு மலை முகப்பு இருந்தது. அதன் மீது ஒரு ஆலயம். அந்த ஆலய மண்டபத்தில் குணாம்பா என்ற பெண் யோகினி தனிமையில் அமர்ந்தவாறு எப்போதும் தியானத்தில் ஆழ்ந்திருப்பதைக் கண்டார் ஆனந்தம்மா.

ஒருநாள் அவரை ஆனந்தம்மா சந்தித்தார். பூர்வ ஜென்ம பந்தத்தினால் ஆனந்தம்மாவிற்கு அவர் மீது ஈடுபாடு ஏற்பட்டது.

அவரையே தனது குருவாக நினைத்து அடிக்கடி சந்தித்து வந்தார், ஒருநாள் அவர் மூலமாகத் தீட்சையும் பெற்றார்..

சன்யாசினி குணாம்பா அவருக்கு மிகவும் ரஹஸ்யமான ஸ்ரீ சக்கர உபாசனை மந்திரத்தை உபதேசித்தது மட்டும் இல்லாமல் எங்கு இருந்தாலும் அவர் தன்னை வந்து சந்திக்கும் வகையில் உடலை லேசாக்கி பறவையைப் போல பறந்து செல்லும் லஹிமா எனும் மந்திர தீட்க்ஷையையும் கொடுத்தார். அதன் மூலம் அன்னை ஆனந்தம்மாவிற்கு எங்கு வேண்டுமானாலும் பறந்து செல்லும் சக்தி கிடைத்தது.

சித்தர்கள் பலரும் ஆகாய மார்க்கமாகப் பறந்து செல்லும் சித்தியைக் கொண்டவர்கள் என்பது அனைவருக்கும் தெரியும். பகவான் புத்தர் முதல் பல பௌத்த பிட்ஷுக்கள் புத்த கயா எனும் இடத்தில் இருந்து பறந்தே ஸ்ரீலங்கா எனும் அன்றைய லங்கைக்குச் சென்று வந்தது சரித்திர பூர்வமான உண்மை. அதைப் போலவே போகரும், அகஸ்தியரும் கூட பறந்து சென்ற குறிப்புக்கள் உள்ளன. அந்த வகையில் அப்படி ஒரு சித்தியைப் பெற்று இருந்த ஒரே பெண்மணி அன்னை ஆனந்தா என்பதாக அறிகிறோம். இந்த அன்னை இப்படி ஒரு சக்தி பெற்றவராக இருந்ததைக் காணும் பாக்கியத்தைப் பெற்றவர்களில் திரு.வி.க என அழைக்கப்படும் திரு கல்யாண சுந்தர முதலியார் அவர்களே இது குறித்து தமது 'உள்ளொளி' என்ற நூலில் குறிப்பிட்டு இருக்கிறார்.

ஒருமுறை அவர் இன்றைய புதுப்பேட்டை எனப்படும் இடத்தில் இருந்த வெஸ்லி காலேஜ் எனும் கல்வி நிலையத்தின் மாடியில் நின்று கொண்டு இருந்தபோது அந்த மொட்டை மாடியில் ஆனந்தம்மா ஆகாய மார்க்கமாய் பறந்து வந்து அமர்ந்ததாக தனது உள்ளொளி எனும் புத்தகத்தில் எழுதி உள்ளார். அதைக் கேள்விப்பட்ட ஆராய்ச்சியாளர்களில் ஒருவரும் சென்னை மியூசியத்தில் தலைமைப் பொறுப்பில் இருந்தவருமான ஐரோப்பியர் ஒருவர் அந்த அன்னைக்கு உடலளவில் பறவைகளின் பறக்கும் சக்தி இருந்ததாகவும், அவர் பறவை இனத்தை சார்ந்த உளவியல் அமைப்பையையும், தன்மையையும் கொண்டு இருந்ததாகவும் கூறினாராம்.

●●●

ரகசிய வழிபாட்டு முறைகள்

நான் சப்தமாதர் குறித்து ஒரு புத்தகம் எழுதுவதற்காக கல்பாக்கத்தில் பணியில் இருந்தபோது குறிப்புக்களைத் திரட்டினேன். பல இடங்களுக்குச் சென்று தகவல் சேகரித்தேன். அந்த வகையில் மகாபலிபுரத்தில் கிளை நூலகத்தின் பின்பக்கமாக உள்ள சப்த மாதர்களின் சிற்பங்களையும் பார்வையிட்டேன். திறந்த வெளியில் உள்ள இச்சிலைகள் மிகவும் பழமையானவை, மக்களால் புறக்கணிக்கப்பட்டவை.

சப்தமாதர் வழிபாடு இந்தியா முழுவதிலும் ஏழாம் எட்டாம் நூற்றாண்டில் பரவி வளர்ச்சி அடைந்திருக்கிறது. சிற்பத்திலும், ஓவியத்திலும், சிலைகளிலும் இந்தப் பெண் தெய்வங்களின் உருவங்கள் உருவாக்கப்பட்டு வழிபாடுகள் இயற்றப்பட்டன. கிராம மக்களின் பார்வையில் தெய்வங்களாகத் தெரிந்த இந்த சிற்பங்கள் வெளிநாட்டவரின் கண்களுக்கு பணத்தைக் கொட்டும் கலைப்பொக்கிஷமாக மட்டுமே காட்சி அளித்த காரணத்தினால் அவை களவாடப்பட்டோ அல்லது தெரிந்தோ வெளிநாடுகளுக்குக் கடத்தப்பட்டன. கோடிக்கணக்கில் பணம் புரளுவதால் சிலை கடத்தல் அன்று முதல் இன்றுவரையில் ஜாம் ஜாம் எனத் தொடர்கிறது.

நமது மக்களுக்கு அந்நிய நாட்டு மோகம், அந்நிய மொழி மோகம் சற்று அதிகமாகவே இருப்பதைப் போல,

நமது முன்னோர் உருவாக்கிய சிலைகளுக்கும் வெளிநாட்டு மோகம் அதிமாகிவிட்டதோ என்று வருத்தப்பட வைக்கிறது இந்தச் செயல். உண்மையில் இது சிலைகளுக்கு ஏற்பட்ட மோகம் அல்ல, நாட்டுப்பற்றோ, கலைப்பற்றோ, இல்லாத பொருளாசை உச்சத்திற்கு பிடித்து உன்மத்தமாகிய மனிதர்களின் திருவிளையாடலே என்பதை உணர முடியும். இதன் காரணமாகவே உலகின் எந்த நாட்டில் உள்ள அருங்காட்சியத்திற்குச் சென்றாலும் அங்கே நிச்சயமாக ஒரு இந்திய கலைச் சிற்பத்தையாவது நம்மால் இன்றும் காண முடிகிறது. அது போலவே இந்தியாவின் சப்தமாதர்களில் ஒருத்தி சிலையாவது நம் கண்ணில் படாமல் போவதில்லை என ஆராய்ச்சியாளர்கள் வருத்தத்தோடு தெரிவிக்கிறார்கள்.

தமிழ்நாட்டில் ஏரிக்கரைகளிலும் வயல் பகுதிகளிலும் தரையில் ஏழு கூம்பு வடிவக் கற்கள் வரிசையாகப் பதிக்கப்பட்டிருப்பதை நாம் இன்றும் பார்க்க முடியும். மக்கள் இந்தத் தெய்வங்களை ஏழு கன்னிமார்கள் என்று குறிப்பிடுகின்றார்கள். பல இடங்களில் கூரை இல்லாமல் வயல்வெளியிலோ அல்லது மரத்தின் அடியிலோ தரிசனம் தரும் இந்த சப்தமாதர்கள் சில இடங்களில் மட்டும் கீற்றுக் கொட்டகையில் இருப்பது வழக்கம்.

இவை பூஜிக்கப்படுவதின் அடையாளமாக குங்குமம் இடப்பட்டிருக்கும். சில இடங்களில் கோழி பலியாகக் கொடுக்கப்பட்ட ரத்தக்கறை தெரியும். இந்த வழிபாட்டிடங்களுக்கு, செல்லியம்மன் கோவில், வக்கிரகாளி கோவில், பிடாரி கோவில் எனப் பல பெயர்கள் புழக்கத்திலிருக்கின்றன. ஆந்திராவிலும் ஏழு கன்னிமார் வழிபாடு பிரபலம். நம்மூர் மாரியம்மன் போல, இந்த ஏழு பேரில் ஒருவரான பொலரம்மா, கொள்ளை நோயான பெரியம்மையைக் கட்டுப்படுத்துகிறார் என்பது நம்பிக்கை.

சாக்த வழிபாடு அதிகமாக மக்களால் பின்பற்றப்பட்ட காலத்தில் உச்சத்தில் இருந்த இந்த சப்தமாதர் வழிபாடு, அஷ்டமாத்திரிகா வழிபாடு, யோகினி வழிபாடு போன்றவை சிவ வழிபாட்டை முன்வைத்துப் பரப்பிய சைவ நாயன்மார்களின் சூறாவளிப் பயணத்திற்குப் பிறகு கொஞ்சம் கொஞ்சமாக மறைந்து போனதை வரலாறு குறிப்பிடுகிறது.

யோகினி வழிபாட்டில் ரத்தப்பலி, மாமிசப் படையல், மது அருந்துதல், உடலுறவு கொள்ளுதல், மந்திர மாந்திரீக அமானுஷ்ய செயல்களின் அதிகரிப்பு, ரகசிய வழிபாடு என்ற பெயரில் ஒழுக்க மீறல் ஆகியவை இந்த யோகினி வழிபாடு மக்களால் வெறுக்கப்படவும், விலக்கப்படவும் காரணமாக அமைந்தன.

இப்போது கூட யோகினி வழிபாட்டைச் செய்பவர்கள் யாரும் தங்களைப் பகிரங்கமாக யோகினி வழிபாட்டுக்காரன் என்று சொல்லிக் கொள்வதற்கு முன்வருவதில்லை. அந்த அளவுக்கு அதில் அத்துமீறல்கள் அந்தக் காலத்தில் புரையோடி மக்களால் வெறுக்கப்பட்டதே காரணம்.

ஏறக்குறைய ஆயிரம் ஆண்டுகளுக்கு முன்னால் வழக்கொழிந்து போன இந்த ரகசிய வழிபாட்டு முறையை ஆங்கிலேயர் சிலர் ஆராய்ச்சி செய்து நூல்களை எழுதி இருக்கிறார்கள். யோகினி வழிபாடு மற்றும் அவர்களுடைய ஆலயங்கள் குறித்து தமிழில் வெளிவரும் முதலாவது நூல் இதுவாகத்தான் இருக்கும் என நினைக்கிறேன்.

யோகினிகளின் பெயர்கள் பழமையானவை. சாமுண்டா, சண்டிகா, சர்மமுண்டா போன்ற பெயர்கள் சமஸ்கிருத தேவி பாகவத்தில் உள்ளன. பெண் தெய்வம் பற்றிய மூலங்கள், குறிப்பிட்ட பெயர்களுடன் சமஸ்கிருத நூல்களில் தான் காணப்படுகின்றன. அவை வேதகாலத்திலிருந்து இதிகாச புராணங்கள் காலம் வரை, அதாவது சுமார் 2500 -1950 BCE முதல் முதல் நூற்றாண்டுகள் வரை தேதியிட்டு வழக்கத்தில் உள்ளன. கருவுறல், குழந்தை பிறப்பு, வளர்ப்பு போன்றவற்றுடன் சம்பந்தப் பட்டுள்ளன. சிந்துசமவெளி முத்திரை உருவங்களிலிருந்து சப்தமாதர் போன்றவை 2250-1950 BCE காலக்கட்டத்லேயே இருந்துள்ளது மெய்ப்பிக்கப்படுகிறது. ரிக்வேதக் குறிப்புகளிலிருந்து பெண் தெய்வங்கள் பூமியில் உள்ளவை பல. அவற்றுள்

1. ஆகாசத்தில், காற்றில், வளி மண்டலத்தில் உள்ளவை
2. ஒளி, வெளிச்சம் முதலியவற்றுடன் சம்பந்தப்பட்டவை.

என்று அக்ரவாலா போன்றோர் பிரிக்கின்றனர். அதிதி, பிருத்வி, நிரிதி, உசாஸ், அம்பிகா, ஸ்ரீலக்ஷ்மி, சரஸ்வதி, பாரதி, இல, சினிவல்லி, அனுமதி, ஹ்ரீ, புஸ்தி, பூதி, சீதா, மாயா, உமா, சசி என்ற பெயர்கள் குறிப்பாகச் சொல்லப்பட்டுள்ளன. பிறகு மஹாபாரதத்தில் அதிகமாக விவரிக்கப்படுகின்றன. புராணங்களில் மேலும் விவரங்களுடன், கதைகளுடன் காணப்படுகின்றன.

●●●

யோகினி வசியம்

எட்டு என்ற எண் ஆன்மீகத்தில் மிக முக்கியமும் புனிதமும் வாய்ந்ததாகக் கருதப்படுகிறது. எட்டு திசைகள், அவற்றைப் பாதுகாக்கும் அஷ்டதிக்கு பாலகர்கள், அஷ்ட வசுக்கள், அஷ்ட பைரவர்கள், அஷ்ட லட்சுமிகள் இவற்றோடு பிரம்மனின் காதுகள் எட்டு, எட்டு வகையான வழிபாடுகள், எட்டு விதமான கலவி நிலைகள் என்று எட்டு எங்கும் மனித வாழ்வில் நீக்கமற வியாபித்து இருக்கிறது. இந்த எண் யோகினிகளின் அளப்பரிய ஆற்றலைச் சுட்டிக் காட்டுகிறது. மேலும் தாந்திரீக உபாசனையில் வரையப்படும் சக்தி சக்கரத்தில் அறுபத்தினான்கு ஆரக்கால்கள் காட்டப்படுகின்றன. பராசக்தியின் ஆற்றல் இவற்றின் மூலமாக முழு அளவில் வெளிப்படுவதாக ஐதீகம். இந்த சக்தி சக்கரம் பௌத்த மதத்தின் யோக உடலில் மணிபூரகச் சக்கரமாக உருவகம் செய்யப்படுகிறது.

எனவே எட்டின் பெருக்கமான அறுபத்தினான்கு என்ற எண் யோகினிகள் வழிபாட்டில் இந்து மதத்தில் மட்டும் அல்லாமல், பௌத்த மற்றும் தாந்திரீக உபாசனையிலும் மிக மிக முக்கியமாக அமைந்திருக்கிறது.

13 மற்றும் 14 ம் நூற்றாண்டின் இறுதியில் சக்தியின் அம்சமாக யோகினிகளை வழிபாடு செய்யும் முறை

முற்றிலுமாக மறைந்து விட்டது என்றே சொல்லலாம். சாதகனின் நெற்றிக்கண்ணைத் திறந்து அவனுக்கு அளவிட முடியாத அமானுஷ்மான ஆற்றல்களைத் தரும் விதமாக யோகினிகளின் உருவங்களில் மாற்றங்கள் ஏற்பட்டன. அதனால் அழகு மிகுந்த யோகினிகள் மிகவும் பயங்கரமான முகத்தினோடும், அமானுட வடிவத்தோடும், பறவை மற்றும் விலங்குகளின் முகங்களோடும் வடிவமைக்கப்பட்டனர். யோகப் பயிற்சிகளின் ஆற்றலினால், யோகினிகள் அபாரமான அமானுஷ்யமான சக்தியைப் பெற்றனர். அவைகள் அவர்களது சிலைகளின் மூலமாக வெளிப்பட்டு தீய சக்திகளை அழிக்கப் பயன்பட்டது. இவர்கள் பொதுவாக அஷ்டமா சித்துக்களைக் கைவரப்பெற்றவர்கள்.

இந்த இடத்தில் நாம் மந்திரம், மாந்திரீகம், வசியம் ஆகிய அமானுஷ்யமான ஆற்றல்கள் குறித்து சுருக்கமாகத் தெரிந்து கொள்வது அவசியம். நமது மனத்தை ஒருமுகப்படுத்தி மனத்தில் மந்திரங்களை உருவேற்றி, அதன் மூலமாகப் பிரபஞ்ச சக்தியின் ஆற்றலைத் துணைக்கு அழைத்து நாம் நினைத்த காரியங்களை நிறைவேற்றிக் கொள்வது மாந்திரீகம் எனப்படுகிறது. நான்கு வேதங்களான ரிக், யஜூர், சாம மற்றும் அதர்வணம் எனப்படும் நான்கு வேதங்களுள் அதர்வண வேதத்தைச் சார்ந்தது.

இதன் வகைகள்

1 உருமுறை: அதாவது யந்திரம் மந்திரம், மூலிகை ஆகியவற்றைக் கொண்டு செயல்படுத்துவது

2 கருமுறை: தலைப் பிள்ளை, நரபலி, தொப்புள் கொடி ஆகியவை சம்பந்தப்பட்டது.

3 தாந்த்ரீகம்: மந்திர உருவில்லாமல் சூட்சுமத்தை மட்டும் வைத்து மந்திரங்களைச் ஜெபிக்கும் முறை என்று மூவகைப்படும்.

மந்திரங்களினால் சாதிக்க முடியாதது எதுவுமே இல்லை. உலக இயக்கம் எட்டுவிதமான செயல்களினால் தொழில்படுகிறது.

1. வசியம்
2. மோஹனம்
3. ஸ்தம்பனம்
4. ஆகர்ஷணம்
5. உச்சாடணம்
6. பேதனம்
7. வித்வேஷனம்
8. மாரணம்

என்பவை அவை. இவை அஷ்டகர்மங்கள் எனப்படும்.

இவற்றில் வசியம் என்பது நம்மைப் பிடிக்காதவர்களைக் கூட நம்மை விரும்பச் செய்வது, வசியமாக்குவது, நமது சொற்படி கேட்டு நடக்க வைப்பது

மோகனம் நம்மைப் பார்த்ததுமே நம் மீது ஆசைவரத் தூண்டுவது, ஆண் பெண் கவர்ச்சியை அதிகப்படுத்துவது.

ஆகர்ஷணம் எப்படிப்பட்டவர்களையும் காந்தம் இரும்பைக் கவர்ந்து இழுப்பதைப் போல நம்மை நோக்கி இழுப்பது. இதன் மூலமாக வீட்டை விட்டு ஓடிப்போனவர்களை மறுபடியும் திரும்ப வரவைக்க முடியும்.

ஸ்தம்பனம் தன்னைப் பார்த்த உடனே அவரது அனைத்துச் செயல்களும் ஸ்தம்பித்து நிற்கச் செய்வது. அவருக்கு தான் வந்த வேலை மறந்து நாம் சொன்னது மட்டுமே நினைவுக்கு வரும்.

பேதனம் இதன் மூலம் நட்பானவர்களையும், இணைந்தவர் களையும் பிரிக்கலாம். தகாத உறவில் ஈடுபட்டு குடும்பத்தின் மானத்தை அழிப்பவர்களுக்கு நன்மை செய்யலாம்.

வித்வேஷனம் ஒருவருக்கொருவர் கடுமையான விரோதத்தை ஏற்படுத்தி ஒருவர் மூலமாக ஒருவரை அழிப்பது.

உச்சாடனம் யாராக இருந்தாலும் அவரை நிலைகுலையவைத்து, அந்த இடத்திலிருந்து துரத்துவது.

மாரணம் இதன் மூலமாக மற்றவர் உயிருக்குக் கேடு விளை விக்கலாம். அவரை மரணம் அடையச் செய்யலாம்.

ஒவ்வொரு தெய்வத்திற்கும் இந்த எட்டுவிதமான சக்திகள் இருக்கின்றன. திருக்குறளில் கூட திருவள்ளுவர் இறைவனுக்கு எட்டுவிதமான குணங்கள் இருப்பதாகச் சொல்லி இருப்பார்.

கோளில் பொறியிற் குணமிலவே எண்குணத்தான்
தாளை வணங்காத் தலை

என்பது அந்தக் குறள். இதற்கு இறைவன் எட்டுவிதமான ஆற்றல்களைப் பெற்றவன் என்று வேறு சில குணங்களைச் சொன்னபோதிலும் நாம் மேலே பார்த்த வசிய சூத்திரத்தின் அடிப்படை குணங்களே இந்த உலக இயக்கத்திற்கு மூல வித்தானவை. அவைகளைச் செய்யும் ஆற்றல் இறைவனுக்கு உண்டு என்பதே திருவள்ளுவரின் உள்ளக்கிடக்கை.

மனிதனும் தெய்வமாகலாம் என்பது ஆன்றோர் வாக்கு. இந்த வகையில் மனிதர்கள் முயற்சி செய்தால் மேலே பார்த்த வசிய ஆற்றல்களை ஓரளவிற்காவது பெறமுடியும். இப்படி சில சித்துக்களைப் பெற்றவர்கள் இருந்திருக்கிறார்கள்.

யோகினிகளை ரகசியமான முறையில் வழிபட்டு அந்தக் காலத்தில் சிலர் அதீத ஆற்றல்களை அடைந்திருக்கின்றனர். தொலைவில் நடப்பதை உணர்தல், எதிர்காலத்தை அறிந்து தக்கபடி நடத்தல், பிரச்சனைகளைத் தீர்த்தல், பகை கொண்ட இருவருக்கும் தீங்கு விளைவித்தல், ஒருவரது தொழிலை முடங்கச் செய்தல், குடும்பத்தைப் பிரித்தல் போன்ற துர்ச்செயல்களை அவர்கள் இந்த வழிபாட்டின் பயனாக அடைந்தனர். இதனால் அவர்களுக்கு ஓரளவு பொருள் சேர்ந்ததே தவிர வேறு பலன் இல்லை. அவர்களது கர்மக்கணக்கில் ஏராளமான அளவில் பாவமும் சேர்ந்தது.

இதைத் தீர்க்க சிலர் பல பிறவிகள் எடுத்தனர், வேறு சிலர் இதே பிறவியில் சொல்லமுடியாத துன்பத்தை அனுபவித்தனர். ஐயோ எனக்கு நரகம் என்பது தனியே தேவையில்லை, இந்த வாழ்க்கையே நரகமாகிவிட்டதே என்று புலம்பித் தவித்தவர்கள் ஏராளம்.

இவ்வாறு மனிதர்களை ஆட்டிப் படைத்த அந்த யோகினிகள் யார் கடவுளா? தேவதைகளா? என்றால் இல்லை என்றே சொல்ல வேண்டியிருக்கிறது. இது குறித்து மேலும் அறிந்து கொள்வோம்.

●●●

யோகினி உபாசனைகள்

யோகினி என்பது கடவுளா என்றால் இல்லை, அப்படியானால் தேவர்களா என்றால் அதுவும் இல்லை. ஆனால் தேவர்களின் நிலையில் இருப்பவர்கள் என்று சொல்லலாம். இவர்கள் மனித சக்திக்கு அப்பாற்பட்ட சக்தி படைத்தவர்கள், மனிதர்களுக்கு உதவி செய்யும் மனம் படைத்தவர்கள். யோகத்தில் உயர்நிலை அடைந்த ஆண்களை யோகியர் என்கிறோம். அப்படிப்பட்ட யோகிகளின் மனைவிகள் என்றும் துணை தேவதைகள் என்றும் இவர்களைச் சொல்லலாம்.

இவர்கள் யட்சிகள், கணங்கள், பூதங்களுக்கும் சற்று மேலே சக்தி பொருந்திய தேவதைகள் என்று சொல்லப்படுகின்றன. இதற்கு மந்திரங்கள் உபாசனை முறைகள், அதற்கான பலன்கள் உண்டு என்று அதர்வண வேதமும் யோகினி தந்திர உபாசனை நூல்களும் குறிப்பிடுகின்றன.

இவர்களை அம்பிகை பண்டாசுரனுடன் போர் புரிந்த காலத்தில் தன் உப தேவிகளுக்குத் துணையாகப் போர் புரியவும், அசுர படைகளின் மேல் போர் செய்ய 64 படைத் தலைவிகளும் தேவைக்காக இவர்களைப் படைத்ததாகவும், இவர்கள் கீழ் முறையே 1000 கோடி தேவதைகளைப் படைத்ததாகவும் ஆக மொத்தம் இவர்களுடன் சேர்த்து 64,000 கோடி யோகினிகள் உண்டு என்று சொல்லப்படுகின்றன. ஆனால் உபாசனை

தெய்வங்களாக இந்த 64 யோகினிகளையே தாந்த்ரீகர்கள் அழைத்து, வேண்டியதைச் செய்து கொள்கின்றனர் என்று குறிப்பிடப்பட்டுள்ளது. யோகினி உபாசனை செய்தால் அவளே வந்து வரம் தருவாள். சில நேரங்களில் அவளது கட்டுப்பாட்டில் இயங்கும் உப யோகினியோ வருவாள் என்பது ஐதீகம் என்றும் சொல்லப்படுகிறது.

இந்த 64,000 கோடி யோகினிகளுள் தற்காலத்தில் ஸ்வர்ண யோகினி மற்றும் நாக யோகினிகளையே நிறைய மந்திரவாதிகள், மடாதிபதிகள் தங்களது உபாசனை தெய்வங்களாக வைத்துக் கொண்டுள்ளனர். எந்த மடத்தில் பாம்பு உபாசனை சிவன் அம்பாள் முதலியவைகள் உள்ளதோ அது நாக யோகினியை உபாசிக்கும் இடம். எந்த மடத்தில் நிறைய பொன் கலசங்களும் அந்த உபாசகர் நல்ல உடல் வலிமையையும் அழகும் பெற்று உள்ளாரோ அது ஸ்வர்ண யோகினி உபாசனை செய்யப்படும் இடம்.

●●●

64 யோகினிகள் என்ற உருவங்கள் கலைகளின் அம்சங்களாகும். நம் முனிவர்களின் மனதில் ஒவ்வொரு கலையும் ஒரு தேவதையாக உருவகிக்கப்பட்டு வழிபடப்பட்டிருக்க வேண்டும்.

இத் தேவதைகள் வழிபாட்டில் இரண்டு வகைகள் உண்டு. ஒன்று இரகசியமாக மத்ஸ்யம், மாம்சம், முத்திரை, மைதுனம் என்னும் பஞ்ச கர்மாக்களால் உபாசிப்பது. மற்றொன்று இவை அனைத்தையும் துறந்து யோகமார்க்கத்தில் மனதிலே பராசக்தியை ஆவாஹனம் செய்து, அவளுக்குத் துணையாக 64 யோகினிகளை அவயகங்களில் ஆவஹித்து, யோகியாகி, ஞானியாகி மலர்தலாகும்.

இவ்விரு மார்க்கங்களில் ஞான மார்க்கமே சிறந்தது என்பது இவ்வழிபாட்டின் உண்மைத் தத்துவம்.

ஸ்வரண யோகினி உபாசனை முறைகள்

இந்த யோகினிகளை உபாசிப்பதற்கு ஒரு பெரிய வழிமுறையே வகுத்துள்ளனர். ஸ்வர்ண யோகினியை உபாசிப்பவன், தினமும் 3 முறை ஸ்நானம் செய்து ஒரு மண்டலம் அவளின் மந்திரத்தினை உபாசனை செய்ய வேண்டும், இரவு சுமார் 11.30 மணிக்கு தொடங்கி அதிகாலை 3.00 மணி வரை அவளை உபாசனை செய்ய வேண்டும். அந்த யோகினிக்கு உரிய சக்கரம் வரைந்து, அவளை நினைத்து, நெல் அல்லது அரிசி பரப்பி, அதில் ஏலம், லவங்கம், பச்சை கற்பூரம் கலந்து தீர்த்தக் குடத்தை நிரப்பி தேங்காய் வைத்து பூரண கும்பம் செய்து, தென்னம் பூ பாளையினை நெல்லில் குத்தி வைத்து கும்பத்திற்கு சந்தன குங்குமப் பொட்டு வைத்து, மஞ்சள் விநாயகரைப் பிடித்து வைத்து பூஜை செய்து பலவகை பழங்கள் நிவேதனம் செய்து, தூப தீபங்கள் ஆரத்தி காட்டி, அன்று முதல் அவள் நினைவைக் கொண்டு உருவகப்படுத்தி அவள் மந்திரத்தினை உபாசனை செய்ய வேண்டும்.

தினமும் இரவு 11.30 முதல் அதிகாலை 3.00 மணி வரை இதைச் செய்து வர வேண்டும். வெறும் தரையில் துண்டினை விரித்து படுக்க வேண்டும். பகலிலே உறங்கலாம், சாத்துவீக உணவையே உண்டுவர வேண்டும். சீக்கிரமாக அவளது அருளைப் பெற விரும்புவோர் முழுமையான உபவாசம் இருப்பதும் உண்டு.

அன்னம் தண்ணீர் உண்ணாமல் இருப்பதும், ஒருவேளை மட்டும் பழங்களைப் புசிப்பதுமாக இருந்து விரதம் காத்து அவளை உபாசனை செய்தால் விரைவில் பலன் கிடைக்கும்.

●●●

இந்தியாவில் உள்ள 4 யோகினியர் கோவில்களும் ஒரே மாதிரியாக இல்லை. 64 தேவியர் வடிவங்களும் ஒரே மாதிரி இல்லை. ஹிராபூரில் உள்ள யோகினியர் தத்தம் வாகனங்களின் மீது நிற்பவர்களாகவும், ரைன்பூர் - காரியில் இருப்வர்கள் நடனக் கோலத்திலும், பெத்த காட்டில் இருப்பவர்கள் பரிவாரங்களுடன் லலிதாசனத்தில் வீற்றிருப்பவர்களாகவும் இருக்கின்றனர். ஒரு வகையில் மலர் பறித்தல், உணவு சமைத்தல், வில்வித்தை பயில்பவர்கள் என்று சாந்த வடிவில் உள்ளனர். இரண்டாவது வகையில் பலவிதமான ஆயுதங்கள் ஏந்திய போர் கடவுளர்களாக உள்ளனர். மூன்றாவது வகையில் அவர்கள் குரங்கு, யானை, மயில், ஆந்தை, பேரண்டப் பக்ஷி, கழுகு போன்ற முகங்களை உடையவர்களாகவும், வற்றிய வயிறு, அச்சமூட்டும் கண்களுடனும் காட்சி தருகின்றனர்.

கோவிலுக்கு கோவில் பெயர் வரிசை மாறுபடுகின்றது. ஹிராபூரில் உள்ள தேவியர்களின் பெயர்கள் பகுரூபா, தாரா எனத் தொடங்கி பத்ர காளியில் முடிவடைகிறது.

தென்னாட்டில் கயா, விஜயா என்று தொடங்கி விடிலங்யா என முடிகின்றது.

ஆனால் பெரும்பாலும் எல்லா யோகினியர் கோவில்களும் வட்ட வடிவிலேயே அமைக்கப்பட்டுள்ளன. உள் வட்டத்தில் மையத்தை நோக்கியவாறு யோகினியர் திருவுருவங்கள் உள்ளன. பீடத்தில் அவரவர் வாகனமும் காணப்படுகிறது. வட்டத்தின் நடுவில் சிறிய கோவிலும் அதில் துர்க்கை அல்லது கௌரி சங்கரர் காணப்படுகின்றனர்.

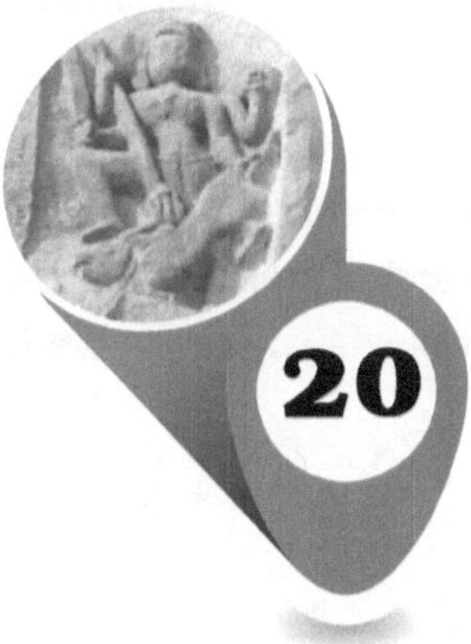

யோகினி வருவதற்கான அறிகுறிகள்

சாதகர் முறையாக உபவாசம் இருந்து உபாசனையை ஆர்வத்தோடு செய்து வரும் போது குறிப்பிட்ட யோகினியின் வரவை அவனுக்கு அறிவிக்கும் விதமாக சில குறிப்புக்கள், சங்கேதங்களை அவள் வெளிப்படுத்துவாள்.

அதாவது சில இரவுகளில் யாரோ சிலம்பு அணிந்து நடந்து செல்வது போல இருக்கும். 'ஜல் ஜல்' என்ற சலங்கை ஒலி அவனது வழிபாட்டின் போது கேட்கும்.

வேறு சில சமயங்களில் யாரோ பூமி அதிர நடப்பது போலவும் சில நேரங்களில் பெண்களின் வளையல் சத்தமும் கேட்கும், பூமி அதிரும். மிருகங்கள் உறுமலும் கேட்பது உண்டு.

மேலும் தொலைவில் இருந்து பெண்குரல் அழைக்கும். பெண்கள் பேச்சுக் குரல்களும் கிண்டலும் கேட்கும். கலகலவென இளம் பெண்கள் தங்களுக்குள் பேசிச் சிரிப்பது போன்ற சத்தம் கேட்கும்.

சில சாதகர்களுக்கு யாரோ தன்னைத் தொடுவது போலவும் உணருவர். அருகில் யாரோ நடப்பது போலவும், தன்னை யாரோ உற்றுக் கவனிப்பது போலவும் தோன்றும். இவைகள் யோகினி நமது வழிபாட்டை விரும்பி நம்மிடம் வருவதற்கான அறிகுறிகள்.

ஆகவே இதற்கு எல்லாம் பயப்படாமல் உபாசனை செய்ய வேண்டும்.

முறையே 48ஆவது நாள் தேங்காய் அசைய ஆரம்பிக்கும். யோகினியும் பிரசன்னமாவாள். அன்று முதல் யோகினியை அவன் காணலாம். அவள் தான் அவனிடம் வசியமாகி விட்டதாகவும் அவனுக்கு எந்த முறையில் உதவ வேண்டுகிறான் என்பதையும் கேட்பாள்.

ஸ்வர்ணயோகினியை அணுகும் முறைகள்

ஸ்வர்ண யோகினியை தாய், தாரம், சகோதரி ஆகிய உறவுகளில் ஒருவன் 3 விதமாக வரிக்கலாம் என்று சாஸ்திரங்களில் சொல்லப்பட்டுள்ளது.

சிவபெருமானுக்கு மனைவியாக மட்டும் இல்லாமல் அவருக்கு அன்னையாக இருப்பவளும் அந்த மகா சக்தியே தான், இதனை தவளே எங்கள் சங்கரனார் மனை மங்கலமாம், அவளே அவர் தமக்கு அன்னையும் ஆயினாள் என்கிறது அபிராமி அந்தாதி.

இந்த வகையில் ஸ்வர்ண யோகினியைத் தாயாக வரித்தால், அவனுக்கு அன்று முதல் தினமும் விதவிதமான உணவு படைப்பாள். அவன் தன் வாழ்நாளில் இதுவரை கண்டும் கேட்டிராத உணவு வகைகளை ருசித்து உண்பதற்கு வாய்ப்பு கிடைக்கும். அவனுக்கு இச்சா மிருத்யு என்ற சக்தி ஏற்படும். அதாவது அவன் வேண்டும் நேரம் தான் அவனுக்கு மரணம் ஏற்படும். யோகினியை ஒரு சாதகன் எந்தவிதமாக வரித்தாலும் அவளால் சாவினைத் தடுக்க முடியாது. அவள் அவனுக்குத் தரிசனம் கொடுத்து அவனுக்கு இணங்கி நடக்கின்ற அன்று முதல் அவன் உடல் அழகும் அறிவும் பெற்று விளங்குவான்.

யோகினியை ஒருவன் சகோதரியாக வரிக்கிறானோ, அவள் அன்று முதல் அவனுக்கு அவன் பார்த்திராத பரிசுப் பொருட்கள் கிடைக்கும்படிச் செய்வாள். செல்லும் இடங்களில் எல்லாம் சுவையான உணவும், தங்குவதற்கு இடமும், சயன சுகங்களும் கிடைக்கச் செய்வாள் அந்த ஸ்வர்ண யோகினி. அதோடு அவன் தான் நினைத்த இடத்திற்கு நினைத்த பொழுதில் செல்லும் வல்லமை பெறுவான்.

அவன் எந்த இடத்திற்குச் செல்ல நினைக்கிறானோ அதற்கு ஏற்ப சூழ்நிலைகள் உண்டாகி விடும்.

அவனது நல்ல எண்ணங்களை அவள் உடனுக்குடன் நிறைவேற்றி வைப்பாள். மற்ற பெண்களின் மீது ஏற்படும் காம இச்சையை அகற்றி, நல்வழிப்படுத்தி, ஞான மார்க்கத்தில் அவனை ஈடுபடுத்தி மோட்சத்திற்கு வழிகாட்டுவாள். இந்த நிலவுலகில் வாழ்வாங்கு வாழ்ந்த பிறகு, முடிவில் அவன் நினைத்த பொழுதில் அவன் மரணம் சம்பவிக்கும்.

எவன் ஒருவன் யோகினியைத் தன் சகியாக, மனைவியாக வரிக்கிறானோ, அவன் அன்று முதல் அவளுக்கே உரியவன் ஆகிறான், அவனுக்கு அவள் திகட்டத் திகட்ட உடல் சுகத்தைத் தருவாள். மேலும் அவன் இழக்கும் பலத்தை மீண்டும் பெறவும் அனுக்கிரகம் செய்வாள். இதனால் அவன் புதிதாகத் திருமணம் செய்து கொண்ட இளம் வாலிபனைப் போல அவளுடன் இல்லற சுகம் காண்பான்.

அவனுக்கு உடல் பலம், எதையும் செய்விக்கும் ஆற்றல், பெரும் செல்வம் முக்கியமாக காமத்தில் அதீதமான சுகம் ஆகியவற்றைக் கொடுத்து, இன்பத்தில் மிதக்கவிட்டு அந்த யோகினி அவனை விட்டு அகலாமல் சூட்சுமமாக இருப்பாள்.

இந்த வகை யோகினிகள் தினமும் 100 பாரம் (10 கிலோ) பொன்னால் ஆன அணிகலன்களை அணிந்து வந்து அவனுக்குச் சுகம் அளிப்பாள். இரவு முழுவதும் அவன் கண்களுக்கு மட்டும் தெரியுமாறு இருந்து விட்டு காலையில் மறைந்து விடுவாள். அப்போது அவள் அணிந்து வந்த அந்தத் தங்க அணிகலன்களை அப்படியே விட்டு விட்டு தன் உலகத்திற்குச் சென்று விடுவாள்.

இதன் காரணமாக ஒவ்வொரு இரவிலும் அவன் பத்து கிலோ தங்க நகைகள் பெறுவான், இதனால் ஒருசில மாதங்களிலேயே கோடீஸ்வரன் ஆகிவிடுவான்.

அவன் எத்தனை நாட்கள் வேண்டுமானாலும் அவள் உபாசனையால் பெரும் சுகம் காணலாம். அவன் வாழ்நாள் அவன் அனுமதியின்றி முடியாது. ஒருமுறை அவளை உபாசனை செய்து விட்டால் அவளை விட்டு விலக முடியாது. அவள் அனுமதி அளித்தால் மட்டுமே அவளிடமிருந்து விலக முடியும். அப்படிச் செய்யவில்லை என்றாலோ வேறு பெண்களிடம் அவன் நாட்டம் வைத்தாலோ, அல்லது முறை தவறி அவர்களைப் புணர்ந்தாலோ அவன் யோகினியின் சாபத்திற்கு ஆளாவான்.

ஒன்று அவன் கொடூரமாய் உயிரிழப்பான், மற்றொன்று அவன் பின் ஜன்மத்தில் கேவலமான ஒரு உயிரினமாகப் பிறந்து துன்புறுவான். எப்போதும் அவனுக்குக் கதி மோட்சம் கிடையாது என்பதும் உண்மை. இதை உபாசகர்கள் மனத்தில் இருத்திக் கொள்ள வேண்டும்.

வெறும் உடல் சுகத்தில் மட்டும் விருப்பம் கொண்டு யோகினியை வசியம் செய்து காமதேவனைப் போல இன்பம் அனுபவிப்பவர்களுக்கு ஒரு நாள் அது திகட்டிப் போகும்.

காரணம் நாம் மனித உடலும், மனித மனமும் கொண்டவர்கள் தான். அதற்கு ஒரு எல்லை உண்டு. அந்த எல்லையைத் தொட்டுவிட்டால் காம சுகம் வெறுப்பை ஏற்படுத்தும். பெண்ணை நினைத்தாலே அருவருப்பு உண்டாகும். இது போன்ற நிலையை அந்த யோகினியே கூட ஏற்படுத்த வாய்ப்பு உண்டு. அப்போது அவளது அருகாமையை, ஸ்பரிசத்தை அவன் வெறுப்பான். இதனால் அவளது சினத்திற்கு ஆளாவான். அதனால் சொர்க்கமாக அவன் நினைத்து அனுபவித்த உடலின்பம் இப்போது நரகமாக மாறி அவனைச் சித்ரவதை செய்யும்.

உடல் ஒத்துழைக்க மறுத்தாலும் அவனை அவள் அடிமைபோல நினைத்து உடலுறவுக்கு அழைப்பாள். இந்த நிலை அதிகநாள் நீடிக்காது, அதனால் அவன் மன நிலையில் மாற்றம் ஏற்படும், கண்ணெதிரே பலவிதமான காட்சிகளைக் காண்பான். சில

பிடித்ததாகவும், சில அச்சமூட்டுவதாகவும் இருக்கும். தானாகவே சிரிப்பது, தானாகவே அழுவது ஆகியவற்றைச் செய்வான்.

மொத்தத்தில் அவன் மனநிலை பாதிக்கப்பட்டு, பலரது ஏச்சுக்கும், கேலிக்கும் ஆளாவது திண்ணம்.

இவைகளை மனத்தில் கொண்டு தான் நமது முன்னோர் இளமை சுகத்திற்கு ஆசைப்பட்டு யோகினியைத் தாரமாக வரிப்பதை ஆதரிக்கவில்லை. அவளை அன்னையாக வரித்து வழிபாடு செய்யும்போது உடலும் மனமும் உயர்ந்த நிலைக்குச் செல்லும். மோட்சத்திற்கான வழி கிடைக்கும் என்பது அவர்களது நம்பிக்கை.

இது ஒரு புறம் என்றால் மற்றொரு புறம், இந்த யோகினி மற்றும் யட்சிணிகளை வசியம் செய்யும் போது மற்றொரு விஷயத்தையும் கவனத்தில் கொள்ள வேண்டும்.

இந்த யோகினி அல்லது யட்சிணி வசியமாகும் போது அது அவனை குடும்பத்தில் இருந்து பிரித்து விடும். அவனது மனைவி அவனை விட்டுப் பிரிவது உறுதி. அல்லது விபத்தில் அகால மரணம் அடைவாள். ஏன் என்றால் இந்தத் தேவதைகள் நுழையும் வீட்டில் மற்றொரு பெண் வாசனை கூடாது. தான் மட்டுமே தனது உபாசகனுடன் வாழ வேண்டும், இன்ப சுகம் காண வேண்டும் என்பது இவற்றின் குறிக்கோள். ஆக கண்ணதாசன் பாடி வைத்தது போல,

'ஒன்று இருக்க ஒன்று வந்தால் என்றும் அமைதி இல்லை'

என்ற வரியை நினைவில் வைத்துக் கொண்ட பிறகே உபாசனையைத் தொடங்கி, வசியம் வரை செல்ல வேண்டும்.

●●●

நாக யோகினி உபாசனை

நாக யோகினி உபாசனை என்பது பொருள் சம்பாதிக்கவும், ஆள் வசியத்திற்கும் பெயர் பெற்றது, யார் ஒருவர் நாக உபாசனை செய்கிறார்களோ அவர்கள் குளத்தங்கரையிலோ ஆற்றங்கரையிலோ நாக சக்கரத்தினை வரைந்து ஆறு மாதங்கள் மந்திர ஜபம் செய்ய வேண்டும்.

கனவிலும் நனவிலும் அவர்களை நாகங்கள் துரத்தும், அவர்கள் அச்சம் கொண்டு வழிபாட்டை நிறுத்திவிடாமல் மன ஒருமைப்பாட்டோடும் நம்பிக்கையோடும் தொடர்ந்து செய்ய வேண்டும்.

சுற்றி இருப்பவர்களினால் பல சோதனைகள் வரும், பெண்களின் வசியத்திற்கு ஆளாவார்கள்.

பல பெண்கள் இவர்களை வலியத் தேடிவந்து சுகம் பெற அழைப்பார்கள். இதனால் வீரியம் இழப்பதோடு, பல குடும்பங்களின் எதிர்ப்பையும் ஏற்க வேண்டிவரும். இவ்வாறாக பல சோதனைகளைத் தாண்டி அதில் சித்தி அடைந்துவிட்டால், நாக யோகினி தோன்றுவாள். அவனுக்கு நினைப்பதை அடையும் ஆற்றலைத் தருவாள். அவன் நினைக்கின்ற ஆணையோ அல்லது பெண்ணையோ வசியப்படுத்தி தன் எண்ணம் போல ஆட்டி வைக்க முடியும்.

அவன் சிறந்த பேச்சாற்றல் பெறுவான், அவனைக் காணும் யாரும் தங்களிடம் இருப்பதைக் கேள்வியே கேட்காமல் அவனுக்குக் கொடுத்து விடுவார், மேலும் மேலும் கொடுத்துக் கொண்டே இருப்பார். அவனைத் தங்கள் குருவாகவும், உடன் பிறந்தவனாகவும், கணவனாகவும், அவரவர் மனப்பான்மைக்கு ஏற்றபடி எண்ணி அதிக அன்பு செலுத்தி, அவன் ஆணைக்குக் கட்டுப்பட்டு வாழ்வார்கள். இத்தகைய ஆற்றல் அனைத்தையும் நாக யோகினி மூலமாக அவன் பெறுவது திண்ணம்.

இதற்குப் பிரதிபலனாக, நாகத்தினை அவன் எந்நேரமும் உபாசிக்க வேண்டும். எந்தக் கோயிலுக்கு அல்லது புனித ஸ்தலத்திற்குச் சென்றாலும், அவன் நாக உபாசனையே செய்ய வேண்டும். புற்றுக்களை வணங்க வேண்டும், புற்றுமண்ணையே பிரசாதமாக நெற்றியில் இட்டுக் கொள்ள வேண்டும்.

உடல் வியாதிகள் மற்றும் உபாதைகள் ஏற்படும் காலங்களில் நாகயோகினியை வழிபட்டு அந்தப் புற்று மண்ணையே மருந்தாக எண்ணி, தண்ணீரில் கரைத்து அருந்தினால் சகல வியாதிகளும் நீங்கும். இவ்வாறு பலவகையிலும் அவன் நாகயோகினியை நம்பிக்கையோடு தொழுது நன்றி செலுத்த வேண்டும்..

யோகினி வழிபாட்டை முதன் முதலாக உலகத்திற்குத் தந்தவர் மச்சேந்திரநாதர் எனப்படும் நம் நாட்டு மச்சமுனி சித்தர் தான். அவரது வரலாறு மிகவும் வித்தியாசமானது, அற்புதமானது, அதிசயங்கள் நிறைந்தது. அதையும் சுருக்கமாகத் தெரிந்து கொண்ட பிறகு யோகினிகள் குறித்த தகவல்களை அறியலாம்.

●●●

23

யோகினிகளும் மச்சேந்திரநாதரும்

மச்சமுனியும் சரி, கோரக்கரும் சரி சிவாம்சத்துடனும் முழுமையான சிவனருளோடும் பிறந்தவர்கள்! அதிலும் மச்சமுனியின் பிறப்பு மிக விசேஷமானது. ஒருநாள் தடாகம் ஒன்றின் கரையில் சிவபெருமான் உமாதேவியாருக்கு பிரபஞ்ச ரகசியம் குறித்தும், உயிர்களின் தோற்றம் இறப்பு குறித்தும் உபதேசம் செய்தார். சிறிது நேரம் அதைக் கேட்ட பார்வதி தேவிக்கு ஏனோ உறக்கம் வந்து விட்டது.

அவள் தூங்கிவிட்டாள். அதை அறியாமல் சிவபெருமான் தொடர்ந்து தேவ ரகசியங்களை உபதேசித்த வண்ணம் இருந்தார். இதனை, தடாகத்தில் நீந்திக் கொண்டிருந்த தாய் மீன் ஒன்று, பூர்வ ஜென்ம வாசனையால் கேட்டபடி இருந்தது. அந்தப் பெண் மீனின் வயிற்றில் ஒரு குஞ்சு மீன்! அந்த மீன், கொடுத்து வைத்த மீன்.

கருவில் திருகொண்ட மீன். உலக நாயகன், உலகநாயகிக்குக் கூறிய உபதேச மொழிகளை முழுவதுமாகக் கேட்கக் கொடுத்து வைத்திருந்த மீன் ஆயிற்றே அது. சிவபெருமான் குரலைக் கேட்டவுடனேயே அதன் அஞ்ஞானம் அகன்றது, மெய்ஞானம் தலைப்பட்டது. கர்ம வினைகள் கட்டுவிட்டன, சாபவிமோசனம் ஏற்பட்டது. அதனால் மீனின் வயிற்றில் தானும் ஒரு மீன் குஞ்சாக

இருந்த அது, ஒரு பாலகனாய் மாறி உமாதேவன் முன்னால் காலை உதைத்துக் கொண்டு அழுதது. தாய் மீனும் மானிட வடிவம் பெற்றது. தன் புதல்வனைத் தழுவிக் கொண்டு அந்தத் தாய் சிவபெருமான் பாதங்களில் விழுந்து வணங்கினாள்.

நீ மச்சமாய் இருந்து, எனது உபதேசம் கேட்டுப் பிறந்ததால் உன்னை உலகத்தோர் மச்சேந்திரநாதன் என்று அழைப்பார்கள் என இறைவன் திருவாய் மலர்ந்து அந்தக் குழந்தைக்கு நாமகரணம் செய்தார். அந்தத் தாய் பெற்ற சந்தோஷத்தைச் சொல்லி முடியுமா? இவ்வாறாக ஈஸ்வரனின் பரிபூர்ண கிருபா கடாக்ஷமும் மச்சேந்திரனுக்குக் கிட்டியது! இப்படிப் பிறக்கும் போதே சித்த நிலை கொண்டு பிறந்தவர் மச்சேந்திரர் என்கிற மச்சமுனி.

இவரால் கோரப் பெற்றவர்தான், கோரக்கர். எப்படி? மச்சமுனி ஒருநாள், பிட்சை கேட்டு வந்தபடி இருந்தார். உடம்பை வளர்த்தால்தானே உயிரைப் பேண முடியும்? உடம்பு வளர உணவு வேண்டுமே..? பசியும் தாகமும் உடம்போடு ஒட்டிப் பிறந்ததாயிற்றே... அல்ப வித்தைகளால், காற்றை மட்டுமே ஆகாரமாகக் கொண்டு உயிர் வாழ முடியும்தான்... மச்சமுனியோ, அதைப்பிறகு பார்த்துக் கொள்ளலாம். சிறிது காலம் பிட்சை கொண்டு உடம்பைப் பேணுவோம் என்று முடிவு செய்து விட்டார். இப்படி சித்த புருஷர்கள் மனதில் பிட்சை கேட்க வேண்டும் என்று தோன்றுவதற்குப் பின்னால் ஒரு கணக்கு உள்ளது.

அவர்கள் எல்லோரிடமும் பிட்சை கேட்டுவிட மாட்டார்கள். அவர்களுக்குப் பிட்சை இடும் புண்ணியகர்மா யாருக்கு இருக்கிறதோ, யார் அவர்களால் பலன் அடையவேண்டும் என்று அந்தப் பிறவியை எடுத்திருக்கிறார்களோ அவர்களிடம் மட்டுமே கேட்பார்கள். இதை அவர்களும் உணர்ந்து கொண்டு நல்ல

சாஸ்த்ர ஞானம் உள்ளவர்கள் குரு தரிசனத்தை இருள் விலகப் போகிறது என்பதற்கான முன்னோட்டமாகவே பார்ப்பார்கள்.

அதேபோல அவர்களுக்குப் பணிவிடை செய்யும் வாய்ப்பை, கர்மத்துயரத்தை விலக்கக் கிடைத்த ஒரு மறைமுக சந்தர்ப்பமாகவே கருதுவார்கள். ஆனால் பணத்தில் பொருளில் ஆசை வைத்த சராசரிகளோ, சித்த புருஷர்களை பிச்சைக்காரர்களாகவே பார்ப்பார்கள்.

மச்சமுனி பிச்சை கேட்டு வரும்போது, ஒரு மாதரசி கூட அப்படித்தான் பார்த்தாள். அவளுக்கோ பிள்ளைப் பேறு இல்லை. அவள் ஜாதகம் அப்படி... அதனால் அவள் முகத்தில் சதா சர்வ காலமும் ஒரு துக்கம். இந்த நிலையில்தான் மச்சமுனி அவள் எதிரில் நின்றபடி பிச்சை கேட்டார்.

அவளும் அலுப்புடனேயே பிட்சை இட்டாள். பிட்சை இட்டால் காலில் விழுந்து வணங்க வேண்டும். வணங்கும்போது சித்த சன்யாசிகள் ஆசிர்வதிப்பார்கள். அவள் மனம் துயரத்தில் இருந்ததால், அவளுக்கு வணங்கத் தோன்றவில்லை. பேசாமல் திரும்பி நடந்தாள்.

அப்படிச் சென்றவளுக்கு அருள் செய்ய அந்த சித்தமுனி சித்தம் கொண்டார் போலும். அதனால் அம்மா பிச்சையிட்ட பிறகு சந்நியாசிகளை வணங்கினால் அவர்கள் ஆசிர்வதிப்பார்கள். அதனால் உனக்கு நன்மைகள் விளையும் என்றார்.

உங்களை வணங்கினாலும் எனக்கு நன்மை ஏற்படுமா? எகத்தாளமாக வந்தது அவளது கேள்வி.

சந்தேகம் என்ன? தீர்மானமாகச் சொல்லி திடமாக அவள் கண்களுக்குள் பார்த்தார் சித்தர். அவளுக்குக் குழந்தை இல்லை என்ற பிரச்சினை தெரிந்தது.

அவள் அவரது கால்களில் விழுந்து வணங்கினாள்,

உடனேயே புன்னகையுடன் சிவநாமத்தை ஜெபித்து, ஒரு சிட்டிகை விபூதியை அவளுக்குத் தந்தார் மச்சமுனி. ''இதை சிவநாமம் கூறி நீ உண்பாயானால் உனக்குப் பிள்ளைப் பேறு உண்டாகும்...''

இதைக் கேட்டு அவள் அதிர்ச்சி அடைந்தாள், நாம் சொல்லா மலேயே இவர் தெரிந்து கொண்டாரே, பரவாயில்லையே என்ற இன்ப அதிர்ச்சி அது.

''இது சாம்பல்.. இது எப்படி எனக்குப் பிள்ளைப்பேறு தரும்?'' என்று எதிர்க்கேள்வி கேட்டாள்.

''சாம்பல் தானம்மா... இருந்தாலும் 'இதை நீ உண்டால் பிள்ளைபேறு பெற்றிடுவாய்.. ஒருநாள், நான் அந்தப் பாலகனைக் காண நிச்சயம் திரும்பவும் வருவேன்'' என்று கூறியபடியே பிட்சைப் பொருளுடன் திரும்பி நடந்தார்.

இங்கே நடப்பதை வேடிக்கை பார்த்துக் கொண்டிருந்த வேலைக்காரப் பெண், அம்மா இவனுகளை நம்பாதீங்க, அந்த சாம்பலை நீங்க சாப்பிட்டா மயங்கி அவன் பின்னாலேயே போயிடுவீங்க. அதைக் குப்பையில் போட்டுடுங்க என்றாள். அந்தப் பெண்ணும் உடனே கோ சாலையாகிய மாட்டுத் தொழுவத்தில் எருமூட்டைகள் கொண்டு மூட்டப்பட்ட வென்னீர் அடுப்பில் அந்த விபூதியைப் போட்டுவிட்டு, கைகளையும் தட்டி உதறிக்கொண்டாள்.

சில காலத்திற்குப் பிறகு மச்சமுனி, முன் சொன்னது போல திரும்பி வந்தார். அந்தப் பெண்ணிடம், ''விபூதியால் பாலகன் பிறந்தானா, எங்கே அவன்?'' என்று கேட்டார். அவளிடம் தடுமாற்றம். திக்கினாள், திணறினாள். ஐயனே என்னை மன்னித்து விடுங்கள், தவறுதலாக உங்களை மாயாவியாக நான் எண்ணி விட்டதால், அடுப்பில் அந்த விபூதியை வீசி விட்டேன். அதுவும் சாம்பலோடு சாம்பலாகி விட்டது..'' என்றாள்.

இதைக் கேட்டு கொஞ்சம் கூடப் பதறாமல் சித்தர் உடனே அந்த அடுப்பின் முன் சென்று நின்றவர் 'கோரக்கா வா' என்றார். கோரக்கரும் அந்த சாம்பலுக்குள் இருந்து ஒரு பாலகனாய் வெளிப்பட்டார். பழனியம்பதியின் சித்த விலாசக் கணக்குப்படி, கோரக்கன் இப்படி எழுந்து வந்த நாள், ஒரு கார்த்திகை மாதத்து அவிட்ட நட்சத்திர நாளாகும்... இச்சம்பவம் நிகழ்ந்த ஊர், வடக்கு பொய்கை நல்லூர்.

பெண்ணின் கருப்பையில் தோன்றாமல் ஒரு பசுவின் கோசாலையில் தோன்றியதால் அந்தப் பெண்ணால் கோரக்கரை

தன் மகன் என்று உரிமை கொண்டாட முடியவில்லை. அது அவர்கள் இருவருக்கும் வாய்ப்பாகப் போயிற்று. மச்சமுனியின் சீடராக மாறிய கோரக்கர் அவர் பின்னால் சென்றார்.

பல காலம் பணிவிடைகள் புரிந்தார், பல சித்து வேலைகள் நடந்தேறின. குருவின் சேவையை அவர் மிகவும் பணிவோடும், பக்தியோடும் செய்து வந்தார். அதில் ஒன்று, குருவுக்காக கண்ணையே இழந்த படலம்.

ஒருநாள், குருவுக்கும் சேர்த்து பிட்சை கேட்கச் சென்றபோது, ஒரு பார்ப்பனப் பெண் நெய்யில் பொரித்த வடையை பிட்சையாக இட்டாள். வாசம் மணக்கும் அந்த வடை, புலன்களை அடக்கி ஆள வேண்டிய கோரக்கர் நாவில் நீர் ஊறச் செய்தது. இருந்தும் அடக்கிக்கொண்டு, அதை குரு பிரசாதமாக்கினார். மச்சமுனியும் அந்த வடையை உண்டு, அதன் ருசியில் மயங்கி விட்டார். வந்தது ஆபத்து..

மகா ஞானியான மச்சமுனிக்கு மீண்டும் வடை தின்னும் ஆசை தோன்றிவிட்டது. சீடன் கோரக்கனிடம் 'எனக்கு மேலும் வடை தேவை' என்றார். கோரக்கரும் பார்ப்பனப் பெண்ணிடம் சென்று வடை கேட்டார். அவளோ அனைத்தும் தின்று தீர்ந்தாகிவிட்டது என்றாள்.

'சுட்டுத் தாருங்கள் தாயே' என்று மன்றாடினார். ''அது என்னால் முடியாதப்பா. ஏன் என்றால் முதலாவது எனக்கு நாள் முழுவதும் வேலை செய்து களைப்பாக இருக்கிறது. இரண்டாவது வடை செய்யத் தேவையான பண்டங்களும் தீர்ந்து போய்விட்டது என்று மறுத்தாள்.

அம்மா என் ''இது குருவின் விருப்பம். உயிரைத் தந்தாகினும் நான் ஈடேற்ற வேண்டும்'' என்றார், கோரக்கர். ''உன் குருவுக்கு ஏன் இப்படி ஓர் அற்ப ஆசை. நான் முன்பே வடை பொரிக்கும்போது எண்ணெய் தெரித்து கண்ணில்பட்டு கண்போகத் தெரிந்தது. நல்லவேளை தப்பித்தேன். இனியொரு முறை வடை பொரிக்கும்போது, எனக்கு கண் போனால், நீ என்ன உன் கண்களைப் பிடுங்கியா தருவாய்?'' என எகத்தாளமாய்க் கேட்டாள்.

இதைக் கேட்டதும் கொஞ்சம் கூட யோசிக்காமல் கோரக்கர் அம்மா கண்தானே உங்களுக்கு வேண்டும், இதோ தருகிறேன், பெற்றுக் கொள்ளுங்கள் என்று சொல்லி தனது கண்களை வெடுக்கென்று பிடுங்கித் தந்தார்.

அரண்டு போனாள் அந்தணப் பெண். அடப்பாவி ஒரு பேச்சுக்குச் சொன்னால் இப்படிச் செய்து விட்டாயே என்று புலம்பிக்கொண்டே கோரக்கரின் குருபக்திக்காகவே சுடச்சுட நெய்வடை பொரித்துத் தந்தாள்.

கோரக்கரும் முகத்தை மூடியபடி மச்சேந்திரரை அடைந்து அவரிடம் வடையைக் கொடுத்தார். ஆசை தீர்ந்ததும் மனஅமைதி ஏற்பட்டது. கோரக்கா ஏன் முகத்தை மறைத்திருக்கிறாய்? என்று கேட்டார்.

தயங்கித் தயங்கி கண்களை இழந்த காரணத்தைத் தெரிவித்தார் கோரக்கர். ''கோரக்கா.. எனக்காக.. அற்ப வடைக்காக உன் கண்களையா தந்தாய்? அடப்பாவி.. இப்படி ஒரு குருபக்தியா?'' என்று கேட்டு, கோரக்கனை ஆரத்தழுவிக் கொண்டார். பிறகு மச்சமுனி தன் தவ ஆற்றலால் மீண்டும் கண்களைத் தருவித்தார். கோரக்கரும் பார்வை பெற்றார்.

இவரது குருபக்தியை அனுபவித்து அறிந்து கொண்ட மச்சநாதர், தனக்குத் தெரிந்த சித்த வித்தைகளை அவருக்குக் கற்றுக் கொடுத்தார். சிவஞானபோதத்தை உபதேசித்தார். கோரக்கர் காய கற்ப முறைகளைக் கற்றார், தன் உடம்பை உருக்கு போல மாற்றிக் கொண்டார், வாள் கொண்டு வெட்டினாலும் அவரது உடல் வெட்டுப்படாது.

கோரக்கரும், மச்சநாதரும் எங்கு சென்றாலும் ஒன்றாகவே இணைந்து சென்றதால் அவர்களை மக்கள் இரட்டைச் சித்தர்கள் என்றே அழைத்தனர்.

●●●

யோகினி வழிபாடு எதற்காக ?

இந்த மச்சமுனிதான் உலகிற்கே யோக தத்துவங்களை முதன் முதலாகக் கொடுத்தவர் என்ற கருத்தும் வடநாட்டில் நிலவுகிறது. இவருடைய உபதேசங்கள் யாவுமே சமுதாயத்தில் உள்ள ஒவ்வொரு ஆண் மற்றும் பெண்ணின் தனிப்பட்ட திறமையை வெளிப்படுத்தும் விதமாக இருக்கிறது. அவர்களுக்குள் அடங்கிக் கிடக்கும் அற்புத சக்திகளை யோகப் பயிற்சிகளின் மூலமாக வெளிப்படுத்தி வீட்டிற்கும் நாட்டிற்கும் நன்மைகள் செய்வதே இவரது நோக்கம்.

அவ்வப்போது நாம் வாழ்க்கையில் சந்திக்கும் பலதரப்பட்ட பிரச்சனைகளுக்கு மற்றவர்களை நாடி தீர்வு காணாமல் தாங்களே சிந்தித்து ஒரு நல்ல முடிவுக்கு வருவதே இவரது நோக்கமாகும். இவரது வழி வரையறைக்கு உட்படாததாகவும், சம்பிரதாயங்களுக்கு எதிரானதாகவும் இருந்தது. வேதநெறிக்குப் புறம்பான இவரது வழிபாட்டு முறைகளை வைதீக நெறிப்படி வாழ்ந்தவர்கள் கடுமையாக எதிர்த்தனர். இதனை ரகசியமாக வழிபடுவதைச் சிலர் கைக் கொண்டனர். இத்தகைய குழுக்கள் ஆண்டுதோறும் பெருகி வளர்ந்தன.

சீக்கிரமாக தரிசனம்

நாம் பல தெய்வங்களை வழிபாடு செய்து வருகிறோம், இதில் யோகினியை வழிபட வேண்டிய அவசியம் என்ன? என்ற

கேள்வி நம் மனத்தில் எழுவது இயற்கை. தெய்வங்கள் வரம் அளிப்பதற்கு ஒரு வரையறை உண்டு. காலதாமதம் ஆகும். ஆனால் இதுபோன்ற யோகினிகள் மற்றும் யட்சிணிகள், தேவதைகள் ஆகியோர் மிகச் சிறிய பூசை அல்லது வழிபாடு அல்லது மந்திர உச்சாடனம் ஆகியவற்றில் மகிழ்ச்சி அடைந்து தரிசனம் தருவார்கள். தற்காலிகக் கோரிக்கைகளை நிறைவேற்றுவார்கள். இவர்களை வழிபடுபவதற்கு அதிக ஆசார அனுஷ்டானங்கள் தேவையில்லை.

ஒரு வருடம் ஏகாதசிக்கு நியம நிஷ்டை தவறாமல் உபவாசம் இருந்தால் மட்டுமே தெய்வங்களின் அனுக்கிரகம் கிடைக்கும். ஆனால் மந்திரங்களை அதற்கு உரிய இடத்தில் முறைப்படி அமர்ந்து ஒரு இலட்சம் முறை உச்சாடனம் செய்தால் யோகினியை வசியம் செய்து விட முடியும்.

ஒரு கடவுளின் அருளைப் பெறுவதற்கு அவரை நோக்கி ஒரு மனிதன் ஆயிரம் வருடங்கள் தவம் செய்ய வேண்டும் என்றால் இந்தக் காலத்தில் யாராவது முன்வருவார்களா?

ஆயிரம் வருடங்கள் வரை வாழ முடியுமா? இதெல்லாம் முடியாது என்ற முடிவுக்கு வந்து விடுவோம்.

அந்தக் காலத்தில் அதாவது ராமர் வாழ்ந்த திரேதா யுகத்தில் ராவணனே ஆயிரம் ஆண்டுகள் சிவபெருமானைக் குறித்து தவம் செய்திருக்கிறான் என்று அறிகிறோம். காரணம் அப்போது வாழ்ந்த மக்களுக்கு வாழ்நாள் மிகவும் அதிகம். அவர்கள் ஏறத்தாழ எண்பதாயிரம் ஆண்டுகள் வாழ்ந்தனர்.

ஆனால் இப்போது நம் நிலை என்ன? நூறு ஆண்டுகளே நமது வாழும் காலம். அதற்குள் இருபது வருடங்கள் தவம் செய்தால் தான் சிவனையோ அல்லது மகாவிஷ்ணுவையோ தரிசனம் செய்ய முடியும் என்றால் கூட யாரும் முன்வர மாட்டோம். ஏன் என்றால் காலம் மாறிவிட்டது, உடல் உழைப்பு குன்றி விட்டது, உடல் வலிமை குறைந்து விட்டது.

மின்சார பட்டனை தட்டிய உடனே விளக்கு எரிய வேண்டும், மின்விசிறி சுழல வேண்டும் என்ற அவசரம் நமது ஒவ்வொரு செயலிலும் காணப்படுகிறது. காத்திருந்து அதிக அளவு

பயன்பெறுவதற்கு யாருக்கும் பொறுமை இல்லை. இந்த நிலையில் தெய்வங்களை விட்டுவிட்டு, சீக்கிரத்தில் பலன் தரும் யட்சிணிகளையும், யோகினிகளையும் மக்கள் நாடுவதில் வியப்பேதும் இல்லை.

நாம் அனைவரும் ஃபாஸ்ட் புட் காலத்தில் அல்லவா இருக்கிறோம், எல்லாவற்றிலும் ஒரு விரைவு வேண்டும். அது திருமணமாக இருந்தாலும் சரி, விவாக ரத்தாக இருந்தாலும் சரி. அப்படிப்பட்ட மனநிலையில் உள்ள நாம் ஒரு வாரமோ அல்லது நாற்பது நாட்களோ உபாசனை செய்து, மந்திர ஜெபம் முடித்ததுமே பலன் தரும் யோகினிகளை வசியம் செய்ய விரும்புவதில் தவறேதும் இல்லை.

சித்தர்கள் மனத்தை அடக்கி இறைவனை நினைப்பதையே அதிகம் செய்து அற்புதமான சித்துக்களை அடைந்தனர். அவர்கள் பூசை, புனஸ்காரம், விரதம், நோன்பு, உபவாசம், நெற்றியில் அணியப்படும் சின்னங்கள் ஆகியவற்றுக்கு அதிக முக்கியத்துவம் அளித்ததே இல்லை.

அடர்த்தியான காட்டின் நடுவே மனித நடமாட்டம் இல்லாத குகையில் தவம் செய்யும் யோகி மூன்று வேளை குளிக்க முடியுமா? பல் தேய்த்து முகம் கழுவிக் கொண்டு அதன் பிறகே இறைவனை நினைக்க வேண்டும் என்பதை நடைமுறைப்படுத்த முடியுமா? அவர்கள் இறைவனுக்குப் பால் பாயசம் நிவேதனம் செய்ய நினைத்தாலும் அது இயலுமா? ஆகவே அவர்கள் இது போன்ற விஷயங்களைத் தள்ளிவிட்டு, மனத்தை முன்னிறுத்தி இறைவனை இடைவிடாமல் நினைப்பதையே நடைமுறையில் கொண்டு வந்து அதீத ஆற்றல்களை அடைந்தனர்.

ஏறக்குறைய யோகினிகளுக்கும் இது போன்ற நியதிகள், ஆசாரங்கள், அனுஷ்டானங்கள் மற்றும் நிவேதனங்கள் ஆகியவை தேவையில்லை. ஆரம்பத்தில் யோகினி வித்தைகள், மற்றும் வழிபாடு இப்படித்தான் நடந்தது. பிறகு தான் அது மனம் போன போக்கில் போக ஆரம்பித்தது. ஒழுக்கம் மீறிய செயல்களை அனுமதித்தது.

அதிகக் கஷ்டமோ, கட்டுப்பாடோ தேவையில்லை என்பதால் தான் யோகினி வழிபாட்டை சிலர் பின்பற்றுவதை விரும்புகின்றனர்.

இது அவரவர் மனநிலையை, பிரச்சினைகளின் தீவிரத்தைப் பொறுத்த விஷயம்.

தன்னை உபாசிக்கும் சாதகனுக்கு யோகினிகள் வரம் தருவதோடு நின்று விடுவதில்லை. அவர்கள் மனித ஆற்றலுக்கும், பிரபஞ்ச சக்திக்கும் இடையே ஒரு அருமையான ஒத்திசைவை ஏற்படுத்தி வைக்கின்றனர். அறிவிலும், திறமையிலும், ஆற்றலிலும் மனிதர்களை மேம்படுத்த உதவி செய்கின்றனர். அவர்கள் சாதகனின் உள்ளுணர்வைத் தூண்டி அதன் மூலம் செய்யத் தகுந்தது இது, செய்யக்கூடாதது இது என்ற தீர்க்கமான அறிவைத் தருகின்றனர். இதனால் யோகினிகளை வழிபாடு செய்வோர் பலவிதமான தோல்விகள், தொல்லைகள், பிரச்சனைகள் ஆகியவற்றில் விடுபடுவது இயல்பாக நடந்து விடுகிறது.

யோகினியின் அருளாசியைப் பெற்றவர்கள் நேர்மறையான சக்திகளின் ஆதிக்கத்தில் தங்கள் வாழ்க்கையை நடத்துகிறார்கள். அவர்களை எதிர்மறை சக்திகள் எதுவும் தாக்குவதில்லை. யோகினியின் அபூர்வமான ஆற்றல் அவர்களைச் சுற்றி ஒரு பாதுகாப்புக் கவசத்தை ஏற்படுத்தி விடுவதே அதற்குக் காரணம். யோக சக்கரங்கள் தூண்டப்படுவதால் அந்தச் சாதகர் மிக உயர்ந்த ஆனந்தத்தைத் தனது பயிற்சிகளின் போது அனுபவத்தில் உணர்கிறார்.

நூல்களும் ஜீவசமாதியும்

மச்சேந்திரநாதர் பல வைத்திய நூல்களை எழுதி இருக்கிறார். இவர் காமரூப நாட்டிற்குச் சென்று யோகினிகளை வழிபட்டு அவர்களது வழிகாட்டுதலின் மூலமாக உபதேசங்கள் செய்து வாழ்ந்திருக்கிறார். யோகினி ரகசிய வழிபாட்டு முறைகளைப் பலரும் ஆர்வத்தோடு பயிற்சி செய்ய ஆரம்பித்தனர். மச்சேந்திரநாதரின் புகழ்பெற்ற இலக்கியமாகக் கருதப்படுவது கௌலஞானநிர்ணயா என்ற நூலாகும். இதில் யோகினியின் ஆற்றல் அல்லது நமக்கு உள்ளே இருந்து பெருகும் ஆற்றல், சாதாரண வாழ்க்கைத்தரத்தில் இருந்து சாதகனை எப்படி ஆன்மீகத் தளத்திற்கு மடைமாற்றம் செய்து உயர்த்துகிறது என்பது விளக்கப்பட்டுள்ளது.

மீன் உருவத்தில் மச்சமுனி சித்தர் அருள் செய்யும் திருப்பரங்குன்றம் மலை.

சித்தான சித்து முனி மச்சனப்பா
சீருலகில் நெடுங்காலம் மிகுந்த சித்து
சத்தான திரேகமதை நம்பாமல் தான்
தாரனியிலிருந்த தொரு தனத்தை எல்லாம்
நித்தியமும் அகதிகட்கு அன்னந் தந்து
நிட்களங்க நிடேத வழி தெரிந்துமே தான்
பக்தியுடன் அம்பாளின் தரிசனத்தால்
பாருலகை மறந்ததொரு சித்தனாமே"

அகத்தியர் 12000

மச்சமுனி ஆடி மாதம் ரோகிணி நட்சத்திரத்தில் அவதரித்தவர். இவர் வாழ்ந்த காலம் 300 ஆண்டுகள் 42 நாள் ஆகும்.

மச்சமுனி சித்தர் விசாலாட்சி சமேதராக மதுரை திருப்பரங் குன்றம் மலையில் உள்ள காசிவிஸ்வநாதர் கோயிலில் காசிவிஸ்வநாதரிடம் தன் ஆன்மாவையும், தன் உடலை முருகன் உருவாக்கிய கங்கை தீர்த்தத்தில் மீனாகவும் ஜீவசமாதி அடைந்துள்ளார். மச்சமுனி ஐயாவைக் காண பக்தர்கள், தயிர் வாங்கி சுனை நீரில் விடும்பொழுது ஐயா மீன் வடிவத்தில் வந்து தயிரை உண்டு நம் பாவங்களைக் களைவார் என்பது நம்பிக்கை.

மலைமீது இருக்கும் காசிவிஸ்வநாதர் கோயிலில்தான் மச்சமுனியின் ஜீவசமாதி அமைந்துள்ளது. காசி விஸ்வநாதர் ஆலயத்தின் பின்பக்கம் இருக்கும் சுனை நீரில் மச்சேந்திரர் மீன் உருவில் இன்றும் நீந்துவதாக ஓர் ஐதீகம்.

இவர் மகிமை பொருந்திய தலங்களாக நாகை வடக்குப் பொய்கை நல்லூர், இமயமலை,

ஹரித்வார், ருத்ரப்பிரயாகை, சதுரகிரி மற்றும் கொல்லிமலை ஆகிய இடங்களும் குறிக்கப்படுகின்றன. மேலும், நேபாளத்தின் காட்மண்டுவில் 'பாக்மதி' என்ற இடத்தில் அமைந்துள்ள மச்சேந்திரநாதர் கோயிலில் இவர் ஜீவ சமாதி கொண்டுள்ளார் என்ற கருத்தும் உண்டு.

மச்சேந்திரநாதர் என்ற பெயரில் உள்ள 'நாதர்' என்ற பெயரைக் கொண்டு, இவர் நவநாதச் சித்தர்கள் எனும் நாதச் சித்தர் மரபைச் சேர்ந்தவர் என அறிய முடிகிறது. இவர் அகத்தியர் காலத்தவர் எனவும், அவரிடம் உபதேசம் பெற்றவர் எனவும், வாத நிகண்டு, மச்சமுனி வைப்பு ஆகிய நூல்களை இயற்றியவர் எனவும் 'புலவர் சரித்திர தீபகம்' தெரிவிக்கிறது. 'அபிதான சிந்தாமணி'யோ இவரை போகரின் மாணவர் எனக் குறிக்கின்றது.

இனிமேல் யோகினி வழிபாடு குறித்தும், அவர்கள் தருகின்ற வரங்கள் குறித்தும் அதனால் அடையும் நன்மைகள் குறித்தும் அறிந்து கொள்வோம்.

●●●

யோகினி வழிபாடும் பலன்களும்

ஒவ்வொரு யோகினியையும் தியானம் செய்யும் போது அவள் நமக்கு எப்படிப்பட்ட வரம் தருவாள் என்பதை அந்த யோகினியின் உருவமும், அவர்கள் கையில் உள்ள ஆயுதங்களும், மலர்களும் நமக்குத் தெரியப்படுத்துகின்றன. இந்த ரகசியத்தை நான் இந்த நூலில் வெளிப்படுத்தி இருக்கிறேன்.

மேலும் அவர்களது வாகனங்கள், அவர்களது முகங்கள் ஆகியவற்றின் மூலமாகவும் பல தகவல்கள் குறிப்பாகச் சொல்லப்படுவதை நான் விளக்கி இருக்கிறேன். யோகினிகளை வழிபடுவோர், தியானம் செய்வோர் எத்தகைய பலன்களை அடையலாம் என்பதை வெகு தெளிவாக இந்த நூல் தெரிவிக்கிறது. மேலும் எந்தப் பிரச்சனைக்கு எந்த யோகினியை வழிபாடு செய்யலாம் என்பதையும் இதைப் படிப்பதன் மூலமாக அறிந்து கொள்ள முடியும்.

யோகினிகளுக்கு அத்தனை சக்தி இருக்கிறதா? என்று சிலர் கேள்வி எழுப்பலாம். நம் நாட்டில் மட்டும் அல்ல. உலக நாடுகள் அனைத்திலுமே பெண்களுக்கு அதிக சக்தி மற்றும் அதீத ஆற்றல் இருப்பதை ஒப்புக் கொண்டிருக்கிறார்கள். இது இன்றோ நேற்றோ நடந்த விஷயம் அல்ல, காலம் காலமாக அப்படித்தான்.

அமெரிக்கா, ஆப்பிரிக்கா, இந்தோனேஷியா போன்ற நாடுகளில் ஆதிகாலத்தில் நாகரிகம் அடையாத பழங்குடிகளில் ஒவ்வொரு ஊருக்கும் அல்லது இனத்திற்கும் ஒரு பெண்ணே மந்திரவாதியாக அல்லது எதிர்காலத்தை அறிந்து குறி சொல்பவளாக இருந்திருக்கிறாள்.

அங்கு மட்டும் அல்லாமல் சைபீரியாவிலும் கூட பெண் மந்திரவாதிகளே பொறுப்பேற்று வழிநடத்தி இருக்கிறார்கள். உலக நாடுகளில் முதன் முதலில் கடவுள் பெண்களுக்கே மந்திரசக்தி அளித்தார். அதனால் தான் அவளால் ஒரு உயிரை தன் வயிற்றில் சுமந்து உருவாக்கி பிறப்பிக்க முடிந்தது என்ற நம்பிக்கை பரவலாக இருந்துள்ளது.

மங்கோலிய மக்களிடையே இன்றும் கூட பெண் மந்திரவாதிகளே நோய்களை நீக்கும் சக்தி பெற்றவர்கள் என்ற நம்பிக்கை இருக்கிறது. மற்ற மதங்களில் இனங்களில் ஆண் மந்திரவாதிகள் இருந்தாலும் கூட அவர்கள் மந்திரம் மற்றும் மாந்திரீகம் ஆகியவற்றைச் செய்யும் போது பெண் உடை அணிவதை வழக்கமாக்கிக் கொண்டுள்ளனர். இவைகள் அனைத்துமே தாய்த் தெய்வ வழிபாட்டின் ஆற்றலையே காட்டுகிறது.

இந்த அடிப்படையில் சக்தியிடம் இருந்து தோன்றிய அல்லது பராசக்தியின் காவலர்கள் என்று நம்பப்பட்ட யோகினிகளுக்கும் அதீத ஆற்றல் இருக்கிறது என்ற நம்பிக்கை ஏற்பட்டுள்ளது. அதனால் அவர்களை வழிபடுவதும் அந்தக் காலத்தில் நடந்துள்ளது.

இங்கே வழிபாடு என்று நான் குறிப்பிடுவது மிகப்பெரிய பூசையையோ அல்லது மந்திரங்களையோ குறிக்காது. அது காலையும் மாலையும் ஒரு குறிப்பிட்ட நேரத்தை ஒதுக்கி அந்த யோகினியை மனத்தில் வைத்து, அவளது பெயரை மந்திரம் போல உச்சரிக்க வேண்டும் என்பதையே குறிக்கிறது. அலைபாயும் மனத்தை ஒருமுகப்படுத்தி, அந்த யோகினியைத் தியானம் செய்வது அவசியம். இப்படிச் செய்தாலே ஒரு சில மாதங்களில் நல்ல பலன்கள் ஏற்படும்.

அந்தக் குறிப்பிட்ட யோகினியே தன்னை வழிபடும் பக்தனுக்கு ஆசானாகவும், வழிகாட்டியாகவும் இருந்து அவரது விருப்பங்களை நிறைவேற்றுவாள். அதோடு மட்டும் அல்ல, அவளே தியானத்தின் உயர்படிகளுக்கு அழைத்துச் செல்வாள். அந்த உன்னதமான தருணங்கள் ஒருவருக்குக் கிடைக்குமானால் அதை விடச் சிறந்த பேறு வேறு எதுவும் தேவையில்லை.

பிறருக்குத் தொல்லை தராத வகையில், அடுத்தவர் சொத்துக்கு ஆசைப்படாத நிலையில் யோகினிகளைத் தியானிப்பவர்களுக்கு வெகு சீக்கிரத்திலேயே கைமேல் பலன் கிடைக்கும். காரணம் அவர்கள் தெய்வாம்சம் நிரம்பியவர்களாக இருப்பதோடு, தேவியின் உதவிக்காகப் படைக்கப்பட்டவர்கள் அல்லவா?

கத்தியின் கூர்மையை ஒரு உயிரைக் காப்பாற்றவும் பயன்படுத்தலாம், ஒரு உயிரை எடுக்கவும் பயன்படுத்தலாம். அது போலவே யோகினிகளும்.

> கெடுப்பதூம் கெட்டார்க்குச் சார்வாய் மற்றாங்கே
> எடுப்பதூம் எல்லாம் மழை

என்ற திருக்குறளை நினைவுபடுத்திக் கொள்ளுங்கள்.

இந்த வகையில் யோகினிகளை நாம் வாழ்வில் உயர்வு அடைய பயன்படுத்தி குறிக்கோளை நோக்கி சாதனைகள் செய்தால் பிரச்சனைகள் நீங்கும், வாய்ப்புக்கள் பெருகும், சகல நன்மைகள் வந்து கதவைத் தட்டும்.

இதற்கு மாறாக அவர்களைப் பெண்களை வசியம் செய்து அவர்களுடன் உடல்உறவு கொள்ளவோ, ஒரு குடும்பத்தை சீரழிக்கவோ அல்லது, பிறர் சொத்துக்களை அபகரித்துக் கொள்ளவோ பயன்படுத்தினால் விளைவு விபரீதமாகி விடும். இதனால் தான் நமது முன்னோர் யோகினிகளைப் பற்றிய வசியம் மற்றும் மந்திரங்கள் ஆகியவற்றை மறைத்து விட்டனர். யோகினிகளைச் சரியான முறையில் வழிபாடு செய்து, மனத்தை அடக்கித் தியானம் செய்தால் அவர்களுடைய பரிபூரண அருளுக்கு நாம் பாத்திரமாகலாம்.

சில யோகினிகள் பயங்கர குணம் நிறைந்தவர்கள், பலி கேட்பவர்கள், நாம் ஒன்றைக் கேட்டால் அதற்காக நீ எனக்கு

இதைக் கொடு என்று பேரம் பேசுகிறவர்கள், மது, மாமிசம், பெண்உறவு போன்றவற்றை விரும்புகிறவர்கள். மயானத்திலும், மனிதர் நடமாட்டமே இல்லாத இடங்களிலும், பாழ்பட்ட இடங்களிலும் வசிப்பவர்கள். மந்திரம், மாந்திரீகம், ஏவல், பில்லி, சூனியம் போன்றவற்றுக்குப் பயன்படுகிறவர்கள்.

ஆகவே இவைகளை நன்றாக அறிந்த பிறகே யோகினி வழிபாட்டிலும், வசியத்திலும் இறங்க வேண்டும். இல்லை என்றால் மண்குதிரையை நம்பி ஆற்றில் இறங்கிவிட்டு கரையேற முடியாமல் திணறி ஆற்று வெள்ளத்தோடு அடித்துச் செல்லும் நிலையே ஏற்படும். வாழ்க்கை சீரழிந்து விடும், அவ்வாறு சீரழிந்தவர்கள் பலர். ஆகவே அடுத்தவர்களைக் கெடுப்பதற்கு யோகினி உபாசனை செய்வதை விரும்புவது தனக்குத்தானே சூனியம் வைத்துக் கொள்வதற்குச் சமம்.

●●●

சங்க காலம் முதலே வசியம் செய்யும் மந்திரங்கள், வசிய மருந்துகள் இருந்ததற்கான சான்றுகள் உள்ளன.

வசியம் பலவகைப்படும். மனித வசியம், மிருகவசியம், பிறர் மனதை அறிய, விரும்பியவர் மனம் மாற எனப் பலவகை உண்டு.

கணவன் - மனைவி, காதலன் - காதலி, பகைவர் வசியம் இருப்பது போல துஷ்ட மிருகங்களிடம் இருந்த நம்மைக் காக்கவும் வசிய மந்திரங்கள் உண்டு. இந்த மந்திரங்களை உரிய முறையில் கூறி ஏவினால் அந்த மிருகம் நம்மை எதிர்க்காது. இரை எடுக்காது. மரணமும் ஏற்படலாம். ஆனால் இதனை தவறாக உபயோகித்தவன் குலம் நாசமாகும். வாரீசு இல்லாது அழிவான்.

யோகினி ஏகாதசி விரத மகிமை

யோகினி பெயரில் ஒரு ஏகாதசி விரதம் அனுஷ்டிக்கப்படுகிறது. பெயர் தான் யோகினி ஏகாதசியே தவிர இதற்கும் யோகினிகளுக்கும் எந்தவிதமான தொடர்பும் இல்லை. காரசாரமாக இருக்கின்ற பூந்தியை நாம் காராபூந்தி என அழைப்பது போல, யோகினியின் பெயரால் அனுஷ்டிக்கப்படும் இந்த ஏகாதசியில் யோகினி யாரும் வழிபடப்படுவதில்லை. மகாவிஷ்ணுவை நோக்கியே இந்த ஏகாதசி விரதம் அனுஷ்டிக்கப்படுகிறது.

அதைப் பற்றியும் தெரிந்து கொள்வோம்.

குபேரன் கொடுத்த சாபம்

குபேரன் சிவபூஜை செய்யும்போது, அவனுக்குப் பூக்களைக் கொண்டு வரும் வேலையை ஹேமமாலி என்பவன் செய்து வந்தான். ஹேமமாலி ஒரு நாள், மனைவியுடன் மகிழ்ச்சியாகப் பேசிக் கொண்டிருந்தான். அதனால், நேரம் கடந்ததே தெரியவில்லை. கடமையை மறந்தான், குபேரனின் பூஜைக்குப் பூக்களைக் கொண்டு போகவில்லை.

பூஜையின்போது பூக்கள் இல்லாததைக் கண்ட குபேரன் கோபம் கொண்டான். குணம் என்னும் குன்றேறி நின்றவர்கள் கோபத்தை கணமேனும் காப்பது அரிது அல்லவா?" இதற்கு குபேரனும் விதிவிலக்கு அல்ல. எனவே ‘‘தவறு செய்த

ஹேமமாலிக்குப் பதினெட்டு விதமான குஷ்ட ரோகங்கள் வரட்டும்" என்று சாபம் கொடுத்தான்.

''ஐயனே இந்தச் சிறிய தவறுக்கு இத்தனை கடுமையான கொடுமையான தண்டனையா?'' என்று சாபம் பெற்ற யட்சனின் மனைவி விசாலாட்சி கதறினாள். ஆனால் குபேரன் மனம் இரங்கவில்லை. அவனுக்கு அவனுடைய பூசையில் தடங்கல் ஏற்பட்டதே என்ற வருத்தம்.

ஹேமமாலியைக் குஷ்ட ரோகம் பீடித்தது. அவன் மனைவி விசாலாட்சி உள்ளம் உடைந்தாள். இருவருமாக யாரை அணுகுவது, ஏற்பட்ட சாபத்திற்கு எப்படி விமோசனம் காண்பது என்று வருந்தி முனிவர்களைத் தேடி அலைந்தனர். இறுதியில் கணவன் மனைவி இருவருமாக மேரு மலைக்குப் போய், அங்கே தவம் செய்து கொண்டிருந்த மார்க்கண்டேயரின் திருவடிகளில் விழுந்து முனிசிரேஷ்டரே நீங்களே எங்கள் சாபம் தீர வழிகாட்ட வேண்டும் என வேண்டினர்.

அவர் "யோகினி ஏகாதசி"யை அவர்களுக்கு உபதேசித்தார். அதன்படியே விரதம் இருந்து மகாவிஷ்ணுவை பூஜித்த ஹேமமாலி நோய் நீங்க பெற்றான். குபேரபுரிக்கே திரும்பினான். ஆடி மாத தேய்பிறையில் வரும் ஏகாதசி யோகினி ஏகாதசி எனப்படும். குஷ்ட ரோகத்தை நீக்கும் ஏகாதசி இது.

●●●

அஷ்ட மகா யோகினிகள்

அசுரனுடன் தாய் காளி போரிடும் சமயம், காளியின் வியர்வைத் துளிகளில் இருந்து பிறந்தவர்கள் தான் 'யோகினிகள்'. இவர்கள் ஆயிரமாயிரம் இருப்பினும், முதன்மையாகக் கருதப்படுவோர் 64 பேர் மட்டுமே. காளியின் குழந்தைகளாகக் கருதப்படும் இவர்களை, நாம் ஆத்மார்த்த அன்புடன் பூஜித்து வர நம் அனைத்துத் துன்பங்களையும் நீக்கி சுக வாழ்வு தருவார்கள். சொகுசாக வாழ வைப்பர். யட்சிணி, கின்னரர்கள், யட்சர்கள், கந்தர்வ மற்றும் அப்சரஸ்களைப் போல் அல்லாமல் நமக்கு நற்பலன்களை மட்டுமே அள்ளித்தருவது இவர்களின் சிறப்பு. இவர்களை வழிபட்ட பலர் அற்புத ஆத்ம ஞான யோக விஷயங்களை அடைந்துள்ளனர். யோகினி உபாசனை குறித்து திருமூலர் திருமந்திரத்தில் கூறியுள்ளார்.

அப்பாடல்கள் வயிரவிச் சக்கரம் என்னும் பகுதியில்

பூரித்த பூவிதழ் எட்டினுக்கு உள்ளே ஓர்
ஆரியத் தாளும் அண்டர் எண்மர் கன்னியர்
பாரித்த பெண்கள் அறுபத்து நால்வரும்
சாரித்து சக்தியை தாங்கள் கண்டாரே

இதில் பாரித்த பெண்கள் எனப்படும் அறுபத்து நான்கு பெண்களும் அம்பிகையை வழிபட்டுப் பேறு பெற்றார்கள் என்கிறார். மேலும்,

குவிந்தனர் சக்திகள் முப்பத்திருவர்
நடந்தனர் கன்னிகள் நாலெண்மர் சூழ
பரந்திதழாகிய பங்கயத்துள்ளே
இருந்தனள் தானும் இடம்பல கொண்டே

என்று பல இடங்களும் அறுபத்து நான்கு கன்னியரோடு இருந்ததைக் குறிக்கின்றார்.

ஒரு சாரார் இந்த 64 என்ற எண் 64 வகைத் தத்துவங்களைக் குறிப்பதாகக் கூறுகிறார்கள். பஞ்ச பூதங்களான நிலம், நீர், காற்று, ஆகாயம், நெருப்பு ஆகியவற்றோடு நம்முடைய மனம், புத்தி, நம்பிக்கை, அகங்காரம் என்னும் குணங்களும் சேர்ந்து மொத்தம் 64 என்ற எண் வருகிறது. இவைகள்தான் ஒரு மனிதனைக் கட்டுப்படுத்தும் காரணிகள். அதற்குப் பதிலாக நம்மால் அவற்றைக் கட்டுப்படுத்த முடிந்தால் அதுதான் சித்தி. அதுவே அன்னையை உணரும் ஆன்மிக நிலையின் இறுதி என்பதே ஸ்ரீசக்கரத் தத்துவம்.

இந்த வகையான பயிற்சியில் அன்னையை அடைய கடுமையான மனக்கட்டுப்பாடும் யோகப் பயிற்சியும் தேவை. சிறு தவறு கூட நேர்ந்துவிடக் கூடாது. அந்த நிலையை அடைய யோகியருக்கு அருள்பாலிப்பவர்கள்தான் இந்த 64 யோகினியரும். ஆதிசங்கரர் அந்த நிலையை அடைந்தவர்களுள் முதன்மையானவர்.

எட்டு சக்திகளிடம் இருந்து எட்டு எட்டாகத் தோன்றி அறுபத்து நான்கு பெண்களாக இருந்த அவர்கள் மிகுந்த கோபத்துடன் விளங்கினர். அவர்கள் கணக்கற்ற மாயத் தோற்றங்களாக இருந்த ரக்தபீஜர்களை அழித்தனர். அவர்கள் உடலிலிருந்து பெருகிய ரத்தத்தைக் குடித்தனர். அதனால் நிஜரக்தபீஜனைத் தவிர மற்றவர்களை வதைத்தார். பின்னர், சக்தியின் வேண்டுகோளை ஏற்று மீண்டும் படைத்தார்.

அவர்கள் தேவியின் படைத்தலைவிகளாக இருக்கும்

வரத்தை அளித்தார். அதுமுதல் சக்தி கணத்தில் அறுபத்து நான்கு யோகினியரும் முதன்மை பெற்றவர்களாக இருந்து வருகின்றனர். சக்தியைக் குறித்த சக்ர வழிபாட்டில் அறுபத்து நான்கு யோகினிகள் இடம் பெறுகின்றனர். சப்தமாதர்கள், கௌரி எனப்படும் காளியுடன் சேர்ந்து அஷ்டமாதர்களானதுடன் அஷ்ட பைரவர்களின் தேவியரும் ஆயினர் என்பதை அறிவோம்.

நாம் இப்போது முக்கியமான எட்டு யோகினிகளைக் குறித்து அறிந்து கொள்வோம்.

அஷ்ட யோகினிகள் :

சுர சுந்தரி யோகினி: மூப்பைத் தடுக்கும், நமக்குப் புற அழகைக் கொடுக்கும் இவள் சிறந்த மனத்தெளிவையும் கொடுக்க வல்லவள்.

மனோஹர யோகினி : காளியின் ரூபமாகவே கருதப்படும் இவளை வழிபட நல் உறவுகள் பலப்படும். அதோடு மனத்திற்குப் பிடித்த மனைவி, தொழில் ஆகியவற்றையும் அளிக்கும் ஆற்றல் பெற்றவள்.

கனகாவதி யோகினி : வியாபாரம் மற்றும் தொழில் செய்வோர் அவசியம் உபாசிக்க வேண்டிய தேவி இவள். தொழிலின் மூலம் நல்ல லாபங்களைக் கொடுக்கும் யோகினி.

காமேஸ்வரி யோகினி : மனம் விரும்பும் பெண்ணை அல்லது ஆணை வாழ்க்கைத்துணையாக அடைய விரும்புவோர் இவளை வழிபடலாம். சுகமான நிலையான திருமணப் பந்தம், நல்ல தாம்பத்ய உறவு ஆகியவற்றைப் பெற இந்த யோகினியின் அருள் அவசியம்.

ரதி சுந்தரி யோகினி : செல்வம், வீடு பேறு போன்றவற்றை அருளும் யோகினி இவர். இவளை வழிபடும் ஆணும் பெண்ணும் அதிகக் கவர்ச்சியோடு காணப்பட்டு காண்பவரை மயக்கும் கட்டழகோடு விளங்குவர்.

பத்மினி யோகினி : அனைத்துக் காரியங்களிலும் வெற்றியைத் தருபவர்.

நதினி யோகினி : அதீத சக்தி கொண்டவள். அதே சக்திகளைத் தம்மை உபாசிப்போருக்கும் அருள்பவள்.

மதுமதி யோகினி : தற்காலத்தில் பலருக்கும் வாழ்க்கையில் பிரச்சனை ஏற்படாமல், பிரச்சனையே வாழ்க்கையாக அமைந்து விடுகிறது. அது போன்ற துர்ப்பாக்கியசாலிகள் இவளை வழிபட்டால் அனைத்துப் பிரச்சனைகளில் இருந்தும் காப்பாற்றி விடுதலையளிப்பாள்.

இப்போது நாம் யோகினிகள் தரிசனம் தருகின்ற ஆலயத்திற்குள் நுழைவோம். அழகும் அமானுஷ்யமும் நிறைந்த யோகினிகளின் உருவங்கள் நம்மை வேறு ஒரு உலகத்திற்கு இட்டுச் செல்வதை அனுபவத்தில் உணரலாம். ஒவ்வொரு கோயிலிலும் சிலைகள் பேசுகின்றன, காற்று அந்தக் காலத்தில் நடைபெற்ற ரகசிய வழிபாடுகள் குறித்து முணுமுணுத்துச் செல்கிறது.

ஆலயத்தில் உள்ள ஒவ்வொரு கல்லும் ஒரு கதையைத் தெரிவிக்கிறது. எல்லாவற்றுக்கும் மேலாக இந்த இடங்களில் தெய்வீகமும், அமானுஷ்யமும் கலந்து பக்தர்களை, பயணிகளை மெய்சிலிர்க்க வைக்கிறது. ஒவ்வொரு சிலையும் ஒரு ரகசியமான கதையை அல்லது தகவலைத் தன்னுள்ளே அடக்கி வைத்திருக்கிறது.

மதவெறியர்களின் செயலால் ஏராளமான சிலைகள் பின்னப்படுத்தப்பட்டுள்ளன. இருந்தபோதிலும் 'தங்கத்திலே ஒரு குறை இருந்தாலும் தரத்தினில் குறைவதுண்டோ' என்று கவியரசன் கண்ணதாசன் கேட்டது போல அந்தச் சிலைகள் ஊனப்பட்டிருந்தாலும் கூட அவற்றின் உள்ளொலி நமக்கு பல தகவல்களைச் சொல்கிறது.

ஒவ்வொரு சிலையிலும் ஒரு அழகு, ஒரு ஒயில், ஒரு கவர்ச்சி, ஒரு விபரீதம், ஒரு விழிப்புணர்வு, ஒரு ரௌத்திரம் அடிநாதமாக அமைந்திருப்பதை உற்றுக் கவனித்தால் அறிய முடிகிறது.

பெண்களின் வடிவத்தில் கவர்ச்சியோடு காணப்படும் சிலைகளில் சில விலங்கு மற்றும் பறவை முகங்களைப் பெற்று நம்மைப் பதற வைக்கிறது. வாருங்கள் ஒவ்வொரு யோகினியையும் அருகே சென்று தரிசிப்போம், அமானுஷ்யம் கலந்த ஆன்மீகத்தை அனுபவிப்போம்.

●●●

யோகினிகளின் தரிசனம்

யோகினிகளின் பெயர்கள்

1. ஸ்ரீ மார்கினிதேவி
2. ஸ்ரீ ரமணிதேவி
3. ஸ்ரீ இடாதேவி
4. ஸ்ரீ பிங்களா தேவி
5. ஸ்ரீ கங்காதேவி
6. ஸ்ரீ யமுனா தேவி
7. ஸ்ரீ நர்மதா தேவி
8. ஸ்ரீ ரசனகிரகா தேவி
9. ஸ்ரீ கலம்பா தேவி
10. ஸ்ரீ வீரேந்திரி தேவி
11. ஸ்ரீ சிம்மமுகி தேவி
12. ஸ்ரீ ஞானதேவி
13. ஸ்ரீ சர்வதோமுகி தேவி
14. ஸ்ரீ காகுதேவி
15. ஸ்ரீ கௌசிதியாகர தேவி

16. ஸ்ரீ இருஷியாகர தேவி
17. ஸ்ரீ விஷ்யாகர தேவி
18. ஸ்ரீ விந்தியா தேவி
19. ஸ்ரீ தரளா தேவி
20. ஸ்ரீ தாரிணி தேவி
21. ஸ்ரீ பணேந்திரி தேவி
22. ஸ்ரீ பவாணி தேவி
23. ஸ்ரீ சுக்ராதேவி
24. ஸ்ரீ போஜ்யாணி தேவி
25. ஸ்ரீ சௌத்திரிஹாரா தேவி
26. ஸ்ரீ ஓஜ்மாணி தேவி
27. ஸ்ரீ சமுத்திர தேவி
28. ஸ்ரீ அபயா தேவி
29. ஸ்ரீ சுகி தேவி
30. ஸ்ரீ நிர்மனசா தேவி
31. ஸ்ரீ ஹயக்கிரீவ தேவி
32. ஸ்ரீ ஜங்கிணி தேவி
33. ஸ்ரீ விசித்ரா தேவி
34. ஸ்ரீ இருடி தேவி
35. ஸ்ரீ தூம்ரா தேவி
36. ஸ்ரீ ஹைந்தினி தேவி
37. ஸ்ரீ அக்னியுண்ணா தேவி
38. ஸ்ரீ அஹிமாயா தேவி
39. ஸ்ரீ நிரயாதேவி
40. ஸ்ரீ ஜடாதேவி
41. ஸ்ரீ சிம்ஹலா தேவி

42. ஸ்ரீ சக்ரேஸ்வரி தேவி
43. ஸ்ரீ லீலா தேவி
44. ஸ்ரீ ஹரசித்தி தேவி
45. ஸ்ரீ அனிதாக்கரி தேவி
46. ஸ்ரீ விவஸ்தாதேவி
47. ஸ்ரீ லோலா தேவி
48. ஸ்ரீ கமலாதேவி
49. ஸ்ரீ பிராம்மணி தேவி
50. ஸ்ரீ கௌமாரி தேவி
51. ஸ்ரீ இந்திராணி தேவி
52. ஸ்ரீ மகேஸ்வரி தேவி
53. ஸ்ரீ வைஷ்ணவி தேவி
54. ஸ்ரீ வராஹி தேவி
55. ஸ்ரீ சாமுண்டி தேவி
56. ஸ்ரீ தேரம்வா தேவி
57. ஸ்ரீ யோகமாயா தேவி
58. ஸ்ரீ லாவணி தேவி
59. ஸ்ரீ விஷ்வாதேவி
60. ஸ்ரீ பூர்ணமாசி தேவி
61. ஸ்ரீ ஓங்கினி தேவி
62. ஸ்ரீ கமதா தேவி
63. ஸ்ரீ அஷோபியா தேவி
64. ஸ்ரீ பைரவி தேவி

●●●

1. ஸ்ரீ மார்கினி தேவி

நல்வழி காட்டுபவள்:

இவள் இந்தப் பட்டியலில் முதலிடம் பெற்றவள். மார்கம் என்றால் வழி என்று பொருள். இவள் யோகப் பயிற்சிகளை மேற்கொள்ளும் சாதகருக்கு நல்வழி காட்டுபவள். அதனால் மார்கினி தேவி என்ற பெயரைப் பெற்றிருக்கிறாள். மன ஒருமைப்பாட்டுக்குத் தேவையான சக்தியைத் தந்து யோகப் பயிற்சிகளை நடத்துவதற்கான ஆற்றலைக் கொடுப்பவள். இவளது அருளைப் பெற்றவர்களுக்கு மனம் கடல்போல அலைபாயாது, மலைபோல அடங்கி நிற்கும்.

வாழ்க்கையில் பலவகையான துன்பங்களில் துவண்டு போகும் பக்தர்களுக்கு இவள் பாதுகாப்பு அளிக்கிறாள். முடங்கிப் போகும் வாழ்க்கையை மடைமாற்றி வேறுபாதையில் செலுத்தவும், தடைகளைத் தகர்த்து எறியவும் ஆற்றல் பெற்ற யோகினி இவள். ஒரு மனிதருக்குக் கிடைக்கப்போகும் நல்வாய்ப்புக்கள் குறித்து சில சகுனங்கள் மூலமாகவும், குறிப்புக்கள் மூலமாகவும் தெரிவிக்கும் குணம் கொண்டவள். இதன் மூலமாக கர்மவினைப்படி அவருக்குக் கிடைக்க வேண்டியவற்றை எளிதாகக் கிடைக்கச் செய்கிறாள். அதோடு மட்டும் அல்லாமல் அவள் சாதகர்களை தாமசமாகிய இருட்டில் இருந்து ஞான வெளிச்சத்தை நோக்கி நடைபோட வைக்கிறாள்.

அவளது உருவம் பார்ப்பவரைக் கதிகலங்க வைக்கும் விதமாக அச்சமூட்டுகிறது. இருந்தாலும் ஆழ்கடலின் அமைதியை அவளை

தியானம் செய்யும் யோகிகள் உணர முடிகிறது. தெய்வீக உணர்வின் எல்லையில் எது நம்மை அச்சமூட்டுகிறதோ அதுவே நம்மை அணைத்து ஆறுதல் அளிக்கிறது என்பதை சாதகர்கள் அனுபவத்தில் அறிகிறார்கள்.

அவள் நான்கு கரங்களைக் கொண்டவள். ஒரு கரத்தில் கபாலம் ஏந்தி இருக்கிறாள், மற்றொரு கரத்தில் தண்டம், மற்றொன்றில் சூலம் காட்சி அளிக்கிறது. வெற்றுக் கபாலம் யோகப் பயிற்சி மேற்கொள்ளும் சாதகரைக் குறிக்கிறது. நமது மனம் அடைசல் எதுவும் இல்லாமல் எண்ணங்கள் அற்ற நிலையில் இருக்க வேண்டும் என்பதை அது குறிக்கிறது. அப்படி இருக்கின்ற சாதகர் தெளிவான உள்ளம் கொண்டு உள்ளதை உள்ளபடி அறிகிறார். அவரது முடிவுகள் தெளிவாக இருக்கும் பிரச்சனைகளை அவரால் எளிதில் அடையாளம் காணவும், தீர்வு சொல்லவும் முடியும்.

மார்கினி தேவியைப் பொறுத்தவரையில் காலியான கபாலம் ஆரவாரமில்லாத அமைதியைத் தெரிவிக்கிறது. வெற்றுக் கபாலத்தில் தெய்வீக சக்திகள் அலை அலையாகப் பரவி சாதகரை ஆக்கிரமித்துக் கொள்ளும். அந்த அலைகள் அவர் மூலமாக அவரது இருப்பிடம் முழுவதும் வியாபிக்கும். இதனால் அவரைச் சுற்றி சர்வ மங்கலங்களும் ஏற்படும், எப்போதும் அமைதி நிலவும், குழப்பமில்லாத மனநிலை இருக்கும்.

அவளை வழிபடும் யோகிகள் புதுப்பிக்கப்பட்ட தெய்வீக உணர்வில் எப்போதும் திளைத்திருப்பது உறுதி. அவள் காலடியில் ஒரு குள்ளநரி காணப்படுகிறது. காட்டின் மூலை முடுக்கு அத்தனையும் குள்ளநரிக்குத் தெரியும். அதுபோல நமது வாழ்வின் அத்தனை பகுதிகளையும் ஒரு சேரத் தெரிந்தவள் மார்கினி தேவி. குள்ளநரி தந்திரத்திற்குப் பேர் போனது. சாமர்த்தியம் மிகுந்தது, எப்பாடு பட்டாவது தனது குட்டிளைக் காப்பாற்ற வல்லது. அது போலவே தேவியும் நமது துன்பங்களில் இருந்து காப்பாள், எத்தகைய ஆபத்திலும் உடன்வந்து உதவி செய்வாள், சங்கடங்களைச் சமாளிக்கும் சமயோசித புத்தியை அருள்வாள்.

●●●

2 ஸ்ரீ ரமணிதேவி

விருப்பத்தை நிறைவேற்றுபவள்

ரமா என்றால் அழகானவள் என்று பொருள். அழகுக்கு ஒருவரும் ஒப்பாகாத மகாலட்சுமிக்கு ரமா என்று பெயர் உண்டு. ரமணியம் என்றால் அழகும் அமைதியும் தவழும் இடம். இந்தத் தேவி மிக மிக அழகான இளம் பெண்ணாகக் காட்சி தருகிறாள். அது மட்டும் அல்ல. இவள் இச்சாவதி. அதாவது நமது விருப்பத்தை உடனுக்குடன் நிறைவேற்றும் குணம் படைத்தவள்.

அழகு, இளமை ஆகியவற்றை அனைவரும் விரும்புவது உலக இயற்கை. அந்த வகையில் இந்தத் தேவியை வழிபாடு செய்பவர்களுக்கு வசிய சக்திகள் அதிகமாகும். வாக்கு வசியம், நோக்கு வசியம் ஆகியவை ஏற்படும். இந்தத் தேவி மிகவும் உணர்வு பூர்வமானவள். மிக உயர்ந்த தெய்வீக நிலைக்கு சாதகரைக் கொண்டு செல்பவள்.

இவளை வழிபடும் யோகியரின் இதயம் மற்றவர்கள் மீது அன்பும் பாசமும் கொண்டதாக இயங்கும். வாடிய பயிரைக் கண்டபோதெல்லாம் வாடினேன் என்று பாடினார் ராமலிங்க வள்ளலார். அத்தகைய அன்பும், இரக்கமும், கருணையும் அந்த யோகியரின் உள்ளத்தில் ஊற்றெடுத்துப் பெருகும்.

தாய்நாட்டு மண்ணைக் காக்க உயிரைத் தியாகம் செய்யும் தேசப்பற்றுடைய வீரர்கள், தியாகிகள், வறியவர்களுக்காக தான் திரட்டிய கோடானு கோடி செல்வத்தை எழுதி வைக்கும் வள்ளல்கள், தங்களது கண்டுபிடிப்புக்களை எந்தவிதமான லாப நோக்கமோ அல்லது சுயநலமோ இல்லாமல் நாட்டுக்கு அர்ப்பணம் செய்த அறிவியல் அறிஞர்கள் ஆகியோரது இதயத்தை ஆட்கொண்டவள் இந்த யோகினியாகத்தான் இருக்கும்.

இவளை வழிபடும் யோகிக்கு எல்லாம் முடியும் என்ற நேர்மறை எண்ணம் பொங்கிப் பெருகும். இதை நம்மால் செய்ய முடியாது என்ற எதிர்மறை எண்ணம் அழிந்து போகும்.

●●●

3.ஸ்ரீ இடா தேவி

தடைகளைத் தகர்ப்பாள்

இடாதேவி பெரிய ஆந்தைப் பட்சியின் மீது அமர்ந்திருக்கிறாள். அவள் தனது இரண்டு கைகளின் ஆள்காட்டி விரல்களை வாயில் வைத்து சீழ்க்கை ஒலி எழுப்புகிறாள். அவள் எழுப்பும் ஆற்றல் மிகுந்த ஒலி யோகசாதனையில் வெளிப்படும் சக்திகளை ஒருங்கிணைக்கிறது. நமது கர்ம வினைகளினால் உண்டாக்கப்படும் சோதனைகளை எதிர்கொள்ளவும், தடைகளை அகற்றவும் அவள் போராடும் குணம் கொண்டவள். இவள் கவித்துவத்தின் ஊற்றாக இருக்கிறாள். தெய்வீகக் குணங்களை மேன்மையுறச் செய்து சாதகரை அஞ்ஞான இருட்டில் இருந்து ஞான வெளிச்சத்தை நோக்கி நகர வைக்கிறாள்.

இடா நாடி என்பது இடகலை என்று யோக சாஸ்திரங்களில் சொல்லப்படுகிறது. இடைகலை, பிங்கலை, சுழுமுனை என்ற மூன்று நாடிகள் குண்டலினி யோகத்தில் மிகவும் முக்கியம் வாய்ந்தவை.

ஏற்றி இறக்கி இருகாலும் பூரிக்கும்
காற்றைப் பிடிக்கும் கணக்கறி வாரில்லை
காற்றைப் பிடிக்கும் கணக்கறி வாளர்க்கு
கூற்றை உதைக்கும் குறிஅது வாமே — திருமந்திரம்

நாசித் துவாரங்கள் வழியாக உட்செல்லும் காற்றை சித்தர்கள் அங்குலக் கணக்கில் அளந்துள்ளனர். வலது நாசித்துவாரம் வழியாகப் போகும் போது 12 அங்குலமும், இடது நாசி வழியாகப் போகும் போது 16 அங்குலமும், இரு துவாரங்களின் வழியே இணைந்து சுழுனையில் சஞ்சரிக்கும் போது 64 அங்குலமும் உட்செல்கிறது.

இதே போன்று வெளியே செல்லும் காற்றையும் அளந்துள்ளனர். அமர்ந்து இருக்கும் போது 12 அங்குலமும், நடக்கும் போது 16 அங்குலமும், ஓடும்போது 25 அங்குலமும், உறங்கும் போது 36 அங்குலமும், உடலுறவின் போது 64 அங்குலமும் வெளியாகின்றன. மனித உடலில் சேமிப்பில் இருக்கும் பிராணன்

அவரவர் செயலுக்கேற்ப அழிகின்றது என்பதை முன்சொன்ன கணக்கு தெளிவாக்குகிறது.

சுவாசத்திற்கும் மனித ஆயுளுக்கும் நெருங்கிய தொடர்பு உண்டு. 12 அங்குலம் சுவாசம் உள்ளே செலுத்தி 4 அங்குலம் வெளியே விட்டு மிதமுள்ள 8 அங்குலத்தை உள்ளே உலவச் செய்தால் 120 ஆண்டுகள் ஒரு மனிதன் வாழ முடியும் என்பது சித்தர்கள் கண்டறிந்த உண்மை.

எனவே தான் பிராணாயாமத்தை நம் முன்னோர்கள் முறையாகப் பழகி வந்துள்ளனர். தங்கள் சீடர்களுக்கும் கற்றுக் கொடுத்தனர். மனிதனின் வெற்றி தோல்விகளையும், சுவாசம் நிர்ணயம் செய்கின்றது என ஞானசர நூல் விளக்குகிறது.

இடது நாசியில் சுவாசம் நடக்கும் போது தாயின் உயிர்த்தன்மையின் செயல்பாடுகள் இயக்கத்துக்கு வரும் என்பது சித்தர்கள் கண்டுபிடிப்பு. எனவே இட நாடியின் சுவாசத்தை தாய் நாடி எனவும், பெண் நாடி எனவும், சந்திர நாடி எனவும், சந்திரகலை எனவும் அழைத்தனர். இட நாசியில் சுவாசம் நடைபெறும் போது அர்ச்சனை, குடமுழுக்கு, திருமணம் போன்ற சுப காரியங்களைச் செய்யலாம்.

இந்த இடகலை நாடியைக் குறிப்பவளும் அதை இயக்குபவளும், அதற்கு உண்டான பலன்களை தன்னை உபாசிக்கும் சாதகருக்குத் தருபவளும் இந்த ஸ்ரீ இடாதேவி.

இடகலை பிங்கலை வழியாக சுவாசம் எடுத்து பிராணாயாமம் செய்யும் யோகி, சுழுமுனை வழியாக குண்டலினியை சஹஸ்ராரத்தை நோக்கி உயர்த்துகிறான். இதனால் காணமுடியாத அற்புதக் காட்சிகளைத் தரிசனம் செய்கிறான், திரிபுரசுந்தரியின் பேரன்புக்குப் பாத்திரமாகிறான். பிராணனை யோக சக்கரங்களின் வழியாகக் கொண்டு சென்று உச்சந்தலையில் உள்ள பிரமரந்தரத்தில் இணைக்கும் போது இறைவன் தரிசனம் பெற்று அவருடன் ஐக்கியமாகிறான்.

இடா தேவி நமது மூளையின் வலது பக்கத்தையும், உடலின் இடது கைகளையும் இயக்குபவளாக இருக்கிறாள். இவளை யோகசாதனை செய்து வழிபடும் யோகி களைப்பு நீங்கி ஆனந்தம்

அடைகிறான். ஆந்தை பகலில் தூங்கி இரவு நேரங்களில் இரைதேடி வேட்டையாடுவதைப் போல, அந்த சாதகரும், மற்றவர்கட்கு ஆசைகாட்டி மயக்கும் உலக இன்பங்களாகிய பகலை விலக்கி, ஞானப் பயிற்சிகளை மேற்கொள்ளும் இரவு நேரங்களில் விழித்திருக்கிறான். பிராணாயாமம் செய்து ஸ்ரீ இடாதேவியை வழிபட்டால் உடல் களைப்பும், மனச் சலிப்பும் நீங்கும். உயர் சித்திகள் கைகூடும்.

●●●

4 ஸ்ரீ பிங்களா தேவி

கிளியின் முகம் கொண்டவள்

வலது நாசியில் சுவாசம் நடக்கும்போது தந்தையின் உயிர்ப்புத்தன்மையின் செயல்பாடுகள் நிகழும் நேரத்தை ஆண் நாடி எனவும், தந்தை நாடி எனவும், பிங்கலை எனவும், சூரிய நாடி எனவும், சூரியகலை எனவும் அழைத்தனர். இந்த நாடி செயல்படும்போது சங்கீதம், உபதேசம், கற்றல் ஆகிய பணிகளைச் செய்யலாம்.

பிங்களா தேவி கிளியின் முகம் கொண்டவள். தத்தை முகம் கொண்ட தத்தை என்று சொல்லலாம். தமிழ் இலக்கியத்தில் தத்தை என்றால் கிளி என்றும், அழகான இளம் பெண் என்றும் இரண்டு பொருள் உண்டு.

அவள் தனது கழுத்தில் மிகப்பெரிய மாலை அணிந்து தனது இரண்டு கைகளினாலும் அதைப் பிடித்து இருக்கிறாள். பிராண சக்தியை உடல் முழுவதும் ஏந்திச் செல்வதையும், அதனால் உடலில் உள்ள யோகச் சக்கரங்கள் தூண்டப்படுவதையும் இந்தத் தேவியின் சிலை வடிவம் குறிப்பாக உணர்த்துகிறது.

இவள் சூரிய சக்தி வடிவமானவள். அதனால் நமது மூளையின் இடது பக்கத்தையும், உடலின் வலது பாகத்தையும் கட்டுப்படுத்துகிறாள். இதன் காரணமாகவே அவள் ஒரு அழகான கிளியின் முகத்தைத் தனது முகமாகப் பெற்றிருக்கிறாள். கிளி பகலில் விழித்திருப்பது, சுறுசுறுப்பானது, சாத்வீக உணவான

பழங்களை மட்டுமே புசிப்பது, பேசக்கூடிய ஆற்றல் படைத்தது, எல்லாவற்றுக்கும் மேலாக நீண்டதொலைவு பறக்கும் ஆற்றல் பெற்றது. பிங்களா தேவி தன்னை வழிபடும் சாதகருக்கு இது போன்ற சித்துக்களை அளித்து வாழ்வில் முன்னேற்றம் தருகிறாள் என்பது ஐதிகம்.

இவளை மனத்தில் நிறுத்தி வழிபட்டால் பேச்சு வன்மை பெருகும், பெண்களுக்கு இனிய குரல்வளம் உண்டாகும், சாந்தகுணமும், அனைவரையும் கவரும் அழகும் வளரும்.

●●●

5 ஸ்ரீ கங்காதேவி

ஸ்ரீ நதியின் ஆற்றல் பெற்றவள்

கங்கை பூமிக்கு எப்படி வந்தாள்?

முன்னொரு காலத்தில் சாகர் என்கிற அரசர் "தான் மிகவும் சக்தி வாய்ந்தவராக வேண்டும்" என்பதற்காக குதிரையைப் பலி கொடுக்கும் அஸ்வமேத யாகம் ஒன்றைச் செய்தார். இதைக் கேள்விப்பட்ட தேவர்களின் அரசனான இந்திரன் அந்த யாகம் வெற்றியாகத் தடையில்லாமல் முடிந்து விட்டால் தான் பதவியை இழக்க வேண்டி வருமே என்று நடுங்கினான் தேவர்களின் தலைவனான இந்திரன். ஆகவே அவன் சாகரின் அஸ்வமேதக் குதிரையைத் திருடி அதை முனிவர் கபிலர் வாழ்ந்த ஆசிரமத்திலிருந்த மரம் ஒன்றில் கட்டி வைத்தான்.

குதிரையைக் காணாததால், அரசன் சாகரின் 60,000 புதல்வர்கள் அதைத் தேடிப் புறப்பட்டனர். அப்பொழுது குதிரை முனிவர் கபிலரின் ஆசிரமத்தில் இருப்பதை அவர்கள் கண்டனர். அவர்தான் குதிரையைத் திருடியிருக்க வேண்டுமென்று தவறான முடிவுக்கு வந்து அதை

விடுவிக்க முயற்சி செய்தனர். இந்தச் சத்தம் தியானத்திலிருந்த முனிவருக்கு இடைஞ்சலாக இருந்தது. தான் தான் குதிரையைத் திருடிவிட்டதாக அவர்கள் நினைக்கிறார்கள் என்பதை அறிந்து கொண்ட முனிவர் மிகவும் கோபங்கொண்டார். கோபத்துடன் அவர் பார்த்த பார்வையிலேயே சாகரின் புதல்வர்கள் 60,000 பேரும் எரிந்து சாம்பாலாகி விட்டனர்.

இறந்தவுடன் செய்ய வேண்டிய ஈமச் சடங்குகள் முடிவதற்கு முன்பே அவர்கள் எல்லோரும் எரிந்து சாம்பலாகி விட்டனர். எனவே, அவர்கள் பேய்களாக அலைந்தனர். அவர்களில் தப்பிப்பிழைத்த ஒரு சகோதரன் அன்சுமன், "என்ன சடங்கு செய்தால் இந்த பேய்களான எனது சகோதரர்கள் எல்லோரும் சொர்க்கத்திற்குச் செல்ல முடியும்? அதற்கான வழிமுறைகளைத் தயவு செய்து எனக்கு உபதேசியுங்கள்'' என முனிவரிடம் கெஞ்சிக் கேட்டுக் கொண்டான். அதற்கு முனிவர், " புனிதமான கங்கையில் அவர்கள் சாம்பலைக் கரைத்தால் சடங்குகள் முடிவடையும்'' எனக் கூறினார். அதோடு "கங்கையைப் பூமிக்குக் கொண்டு வர வேண்டுமெனில் பிரம்மாவை நினைத்து வழிபட வேண்டும்'' என்றும் வழிகாட்டினார்.

அதன்பின் பல தலைமுறைகளுக்குப் பிறகு, அரசன் சாகரின் வம்சாவழியில் வந்த பகீரதன் பல ஆயிரம் ஆண்டுகள் மிகவும் கடுமையாகத் தவம் புரிந்தான். இதைக் கண்டு மனமிரங்கிய பிரம்மா அவன் வேண்டுகோளை ஏற்று கங்கையை பூமிக்குச் செல்லுமாறு பணித்தார். கங்கை மிகவும் உறுதியும், சக்தியும் கொண்ட நதியாகும். அவள் தான் வரும் வழியில் தென்படும் எல்லாவற்றையும் அழித்தொழிக்கத் திட்டமிட்டிருந்தாள். இதையறிந்த சிவபெருமான் அவளைத் தமது ஜடாமுடியில் சிறைப்பிடித்து அவள் வேகத்தைக் கட்டுப்படுத்தி விட்டார்.

ஐதீகம்

கங்கையின் மடியில் அமர்ந்து தவம் செய்யும் யோகி, வெகு விரைவில் மனஒருமைப்பாடு பெறுகிறான். இந்த வகையில் ஸ்ரீ கங்கா யோகினியை உபாசனை செய்பவர்கள் வாழ்க்கையானது தட்டுத் தடங்கல் இல்லாமல் கங்கை நீர் ஓடுவதைப் போல

தடைகளைத் தாண்டி முன்னேறும் என்பதில் எள்ளளவும் சந்தேகமில்லை.

●●●

6 ஸ்ரீ யமுனா தேவி

இவள் யமனோடு பிறந்த இரட்டை. அதனால் இவளுக்கு யமி என்ற பெயரும் உண்டு. இவள் ஆமையின் மீது அமர்ந்திருக்கிறாள். வேதகால கருத்துப்படி யமனும், யமியும் முதல் ஆணும் பெண்ணுமாவர்.

சூரியனின் மனைவி ஒருநாள் அவருடைய ஒளியைத் தாங்க முடியாமல் தன்னுடைய கண்களை மூடிக் கொண்டபோது கோபமடைந்த சூரியன் மனைவிக்குச் சாபமிட்டார். அப்போது பிறந்தவளே யமுனை. அதனால்தான் அவள் நதியாகி சலசலத்து ஓடுகிறாள். அந்த வகையில் யமுனை சூரியனின் மகள். யமதர்மராஜரின் சகோதரி.

சிவபெருமானின் காலபாசத்தினால் ஒருமுறை யமன் இறந்தபோது, அவனது ரகசியங்களை அறிந்த யமுனா, விளைநிலங்களைத் தனது நீரினால் வளப்படுத்தினாள். பூமியைத் துளைத்துக் கொண்டு இறங்கினாள். பல ரகசிய வழிகளை ஏற்படுத்திக் கொண்டு உயிரினங்களைக் காத்தாள்.

யமுனையின் மகத்துவம்

முன்னொரு காலத்தில் கிரேதா யுகத்தில் நிஷாதா என்ற தேசத்தில் ஹேமகுண்டலா என்ற வியாபாரி தனது இரண்டு பிள்ளைகளோடு வணிகம் செய்து வந்தார். அவர் பாடுபட்டு பெரும் செல்வம் சேர்த்து ஏராளமான தான தருமங்கள் செய்தார். சிறிது காலத்திற்குப் பிறகு அவருக்கு உலக வாழ்க்கையில் அலுப்பும் சலிப்பும் ஏற்பட்டது.

வாணிபத்தை விட்டு தான் சேர்த்த செல்வத்தைக் கொண்டு சிவனுக்கும் விஷ்ணுவுக்கும் ஆலயங்கள் கட்டி கும்பாபிஷேகம் செய்து ஆனந்தம் கொண்டார். அப்படியும் ஏராளமான செல்வம் மிகுந்திருக்கவே அவற்றை தனது பிள்ளைகளுக்குப் பிரித்துக் கொடுத்துவிட்டு சந்நியாச ஆசிரமம் மேற்கொண்டார்.

ஆனால் தந்தையைப் போல அவர்கள் இருவருக்குமே பக்தியோ ஆன்மீக நாட்டமோ இல்லை. தந்தை சேர்த்த செல்வங்களை அடாத வழியில் செலவழித்தனர். பெண்பித்து பிடித்து அலைந்தனர், விலைமாதர்களிடம் இன்பம் அனுபவிக்க ஏராளமான பணத்தை இழந்தனர். ஒரு காலக்கட்டத்தில் கடனாளிகளாகி ஊரை விட்டு ஓடி விட்டனர். மூத்தவன் காட்டிற்குள் சென்று யமுனை நதி ஓடிக் கொண்டு இருந்த கரையில் தங்கி யிருந்தான்,

இரண்டாமவனோ மலைப் பகுதிக்குச் சென்று குகைகளில் வாழ்ந்து வந்தான். சில காலம் கடந்தது. இருவரும் மரணம் அடைய யம தூதுவர்கள் அவர்களை மேலுலகுக்கு அழைத்துச் சென்றனர். மூத்தவன் சொர்க்கத்திற்கும், இளையவன் நரகத்துக்கும் சென்றனர்.

இது ஆச்சரியத்தை ஏற்படுத்துகிறது அல்லவா?

அதைக் கண்ட நாரத முனி யமதர்மராஜனிடம் சென்று கேட்டார், 'இத்தனை கேடு கெட்ட வாழ்க்கையை வாழ்ந்த இருவரில் ஒருவனை மட்டும் சொர்க்கத்துக்கு ஏன் அனுப்பினீர்கள்?'

யமதர்மராஜர் கூறினார் முனிவரே உங்களுக்குத் தெரியாததா, எத்தனைதான் தீய செயல்களைச் செய்தாலும் புனிதமான யமுனை நதியில் ஒரு முறை குளித்தால் அனைத்துப் பாபங்களும் போய்விடும் என்பது. மூத்தவன் தனது இறுதி நாட்களில் தினமும் யமுனையில் அல்லவா குளித்து வந்தான். கிருஷ்ணரும், சிவபெருமானும் குளித்த அந்தப் புனித நதியில் குளித்து விட்டவருக்கு நான் சொர்க்கத்தைத் தராமல் வேறு என்ன செய்வது?'

இப்போது புரிகிறதா? யமுனை நதி எத்தனை புனிதமான நதி என்று. இந்த யோகினியும் அத்தனை புனிதமானவள் தான்.

●●●

7 ஸ்ரீ நர்மதா தேவி

நர்மதா தேவி நான்கு கரங்களோடு, பெரிய மீனின் மீது அமர்ந்த நிலையில் காட்சி தருகிறாள். இடது கீழ் கரத்தினால் அபயம் தருகிறாள், வலது கீழ் கரத்தில் ஒரு வெற்றுக் கபாலத்தை ஏந்தி இருக்கிறாள். பொதுவாக தேவதைகள் தெய்வங்கள் இடது கரத்தினால் அபயம் அளித்து, வலது கரத்தினால் ஆசி வழங்குவதாகவே சிலைகள் அமைக்கப்பட்டிருக்கும். ஆனால் நர்மதா தேவி வழக்கத்திற்கு விரோதமாக வலது கரத்தில் கபாலத்தை ஏந்தி வியப்பை ஏற்படுத்துகிறாள்.

கபாலம் என்பது வெறும் பிச்சைப் பாத்திரம் அல்ல, அது பிரபஞ்ச அறிவை வைத்திருக்கும் பெட்டகம். அந்தப் பாத்திரத்தில் இருந்து ஒருவர் ஞானத்தை அடைய வேண்டும் என்றால் அதற்கு அந்த தேவியை முறையாக மன ஒருமைப்பாட்டோடு வழிபடவேண்டும்.

நமது மனம் எப்போதும் உலக ஆசைகள், ஏக்கங்கள், கோபம், மோகம், ஆணவம் போன்றவற்றினால் நிரம்பி வழிகிறது. அவைகளை விட்டொழித்து மனதைச் சுத்தப்படுத்திக் கொண்டால் தான் தேவியின் கரத்தில் இருக்கும் கபாலத்தில் இருந்து பிரபஞ்ச ஞானத்தைப் பெற முடியும் என்பதை அவள் மறைமுகமாகத் தெரிவிக்கிறாள்.

நர்மதை நதி இந்தியாவின் வளமிக்க நதிகளுள் ஒன்று, புனிதமான இது இந்தியாவின் கிழக்கு மேற்காக ஓடுகிறது. மற்ற புண்ணிய நதிகள் யாவும் மேற்கில் இருந்து கிழக்காக ஓடும்போது நர்மதா மட்டும் சற்றே வித்தியாசமாக கிழக்கில் இருந்து மேற்கு நோக்கி நகர்கிறது. இது வித்தியாசம் மட்டும் அல்ல, விசேஷமும் கூட.

தேவி தனது வலது மேற்கரத்தில் ஒரு திரிசூலத்தை வைத்திருக்கிறாள். ஆணவம், கன்மம், மாயை ஆகிய முக்குணங்களைக் கடந்தவர்களுக்குத் தன்னை அறியும் ஞானம் தலைப்படும் என்பதை அவள் தெரிவிக்கிறாள். அவளை பக்தியோடும் முறையோடும் வழிபாடு செய்யும் சாதகருக்கு, மண்ணுலக வளங்களையும், சொர்க்கலோக இன்பங்களையும்,

பிறகு மோட்சப்பேற்றையும் அளிப்பாள் என்பதை அந்தத் திரிசூலம் சுட்டிக் காட்டுகிறது.

அவளது இடது மேற்கரத்தில் சிறிய கண்ணாடி காணப்படுகிறது. எதிரே நிற்பவரை உள்ளது உள்ளபடி காட்டுவது கண்ணாடியின் இயல்பு. ஆன்மீகத்தை நாம் நமக்கு வெளியே தேட முடியாது. நம்மை அறிந்தால் நாம் இறைவனையும் அறிய முடியும் என்ற தத்துவத்தை அவள் தன் கையில் கண்ணாடி வைத்து நமக்குச் சுட்டிக் காட்டுகிறாள்.

இவளை வழிபடுவதன் மூலமாக மண்ணுலக ஆசைகளில் மட்டுமே உழன்று கிடக்கும் நமது ஐம்புலன்களான மெய், வாய், கண், மூக்கு, செவி ஆகியவை உயர்நிலை பெற்று தெய்வீகப்புலன்களாக மாறும். அதன் காரணமாக தெய்வீக ஆற்றல் நமது உடலில் இருந்து வெளிப்படும். அப்போது மலர் மலரும் ஓசையைக் கூட நம்மால் கேட்க முடியும், வண்ணங்களின் வாசனையை உணர முடியும். தேவதைகளின் இனிமையான குரலை நம்மால் கேட்டுப் புரிந்து கொள்ள முடியும்.

●●●

8 ஸ்ரீ ரசனகிரகா தேவி

பத்மாசனத்தில் அமர்ந்தவண்ணமாக இவள் ஆழ்ந்த தியானத்தில் இருக்கிறாள். இவள் மர்மம் நிறைந்த யோகினி. அழகும் ஆபத்தும் நிறைந்தவள். இதனை விளக்குவதைப் போல அவள் தனது இடது மற்றும் வலது கரங்களில் அறுபட்ட தலைகளை வைத்திருக்கிறாள். ஒரு தலை பயங்கரமாக விழிக்கிறது, மற்றொன்று அமைதியாகக் காணப்படுகிறது.

அவளது பெயரில் உள்ள கிரகா என்பது ஒன்பது கிரகங்களில் ஒரு கிரகத்தையும், வசிக்கும் இடத்தையும் குறிப்பிடுகிறது. அதனால் புதிய வீட்டில் குடித்தனம் போவதை கிரகப்பிரவேசம் என்கிறோம். நாம் அடைய வேண்டிய இடம் நமது பிறந்த வீடு, எங்கே சுற்றினாலும் இரவுநேரத்தில் வீட்டுக்கு வருவது மண்ணுலகத்தில் பிறந்த அத்தனை உயிரினங்களின் இயல்பு. அது போலவே நாம் எத்தனை பிறவிகள் எடுத்து மரமாய்,

மிருகமாய், பறவையாய், மனிதராய்ச் சுற்றித் திரிந்தாலும் அவள் பாதங்களில் தான் இளைப்பாற வேண்டும். இதனைத் தெரிவிப்பதே அவளது பெயர்.

ஆங்காரம் உள்ளடக்கி ஐம்புலனைச் சுட்டறுத்து
தூங்காமல் தூங்கி சுகம் பெறுவது எக்காலம்

என்று பாடுவார் பத்திரகிரியார்.

நமது கோபத்தை விட்டு, ஐம்புலன்களின் சேட்டைகளை விலக்கி அமைதியோடு இருந்தால் அவள் தனது தரிசனம் தருவாள். இதனை விளக்குவதற்காகத்தான் தேவி தனது இரண்டு கரங்களிலும் கோபப்பார்வை கொண்ட ஒரு தலையையும், அமைதி மிகுந்த மற்றொரு தலையையும் அறுத்து வைத்துக் கொண்டிருக்கிறாள்.

கிரகம் என்பதற்கு இடம் என்ற ஒரு பொருளும் உண்டு அல்லவா? அந்த வகையில் அவள் துருவ நட்சத்திரமாகக் கருதப்படுகிறாள். குறிக்கோள் வைத்து அவளை உபாசனை செய்பவர்களுக்கு அவள் கலங்கரை விளக்கமாக நின்று வழிகாட்டுவாள். கடலில் பயணம் செல்லும் மாலுமிகளுக்கு துருவ நட்சத்திரம் சரியான திசையைக் காட்டி உதவுவதைப் போல அவள் தனது சாதகர்களுக்கு ஆன்மீகத் தேடலுக்கு உதவி அவர்களை யோக சாதனைகளில் மலர்ச்சி அடையச் செய்கிறாள்.

●●●

9 ஸ்ரீ கலம்பா தேவி

இந்தத் தேவி இரண்டு கரங்களைக் கொண்டவள், பன்றியின் மீது அமர்ந்த நிலையில் கையில் அம்பு எய்வதற்குச் சாதகமான நிலையில் வில்லை வளைத்துப் பிடித்திருக்கிறாள். காட்டில் வாழும் பழங்குடி மக்களின் வாழ்வாதாரமாக விளங்குபவை வில்லும் அம்பும். அவர்களுக்குக் காட்டுப்பன்றி வேட்டை என்பது பெரிய திருவிழா போன்றது.

பல யோகினிகளின் பெயர்கள் சமஸ்கிருதம் மற்றும் பழங்குடியினரின் மொழிகளின் அடிப்படையில் அமைந்திருப்பதைக்

காண முடிகிறது. கலம்பா என்ற இந்த யோகினியின் பெயருக்கும் கடம்பா என்ற வார்த்தையே அடிப்படையாக இருக்கலாம் என்பது அறிஞர்களின் கருத்து. இவளது உருவ அமைப்பு ஒடிசாவில் உள்ள ஹீராப்பூர் யோகினி சிலையோடு பெருமளவு ஒத்திருக்கிறது.

கடம்பா என்ற வார்த்தைக்கு பழங்குடியினரின் மொழியில் அம்பு என்பது பொருள். இவளை வழிபடுவோர் தங்கள் குறிக்கோளை அடைவது திண்ணம். வில்லில் இருந்து புறப்பட்ட அம்பு தனது குறிக்கோளைத் தவறாமல் அடைவதற்கு வில் உதவுவது போல இந்த யோகினி தன்னை வழிபடும் சாதகருக்கு அவர்களது குறிக்கோளை அடைய உதவுகிறாள் என்று கௌலஞான நிர்ணயா என்ற நூல் தெரிவிக்கிறது.

வெற்றிகரமான செயலுக்குப் பொதுவாக எல்லா மக்களாலும் வில்லும் அம்பும் குறியீடாகச் சொல்லப்படுவதை இன்றும் காண்கிறோம். வில் எந்த அளவுக்கு வளைகிறதோ அந்த அளவிற்கு அம்பு விசையோடு நீண்ட தொலைவு பாய்ந்துசென்று இரையைத் தாக்கும். இங்கே அம்பு எனப்படுவது நமது மனம், அதுவே உடலைக் கட்டுப்படுத்தி இயக்குகிறது.

இந்த யோகினி வழிபாட்டில் நமது உடலாகிய வில், சாதனைகளைப் பழகுவதற்கு உதவி செய்வதோடு, மனமாகிய அம்பை பிரபஞ்சத்திற்கு அப்பால் கொண்டு செல்ல உதவுகிறது. உடலும் மனமும் இசைவோடு இருக்குமானால் செயற்கரிய செயல்களைச் செய்து முடிக்க முடியும் அல்லவா? அதனைத் தெரிவிப்பதற்காகத்தான் இந்த யோகினி தன் கையில் வில்லை ஏந்தி இருக்கிறாள். ஆனால் அதில் அம்பு பூட்டப்படவில்லை. யோக சாதனை செய்பவர்களின் மனமே அம்பாகும் என்பதை இது மறைமுகமாகத் தெரிவிக்கிறது.

மனதைக் கட்டுப்படுத்த வேண்டுமானால் முதலில் நாம் உடலைக் கட்டுப்படுத்த வேண்டும். அதற்காக யோகசாதனைகள் செய்ய வேண்டும். மூச்சுக்காற்றை நெறிப்படுத்தி பிராணாயாமப் பயிற்சிகளை முறையாகச் செய்வதன் மூலமாக உடலாகிய வில்லை வளைத்து, மனமாகிய அம்பை அதில் எளிதாகப் பூட்டி, எய்ய வேண்டிய இலக்காகிய பேரின்பத்தை அடைந்து விட

முடியும். இதனை நமது யோக நூல்கள் பலவும் தெரிவிக்கின்றன. யோக சாதனைகளைப் பயில்வோருக்கு கலம்பாதேவி கருணை கொண்டு அருள்புரிகிறாள், அஷ்டாங்க யோகப் பேறுகளை வழங்கக் காத்திருக்கிறாள்.

●●●

10 ஸ்ரீ வீரேந்திரி தேவி

இவள் அழகானவள் மட்டும் அல்ல வீரம் மிகுந்தவள். அதனால் தான் வீரேந்திரி என அழைக்கப்படுகிறாள். பகைவர்களை அடக்குபவரை வீரன் என அனைவரும் போற்றுவார்கள். அப்படிப்பட்ட வீரர்களுக்கு எல்லாம் வீரன் அதாவது வீராதிவீரன் யார் என்றால் ஐம்புலன்களை அடக்கி வைத்திருப்பவன். அவனே மகாவீரன். அந்த வகையில் இந்த யோகினி மகாரதி என்ற அந்தஸ்தில் இருப்பவள். அவள் தன் கையில் வில்லைப் பிடித்திருக்கிறாள்.

புதருக்குள் மறைந்திருக்கும் காட்டு விலங்குகளைத் தேடிச் சென்று குறி தப்பாமல் கொல்லும் கொடிய அம்புகளை எய்யும் ஆற்றல் படைத்தவள் அவள். அவள் தான் கொன்ற விலங்கின் மீது அமர்ந்திருக்கிறாள், அவள் நமது மனக்குகையில் ஒளிந்திருக்கும் ஆசாபாசங்களை, காம குரோதங்களைத் தேடிப் பிடித்து அழித்து விடுவாள் என்பதை அவளது தோற்றம் நமக்கு உணர்த்துகிறது.

அம்பு எய்வதற்கு முன்னால் வில்லின் நாணை அவள் பின்பக்கமாக இழுக்கிறாள். அதுபோல நாமும் நமது குறிக்கோளில் வெற்றி அடைய முன்னேற வேண்டுமானால், நமது புலன்களை உலக ஆசைகளில் மாட்டிக் கொண்டு விடாமல் பின்னே இழுத்துக் கொள்ள வேண்டும் என்பதையே அவளது வடிவம் நமக்குக் குறிப்பாக உணர்த்துகிறது.

●●●

11 ஸ்ரீ சிம்ம முகி தேவி

இவள் மனித உடலும் சிங்கத்தின் முகமும் கொண்டவள். நான்கு கரங்களை உடையவள். சிங்கம் கானகத்தின் அரசன். விலங்குகளின் தலைவன். அபாரமான உடல் வலிமையும், தலைமைப்பண்பும் நிறைந்த விலங்கு சிங்கம். இத்தகைய குணங்கள் இவளிடமும் உண்டு.

இவள் தனது வலது கீழ் கரத்தில் ஒரு கபாலத்தை வைத்திருக்கிறாள். அது அவளது மார்புக்கு நேராக இருக்கிறது. அது சிகப்பான ரத்தத்தினால் நிரம்பி உள்ளது. இந்தக் கபாலம் என்பது அந்த யோகினியை வழிபாடு செய்யும் சாதகனைக் குறிக்கிறது. தன்னை வழிபடும் பக்தனை அவள் தன் நெஞ்சில் வைத்துக் காப்பாற்றுகிறாள். கபாலத்தில் உள்ள ரத்தம் அந்த பக்தனுக்கு அவள் தரும் ஆசிகளை, அதனால் அவன் அடையும் அளவுகடந்த சித்துக்களைக் குறிக்கிறது.

சித்தியும் சித்திதரும் தெய்வமாகத் திகழும் பரா
சத்தியும், சத்தி தழைக்கும் சிவமும், தவமுயல்வார்
முத்தியும், முத்திக்கு வித்தும்

என்ற அபிராமி அந்தாதிப் பாடலை இங்கே நினைவுபடுத்திக் கொள்ள வேண்டும். அத்தனை மகத்துவங்கள் இந்த யோகினியை வழிபடுவோருக்குக் காத்திருக்கிறது.

சிங்க முக யோகினி தனது இடது கரம் ஒன்றில் பெரிய டமருகத்தை வைத்திருக்கிறாள். அது மனித கபாலத்தினாலும், மனிதத் தோலினாலும் செய்யப்பட்டது. அதில் இருந்து வெளிப்படும் சத்தம் பக்தருக்கு அளவுகடந்த ஆற்றலை அளிக்க வல்லது. சிவபெருமான் கையில் உள்ள உடுக்கையில் இருந்து நாத தத்துவம் தோன்றியது. 'ஓசை ஒலியெலாம் ஆனாய் நீயே' என அப்பர் சுவாமிகள் சிவபெருமானைப் பாடிப் போற்றுகிறார். இந்த தத்துவத்தைப் பராசக்திக்கும் ஏற்றி இருப்பதை இவளது வடிவம் ருசுப்படுத்துகிறது.

அந்த டமருகத்தில் இருந்து உருவாகும் ஓசை, உடலிலும் உள்ளத்திலும் புத்துணர்ச்சியை அளிக்கும், மனத்தில் உள்ள அச்சத்தை விரட்டும், அறியாமையைப் போக்கும், ரத்த

நாளங்களில் புதிய ரத்தத்தைப் பாய்ச்சும். இந்த யோகினி தனது வலக்கரம் ஒன்றில் மிகப் பெரிய வெண்சங்கு வைத்திருக்கிறாள். இது தண்ணீரைக் குறிக்கிறது. தண்ணீர் இல்லாமல் பிரபஞ்சம் இல்லை, உயிரினங்களின் வாழ்க்கை இல்லை. வாழ்வின் மூலாதாரமாக இருப்பது தண்ணீர். ஆகவே இந்தத் தேவியை வழிபட்டால் வம்ச விருத்தி பெருகும், நிலபுலன்கள் அசையாத சொத்துக்கள் சேரும். வளமான வாழ்க்கை ஏற்படும் என்பதை அறிய முடிகிறது.

●●●

12 ஸ்ரீ ஞான தேவி

ஞானதேவி தனது வலது கரத்தில் ஓலைச்சுவடிக்கட்டு ஒன்றை ஏந்தி இருக்கிறாள். மிகவும் ஓய்வான நிலையில் ஒரு காலை மடக்கிக் கொண்டு மறுகாலை சற்றே உயர்த்தியவாறு அமர்ந்திருக்கிறாள். அது ஏறக்குறைய ஒரு மணப்பெண் அமைதியாக உட்கார்ந்திருப்பதை ஒத்திருக்கிறது. அவள் கையில் ஓலைச்சுவடியை வைத்திருந்த போதிலும் அதைப் படிக்கவில்லை.

தனது நூலறிவின் மூலமாகவும், அனுபவத்தின் மூலமாகவும் அடைந்த ஞானத்தை அவள் அமர்ந்த நிலையில் நமக்கு உபதேசிக்கிறாள். அவள் முகத்தில் சாந்தமும், சந்தோஷமும் குடி கொண்டுள்ளது.

24 அத்தியாயங்களைக் கொண்ட கௌலஞானநிர்ணயா நூலானது ஞானத்தைத் தெளிவாக விளக்கிய பிறகு இறுதி அத்தியாயத்தில் மச்சேந்திர நாதருக்கு தனது மரியாதையோடு கூடிய நமஸ்காரங்களைத் தெரிவிக்கிறது. இவர் தனது அபாரமான ஞானயோகப் பயிற்சிகளின் காரணமாக மனித உடலைத் தேவசொரூபமாக மாற்றிக்கொள்ளும் சித்து கைவரப்பெற்றவர்.

இந்த யோகினியை முறையாக வழிபடும் சாதகன் சாதாரண மனித நிலையில் இருந்து தெய்வ நிலைக்கு உயர்த்தப்படுவான், ஞானியாக மாற்றம் பெறுவான் என்பதை இந்த யோகினியின் தோற்றம் உணர்த்துகிறது.

●●●

13 ஸ்ரீ சர்வதோமுகி தேவி

இந்த யோகினி உலகப்பார்வை கொண்டவள். அவள் காதுகள், கண்கள், கைகள், நாக்கு மற்றும் பாதங்கள் உலக முழுவதும் பரவிப் படர்ந்திருக்கிறது. அவள் பார்வையில் இருந்து எதுவும், யாரும் தப்பிவிட முடியாது.

அவளை வழிபடும் பக்தனுக்கு ஐம்புலன்களை மடைமாற்றம் செய்து உலக இச்சைகளில் இருந்து விலக்கி தெய்வீக நிலைக்கு உயர்த்துகிறாள். அவளது அருளினால் அந்த பக்தன், உடலாகிய சிறிய கூட்டுக்குள் இருந்து விடுபட்டு, உலகமாகிய பரந்த வெளியில் ஆனந்தமாகச் சிறகடித்துப் பறக்கிறான். காணாத காட்சிகளைக் கண்டு களிக்கிறான், இதுவரையில் கேட்டிராத தெய்வீகக் கானங்களைக் கேட்டு மெய்சிலிர்க்கிறான். அவளது ஆசியினால் அவனது சாதாரண புலன்கள் இப்போது தெய்வீகத்தை உணரும் உன்னதப் புலன்களாகி விட்டன. அதனால் அவனால் எளிதாக மோட்ச உலகின் படிக்கட்டுக்களில் உலா வர முடியும்.

அவள் ஆயிரம் முகங்கள், ஆயிரம் கரங்கள் கொண்டவளாகச் சித்தரிக்கப்படுகிறாள். எங்கெங்கு காணினும் சக்தியடா என்ற பாரதியின் வரிகளை நினைவுபடுத்திக் கொள்ளுங்கள். அவள் இரண்டு கரங்களில் மிகப் பெரிய நாகத்தை மாலைபோல தூக்கிப் பிடித்திருக்கிறாள். அவளது காலடியில் ஒரு மனிதன் ஒரு கையை தலைக்கு முட்டுக் கொடுத்துப் படுத்திருக்கிறான்.

மனிதன் தனது உடலைக் கட்டுப்படுத்தி யோக சாதனைகள் செய்தால் மூலாதாரத்தில் சுருண்டு படுத்திருக்கும் பாம்பான குண்டலினி சக்தி விழிப்படைந்து சரசரவென்று ஆறு யோக சக்கரங்களைத் துளைத்துக் கொண்டு மேலே செல்வாள். அப்போது அந்த யோகிக்கு யோக நித்திரை கைகூடும்.

இவைகளைத்தான் யோகினியின் கையில் பிடித்திருக்கும் பாம்பும், காலடியில் கிடக்கும் மனிதனும் நமக்குச் சூசகமாகத் தெரிவிக்கின்றனர்.

சர்வதோமுகி தேவி தன்னை வழிபடுவோருக்கு யோகத்தில் ஏற்படும் தடைகளை விலக்கி, விரைவில் யோகசாதனைகளின் பலன் கிடைக்க உதவி செய்வாள் என்பதை அவளது தோற்றம் உணர்த்துகிறது.

தூங்கிக் கண்டார் சிவ யோகமும் தம்முளே
தூங்கிக் கண்டார் சிவபோகமும் தம்முளே
தூங்கிக் கண்டார் சிவ லோகமும் தம்முளே
தூங்கிக் கண்டார்நிலை சொல்வ தெவ்வாறே

என்று கேட்கிறார் திருமூலர் தனது திருமந்திரப் பாடலில்.

ஆகவே தூங்காமல் தூங்கும் சுகம் என்பது சாதாரணமானதல்ல. இது மிகப் பெரிய ஞானிகளுக்கே கைவரப்பெற்ற சித்தியாகும். இதனை அடைய இந்த யோகினி துணைபுரிவாள் என்பது திண்ணம். இவளது சிலையை நாம் பேடாகட் யோகினி கோயிலில் தரிசனம் செய்யலாம்.

●●●

14 ஸ்ரீ காகு தேவி

இவளது உருவம் பயத்தை ஏற்படுத்துவதாக அமைந்திருக்கிறது. இவள் நல்லவர்களுக்கு நல்லவள், தீமை செய்வோருக்குப் பயங்கரமானவள். இவள் சாதகரின் மனத்தில் உள்ள கெட்ட எண்ணங்களை சம்ஹாரம் செய்து, அவர்களை நல்வழிப்படுத்துவாள். தெய்வீக சக்திகளை உள்ளே வரவிடாமல் தடைசெய்யும் தீய எண்ணங்களைப் பொசுக்கி அழிக்கும் குணம் கொண்டதால் இவள் காகுதேவி என அழைக்கப்படுகிறாள்.

இவள் கையில் மிகப்பெரிய நாகம் இருக்கிறது, அது இவளது இடது தோளில் இருந்து கணுக்கால் வரையில் நீண்டு தொங்குகிறது. அவளது வலது காலின் கீழே ஒரு மனிதன் மிதிபட்டுக் கிடக்கிறான். அவளது ஒரு கரம் கபாலம் செருகிய கோல் ஒன்றை வைத்திருக்கிறது.

பயத்தை விரட்டி, கெட்ட குணங்களைத் தன் காலில் போட்டு மிதித்து, அவள் தனது பக்தர்களுக்குத் துணையாக இருப்பதை இது உணர்த்துகிறது. எதிர்மறையான சக்திகள் அவளைக் கண்டால் விட்டு விலகும் என நூலின் மூலமாக அறிய முடிகிறது.

•••

15 ஸ்ரீ கௌசிதியாகர தேவி

இவள் உருவம் அச்சத்தை ஏற்படுத்துவதாக இருக்கிறது. இவள் இறந்து போன பூத உடலின் மீது பயமில்லாமல் அமர்ந்திருக்கிறாள். ஒரு கையில் கட்டாரியை ஏந்தி, மற்றொரு கையில் வேல் ஒன்றைப் பிடித்திருக்கிறாள். இவளது ஆயுதங்களும், முக உணர்ச்சிகளும் சாதாரண மனிதர்களினால் அடைய முடியாதவள் என்பதை உணர்த்துகின்றன.

இந்த யோகினியை மந்திரவாதிகளும், ஏவல் பில்லி சூனியம் ஆகியவற்றில் ஈடுபாடு கொண்டோரும் வழிபடுவது வழக்கம். ஆவிகளை அடக்கி ஆள நினைப்பவர்களும், மந்திரப் பிரயோகம் செய்ய விரும்புகிறவர்களும் இவளை மயானத்தில் சென்று வழிபாடு செய்வர்.

தீய தேவதைகள் மயானங்களில் பெரும்பாலும் தங்கி இருக்கும்.

அதுவும் அகால மரணம் அடைந்த மனிதர்களின் உடல்கள் சிதைகளில் எரிக்கப்படும்போதும், புதைக்கப்படும்போதும் ஒரு குறிப்பிட்ட சமயத்தில் அந்த உடலின் கபாலத்தில் இருந்து ஆத்மாக்கள் முற்றிலும் வெளியேறும். ஆவிகளைக் கட்டிவைக்க சரியான நேரம் அதுவே என்பதால் எங்கே செல்வது என்று தெரியாமல் சற்றே திணறிக்கொண்டிருக்கும் ஆத்மாக்களை அங்கே காத்திருக்கும் தீய தேவதைகள் தங்கள் ஆதிக்கத்தில் கொண்டு வந்து விடும்.

இதற்கு மந்திரவாதிகளும் உதவுவார்கள்.

மந்திரவாதிகள் இத்தகைய தீய தேவதைகளை ஆராதித்தே பல ஆவிகளைப் பிடித்து வைத்துக் கொள்கிறார்கள். மந்திரவாதிகளிலும் நல்லவர்கள் மற்றும் தீயவர்கள் என இரண்டு வகையினர் உண்டு. தங்கள் பிரச்சனைகள் தீரவும், போட்டி பொறாமை ஆகியவற்றைத் தீர்த்துக் கொள்ளவும் மக்கள் மந்திரவாதிகளை நாடுகிறார்கள்.

பல தொழில் அதிபர்கள் தங்கள் தொழில் வளர்ச்சி அடைவதோடு போட்டித் தொழில் நடத்துவோர் நஷ்டம் அடைய வேண்டும் என்ற கெட்ட எண்ணத்தோடு தான் மந்திரவாதிகளை நாடுகிறார்கள். அவர்கள் பில்லி, சூனியம், ஏவல் என்ற வகையில் ஏதோ ஒன்றைச் செய்து தொழில் முடக்கம், குடும்பத்தொல்லை, தாங்கமுடியாத நஷ்டம், மனக்குழப்பம் ஆகியவற்றை உண்டாக்கி விடுவார்கள்.

இது போன்ற தீய காரியங்களுக்குப் பணத்தாசை பிடித்த மந்திரவாதிகள் தங்கள் சக்தியைப் பயன்படுத்துகிறார்கள். ஜெபம், மந்திர உச்சாடனம், சரியான பூசை முறைகள், படையல் ஆகியவற்றை மிகச் சரியாக நுட்பமாகப் படைப்பதன் மூலமாக அந்த மந்திரவாதிகள் இந்த யோகினியைத் திருப்தி செய்து விடுவார்கள். பிறகு இவள் மூலமாக தாங்கள் விரும்பிய காரியங்களை எளிதாக நடத்திக் கொள்வார்கள்.

சோம்பலை அகற்றி, அஞ்ஞானத்தை அழித்து, அழிவு ஏற்படுத்தும் காரியங்களுக்கு இவள் துணையாகிறாள்.

●●●

16 ஸ்ரீ இருஷியாகர தேவி

இவளும் அச்சத்தைத் தருபவளாகத் தோற்றம் அளிக்கிறாள். அரக்கியை அடக்கி அவளது தலையின் மீது அமர்ந்திருக்கிறாள். தன் இரண்டு கரங்களினாலும் ஒரு கூர்மையான கத்திபோன்ற ஆயுதத்தைப் பிடித்து அந்த அரக்கியின் உச்சந்தலையை குத்தியவண்ணம் காட்சி அளிக்கிறாள்.

அரக்க குணத்தை அழித்து, அஞ்சாமல் பயிற்சி செய்தால் தான் இவளது அருளைப் பெற முடியும் என்பதை இது விளக்குகிறது.

போட்டி, பொறாமை போன்றவற்றை விலக்கி, நல்ல குணங்களை வளர்த்துக் கொண்டு முயற்சி செய்தால் எடுத்த காரியங்களில் வெற்றி பெறலாம் என்பதை இவள் சொல்லாமல் சொல்வது போல இவளது தோற்றம் உள்ளது.

பொதுவாக நமக்கு வயிற்றுப் பகுதியில் சங்கடம் தோன்றினால் அது செரிமானம் தொடர்புடையது. அதுபோலவே மனத்தில் இனம் புரியாத சங்கடம் ஏற்பட்டால் அது அச்சத்தினால், பிரச்சினையின் தீவிரத்தினால் ஏற்படுவது. இந்த அச்சம் தீவிரமாகும் போது அது பாதுகாப்பின்மை மற்றும் பொறாமை ஆகியவற்றை ஏற்படுத்தி நம்மை நிலைகுலைய வைத்து விடுகிறது. இது போன்ற நேரங்களில் நாம் என்ன செய்கிறோம் என்பதை அறியாமல் தவறோ அல்லது குற்றமோ செய்வது இயல்பு.

இருஷியாகர தேவி அரக்கியின் தலைமீது அமர்ந்திருப்பது எதைக் குறிக்கிறது? அச்சத்தை வென்றால் ஆனந்தம் அடையலாம், அதற்கு ஒரு ஆயுதம் வேண்டும். அந்த ஒப்பற்ற ஆயுதமே பக்தி அல்லது யோகசாதனை என்று சூசகமாகத் தெரிவிக்கிறாள்.

தந்திர சாஸ்திரங்களில் இவள் அச்சமூட்டுபவளாகவும், உடலுறவில் விருப்பம் உள்ள யோகினியாகவும் சொல்லப்பட்டிருக்கிறாள். நமது எவ்விதத் தொல்லைகளையும் கஷ்டங்களையும் நொடிப்பொழுதில் தகர்க்கும் சக்தி இந்த யோகினிக்கு உண்டு. பணம், புகழ் அனைத்தையும் அள்ளித்தரும் இவளுக்கு நம் எதிரிகளைத் துவம்சம் செய்யும் சக்தியும் அதிகம்.

தந்த்ர சாஸ்திரத்தில், யாரைப் பற்றியும் அவரது கடந்த காலம், நிகழ் காலம் மற்றும் எதிர் காலத்தையும் இந்த யோகினி தன்னை, உபாசனை செய்வோரிடம் சூசகமாகத் தெரிவிப்பாள் எனக் கூறப்பட்டுள்ளது. இந்த யோகினி உபாசனை மிக மிகக் கடினமான ஒன்றாகும்.

மிகக் கொடூரமாய்க் காட்சியளிக்கும் இவள் தம்மை உபாசிக்கும் நபரிடம் தாம்பத்தியத்தில் ஈடுபட வற்புறுத்தும். ஆகவே இந்த யோகினி வழிபாட்டை ஏற்கும் அகோரிகளும், காட்டில் வசிக்கும் தாந்த்ரீகர்களும் மட்டுமே உபாசிப்பதை

வழக்கமாகக் கொண்டிருந்தனர். வளர்பிறை பஞ்சமியில் இவளை ரத்தம், மாமிசம் போன்றவற்றை வைத்து நடுநசியில் உபாசனையை ஆரம்பிப்பார்கள். இதில் சித்தியாகும் வரை குளியல், சவரம் மற்றும் தன் உடம்பில் இருந்து வெளிவரும் கழிவுகளைக் கழுவுதல் போன்றவை கூடாது. இந்த முறையில் இவளை உபாசிப்பது கடினம் என்பதால் மற்ற யோகினிகளை வழிபடுவதில் ஆர்வம் காட்டியவர்கள் கூட இவளை ஒதுக்கி வைத்தனர்.

●●●

17 ஸ்ரீ விஸ்யகரா தேவி

இவள் பற்றுக்களை அழிப்பவள். இவள் அமர்ந்த நிலையில் விச்ராந்தியாக இருக்கிறாள். ஒரு கையில் மர ஆப்பு இருக்கிறது, அதை கீழே நெளியும் பாம்பின் தலைமீது வைத்து அடிப்பதற்கு ஆயத்தமாக இருக்கிறாள். மற்றொரு கரத்தில் சம்மட்டி போன்ற ஆயுதம் காணப்படுகிறது.

உலகப் பொருட்களின் மீது நாம் கொண்ட அதிக அளவிலான ஆசையே நமது துன்பங்களுக்குக் காரணம். அதுவே பிறப்பு இறப்பு சுழற்சிக்கு அடிப்படையாக அமைகிறது. ஆசையைக் கொன்றுவிட்டால் நிச்சயமாக பிறப்பு ஏற்படாது என்பது நமது மதத்தின் நம்பிக்கை.

அதனால் தான்

> அறவாழி அந்தணன் தாள்சேர்ந்தார்க்கு அல்லால்
> பிறவாழி நீந்தல் அரிது

என்கிறார் வள்ளுவர்.

இறைவன் திருவடிகளைப் பற்றிக் கொண்டவரால் மட்டுமே இந்தப் பிறவியாகிய பெரிய கடலைக் கடந்து செல்ல முடியும். அதற்கு என்ன செய்ய வேண்டும்? அதற்கும் திருவள்ளுவரே வழிகாட்டுகிறார்.

உலகப் பொருட்களின் மீது நமக்கு ஏற்பட்டுள்ள பலவகையான பற்றுக்களை நீக்க வேண்டுமானால், நாம் இறைவன் மீது பற்றுக்களை ஏற்படுத்திக் கொள்ள வேண்டும்.

பற்றுக பற்றற்றான் பற்றினை அப்பற்றை
பற்றுக பற்று விடற்கு

என்கிறார் அவர்.

இந்த யோகினியை வழிபட்டால் மண், பெண், பொன் ஆசைகள் நீங்கும். யோக வழிகளில் ஆர்வம் ஏற்படும். அதைத் தொடர்ந்து செய்துவர அறியாமை விலகும், ஞானம் கிட்டும். அதன் மூலமாக மோட்சப் பேற்றை எய்தலாம்.

இதை உணர்த்துவதற்காகத்தான் அவள் ஆசை என்ற பாம்பின் மீது வைராக்கியம் என்ற ஆப்பு ஒன்றை அடிப்பதற்கு முயற்சி செய்யும் விதமாக நமக்குத் தரிசனம் தருகிறாள்.

●●●

18 ஸ்ரீ விந்தியா தேவி

இந்த யோகினியை குறித்த விவரங்கள் கௌலஞானநிர்ணயா புத்தகத்தில் கொடுக்கப்பட்டுள்ளது.

ஏறத்தாழ 970 கிலோமீட்டர் நீளமுள்ள விந்தியமலை 3000 அடி வரையில் உயரமான குன்றுகளையுடைய தொடர்ச்சியான மலைத்தொடராகும். இது வட இந்தியாவையும் தென் இந்தியாவையும் நெடுகப் பிரிக்கிறது. இவள் அந்தப் பெயரைக் கொண்டவள்.

நிலையில் திரியாது அடங்கியான் தோற்றம்
மலையினும் மாணப் பெரிது

என்கிறார் வள்ளுவர்.

எந்தக் கஷ்டம் வந்தாலும், பிரச்சனை ஏற்பட்டாலும் நிலைகுலையாமல் மலைபோல அமைதியாக இருப்பவர்கள் மலையை விட உயர்ந்தவர்கள் அல்லவா?

தான் அப்படி இருந்து கொண்டு தனது பக்தர்களையும் அந்த உயர் நிலைக்கு மாற்றுவதில் வல்லவள் இந்த யோகினி.

நான்கு கரங்களை உடைய இந்த விந்தியா யோகினி மலர் மற்றும் கண்ணாடியைத் தனது வலது கரங்களில்

வைத்திருக்கிறாள். இடது கரங்களில் ஒன்றில் அங்குசமும், மற்றொன்றில் கபாலமும் இருக்கிறது. வெண்மையான அன்னம் அவளது வாகனமாக அமைந்திருக்கிறது. இதன் மூலமாக அவள் ஒரு இடத்தில் இருந்து மற்றொரு இடத்திற்கு பக்தர்களை அழைத்துச் செல்லும் ஆற்றல் படைத்தவள் என்பதை அறிய முடிகிறது.

வெள்ளை நிறம் ஞானத்தையும், புகழையும் குறிப்பது. இவளை வழிபடும் பக்தர்களுக்கு ஞானத்தையும் புகழையும் அளிக்கும் ஆற்றல் படைத்தவள். அன்னம் ஒரு இடத்திலிருந்து மற்றொரு இடத்திற்கு அவளை ஏற்றிச் செல்வதைப் போல நம்மை ஒரு நிலையில் இருந்து மற்றொரு நிலைக்கு உயர்த்துவதே அவளது நோக்கம்.

முறையான பயிற்சிகளைச் செய்து முழுமனத்தோடு இந்த யோகினியை வழிபடும் பக்தன், உலகப் பந்தமாகிய கட்டுக்களில் இருந்து விடுபட்டு, ஞானவெளியில் உல்லாசமாக ஒரு பறவையைப் போல பறந்து பேரின்ப ரகசியங்களைத் தெரிந்து கொள்கிறான் என்பதையே அவள் மறைமுகமாக நமக்குத் தெரிவிக்கிறாள்.

இவளை வழிபடுவதன் மூலமாக நாம் காலங்காலமாக சேர்த்து வைத்திருக்கும் தேவையற்ற எண்ணங்களை, மூடப்பழக்க வழக்கங்களை விட்டொழிக்க முடியும். அப்படி நமது மனத்தைச் சுத்தப்படுத்தி காலியாக வைத்துக் கொண்டால் அவளது கருணையானது நம்மிடம் வெள்ளமெனப் பாய்ந்து நிரம்பும். இதனை விளக்கவே அவள் தன் கரத்தில் காலியான கபாலம் ஒன்றையும் ஏந்தி இருக்கிறாள்.

அந்தக் கபாலம் காலியாக இருப்பதைப் போல நமது மனத்தையும் எண்ணங்கள் அற்ற நிலைக்குக் கொண்டு போக வேண்டும். அப்போது நம் மீது அவளது அருள்மழை பொழியும் என்பது திண்ணம்.

●●●

19 ஸ்ரீ தரளா தேவி

தரளம் என்றால் முத்து என்பது பொருள்.

இந்த யோகினி அபூர்வமானவள். கடலில் இருந்து வெளிப்படும் முத்தினைப் போல ஆழ்கடலாகிய மனத்தை அடிப்படையாகக் கொண்டு தோன்றுபவள். இவள் கொடிபோலத் தளர்வானவள். எப்போதும் முன்னும் பின்னும் அசையும் இயல்பு கொண்டவள். அசைகின்ற உடலுக்குள் அசையாத மனம் கொண்டவள்.

இவள் தனது இடது கையில் நீண்ட காம்பினைக் கொண்ட சிவப்பு தாமரை மலரை ஏந்தி இருக்கிறாள். அதன் அடிப்பாகம் தண்ணீரில் மறைந்திருக்கிறது. வலது கரத்தில் வெண்மையான சங்கு அணி செய்கிறது. தரளமும், தாமரையும் கடலில் தோன்றுபவை. அது போலவே இவள் பக்தர்களின் ஆழ்மனக்கடலில் தோன்றி அருள் செய்யும் குணம் கொண்டவள்.

இவள் மிக அபூர்வமானவள் என்பதற்கு ஏற்ப, சுவர்க் கோழி எனப்படும் சிறிய பூச்சியைத் தன் வாகனமாகப் பெற்றிருக் கிறாள்.

உள்ளத்திலும் உடலிலும் தெய்வீக மாறுதல்களை ஏற்படுத்தும் உன்னதமான ஒலி அதிர்வுகளை, இவள் ஏற்படுத்துவாள். ஆங்கிலத்தில் கிரிக்கெட் எனப்படும் சுவர்க்கோழி தான் இருக்கும் இடத்தை வெளிப்படுத்தாமல் இரவு முழுவதும் கிரிக் கிரிக் என்று ஒலி எழுப்பும் இயல்பு கொண்டது. அந்த ஒலி நம்மைத் தூங்க விடாது.

அது போல இவள் நமது யோக சாதனைகளின் பயனாக குண்டலினியைத் தூண்டும் அதியற்புதமான தெய்வீக அதிர்வுகளை ஏற்படுத்துவாள். அதன் மூலமாக நமது அழியும் உடலை அழியாத காயகற்ப நிலைக்கு மாற்றுவாள். இக லோக ஆசைகளை பரலோக விருப்பமாக மாற்றி, மோட்சவாசலுக்கு அழைத்துச் செல்வாள்.

சுவர்க்கோழி எழுப்பும் இடைவிடாத சத்தம் அதிவேக அதிர்வெண்களைக் கொண்டது. அதனோடு அவள் தனது சங்கநாதத்தையும் ஒலிக்கச் செய்வாள். அது காம குரோதமாகிய

பகைவர்களை அழிக்கும். ஐம்புலன்களின் வெற்றிக்கு வழிவகுக்கும்.

எப்போதும் மாறிவரும் உலக வாழ்க்கையின் தன்மைக்கு ஏற்ப நமது மனத்தை மாற்றி, அவைகளைக் கண்டு கலங்காமல் ஏற்றுக் கொள்ளச் செய்வாள் இந்த யோகினி. அதோடு, மாறும் உலகில் எப்போதும் மாறாமல் இருக்கும் உயர்ந்த மனநிலையை அளிப்பாள்.

●●●

20 ஸ்ரீ தாரிணி தேவி

இவள் அஷ்டபுஜக் காளியைப் போல எட்டுக் கரங்களைக் கொண்டவள். ஒவ்வொரு கரத்திலும் வெவ்வேறு விதமான ஆயுதங்களைத் தாங்கி இருக்கிறாள். எந்த நேரத்தில் எந்தப் பிரச்சனை வந்தாலும் அதைச் சமாளிக்கும் திறமை தன்னிடம் இருப்பதை அவள் இவ்வாறு வெளிப்படுத்துகிறாள்.

அவளது வலது புற நான்கு கரங்களில் மழு, திரிசூலம், கபாலம் மற்றும் மணி ஆகியவற்றைத் தாங்கி இருக்கிறாள். எதிரிகளை வெல்லவும், கொல்லவும் மழுவாயுதமும், திரிசூலமும் உதவும். யோகசாதனைகள் செய்யும் தனது பக்தரின் குண்டலினியை ஆறாதாரச் சக்கரங்களின் வழியாக உயர்த்திச் செல்வதற்கு அவள் நாதம் எழுப்புவதை மணி குறிப்பிடுகிறது. கையில் உள்ள கபாலத்தில் ரத்தம் நிரம்பி இருக்கிறது. அது அவளது அருட்சக்தி பக்தருக்குள் பொங்கிப் பிரவாகம் எடுப்பதை அறிவிக்கிறது. இவைகளைத் தேவை ஏற்படும் சமயத்தில் மட்டுமே அவள் பயன்படுத்துவாள்.

அவளது இடது நான்கு கரங்களில் சக்கரம், பெரியசாவி, நீண்ட தாளுடன் கூடிய தாமரைமலர் மற்றும் கலசம் ஆகியவற்றை ஏந்தி இருக்கிறாள். தர்மத்தைக் காப்பாற்றி அதர்மத்தை அழிப்பதற்கு அவள் சக்கரத்தை ஏவுவாள், சொர்க்கபுரியின் பெரிய கதவுகளைத் தன்னை வழிபடும் யோக சாதகருக்குத் திறந்து விடுவதற்காக பெரிய சாவியை வைத்திருக்கிறாள்.

ஆழமான நீர்நிலையில் காணப்படும் நீண்ட காம்புடைய தாமரை மலர் அவளது கரத்தில் அணி செய்கிறது. அவளை வழிபடுவோருக்கு ஆழ்ந்த மன அமைதியும், தெளிவான சிந்தனையும் ஏற்படும் என்பதை இது சுட்டிக் காட்டுகிறது. அவளது கரத்தில் உள்ள கலசத்தில் புனிதமான தண்ணீர் நிரம்பி இருக்கிறது. இது வம்ச விருத்தியைக் குறிக்கிறது.

அவளை வழிபடும் பக்தர்களுக்கு இகவாழ்வின் சகல இன்பங்களையும் அளிப்பதோடு, வம்ச விருத்தியை ஏற்படுத்துவாள் இந்த யோகினி. இவ்வாறாக அவள் தன்னை வழிபடுவோரிடம் நல்லிணக்கத்தோடு செயல்படுகிறாள். அவளை மனஒருமைப்பாட்டோடு துதிக்கும் பக்தன், வெகு எளிதாகத் தனது அகப் பகைவர்களான கோபம், பொறாமை, காமம் ஆகிய குணங்களை விலக்கி, இரண்டற்ற தன்மையை அடைவான். அவள் தனது வாகனமாக குதிரையைப் பெற்றிருக்கிறாள். அவள் வேகத்திலும், வலிமையிலும் சிறந்தவள் என்பதை இது விளக்குகிறது.

●●●

21 ஸ்ரீ பணேந்திரி தேவி

இந்த யோகினியை இந்தியாவில் உள்ள பல யோகினி குழுக்களில் ஆலயங்களில் நாம் பார்க்க முடிகிறது. இவள் நாகங்களின் ராணி என்று துதிக்கப்படுகிறாள். பணம் என்பதற்கு

பொருள் அல்லது ரூபாய் என்று அர்த்தம் இருப்பதை நாம் அறிவோம். ஆனால் தமிழ் இலக்கியத்தில் பணம் என்ற சொல்லுக்கு பாம்பு என்று பொருள் உண்டு.

காலே மிக உண்டு காலேயிலாத கணபணத்தின் மேலேறி ஆடும் மயிலை உடையவன் முருகப்பெருமான். இதனை அருணகிரிநாதர் கந்தரலங்காரத்தில் தெரிவிக்கிறார். கால் என்றால் காற்று,

பாம்புக்கு கால்கள் இல்லை. ஆகவே கால் என்ற வார்த்தையை வைத்து அவர் சொற்சிலம்பம் செய்கிறார். பாம்பு காற்றை உண்ணும் என்பது நமது புராண நம்பிக்கை. அதன் அடிப்படையில் அவர் சொல்கிறார். காற்றையே சாப்பிட்டு, கால்களே இல்லாத பெரிய படத்தை உடைய பாம்புகளின் மீது அவனது வாகனமாகிய மயில் நடனமாடும் என்று.

நமது பாம்பாட்டி சித்தரைப் போல பாம்புகளை வசியப்படுத்தி ஆட்டி வைப்பதில் வல்லவள் இவள். அதனால் பணேந்திரி தேவி என்று அழைக்கப்படுகிறாள். இவளைச் சுற்றிலும் நாகங்கள் காணப்படுகின்றன. தனது இரண்டு கரங்களிலும் இரண்டு பெரிய நாகங்களை வைத்து வேடிக்கை காட்டுகிறாள் யோகினி.

இவளுக்கு நாகங்களே துணையாக இருக்கின்றன. இவள் இருக்கும் இடத்தைக் காக்கின்றன. அத்துமீறி உள்ளே நுழைபவர்களை அவைகள் முதலில் சீறிப்பாய்ந்து பயமுறுத்தி விரட்டி அடிக்கும். அதற்குத் துணிந்து முன்னேறுகிறவர்களை அது விஷத்தைக் கக்கி சாகடிக்காமல், பெருந்தன்மையோடு சண்டையிட்டு துரத்தும்.

நமது உடல் தெய்வீக ஆற்றல்களின் இருப்பிடமாகத் திகழ்வது. பாம்புகள் நமது உடலைப் பாதுகாக்கின்றன. இதை குண்டலினிச் சக்தியாக யோக நூல்கள் தெரிவிக்கின்றன. பணேந்திரி தேவி நாகங்களின் அரசியாக இருப்பதால் அவளே நமது உடலுக்கு மிகச் சிறந்த பாதுகாவலாக அமைகிறாள்.

பொதுவாக பாம்பின் விஷம் மனிதருக்கும் விலங்குகளுக்கும் மரணத்தை ஏற்படுத்தும். ஆனால் அந்தப் பாம்பின் விஷமே, அந்த விஷத்தை முறிக்கும் மருந்தாகவும் இருப்பதை நாம் அறிவோம். ஆகவே இந்த யோகினி தன்னிடம் உள்ள விஷத்தின் மூலமாக, நமது பிறப்பையும் இறப்பையும் கட்டுப்படுத்தும் ஆற்றல் கொண்டவளாக கௌலஞான நிர்ணயம் தெரிவிக்கிறது.

அவள் தெய்வீக உணர்வு என்ற மருந்தைக் கொடுத்து நமது மனநிலையை மண்ணில் இருந்து விண்ணுக்கு உயர்த்தும் அற்புதத்தைச் செய்கிறாள். பாம்புகளைப் போல நெளிந்து நெளிந்து வரும் ஒலி அலைகளை, ஒளிக்கதிர்களை அவள் கையாளத் தெரிந்தவள். நாத விந்து தத்துவங்களைக்

கட்டுப்படுத்தி தன்னை வழிபாடு செய்யும் பக்தருக்கு ஆன்மீகத்தில் உயர்நிலையை அடைய உதவி செய்வது இந்த யோகினியின் குறிக்கோள்.

●●●

22 ஶ்ரீ பவானி தேவி

இவள் சிங்கத்தின் மீது அமர்ந்து சிம்மவாகினியாகத் தோற்றம் தருகிறாள். முகத்தில் அமைதியும் ஆனந்தமும் கொப்பளிக்கிறது. அதிகச் சிரமம் இல்லாமல் வலிமை, ஆற்றல், திறமை ஆகியவற்றை வெளிப்படுத்துவதே இவளது தனித்தன்மை.

இவள் தனது ஒரு கரத்தில் அறுந்த தலையைப் பிடித்திருக்கிறாள். இதன் மூலமாக பற்றுக்களை விட்டவள் என்றும், ஆணவத்தை அடியோடு வெட்டி எறிபவள் என்றும் நமக்கு அறிவிக்கிறாள். இவ்வாறாக ஆணவத்தினால் தடைகள் ஏற்படாமல் தியானத்தில் இருக்கும் இவள் மிக விரைவாக உன்னத நிலையை அடைவதோடு அதிலேயே நித்ய வாசம் செய்கிறாள். தன்னை வழிபடும் பக்தர்களுக்கும் பவானி யோகினி மிக உன்னதமான தியான பலன்களை வழங்கி அருள் செய்வாள்.

காட்டுக்கு அரசனாக இருந்த போதிலும் சிங்கம் இரண்டு அடிகள் முன்னால் எடுத்து வைத்ததும் ஒருமுறை பின்னால் திரும்பிப் பார்த்து என்ன நடக்கிறது என்பதை அறிந்து கொள்ளும். இதனை அரிமாநோக்கு என்பார்கள். இது பயத்தினால் ஏற்பட்டதல்ல, தன்னைப் பற்றிய விழிப்புணர்வே அதற்குக் காரணம்.

இந்த யோகினி சிங்கத்தின் மீது அமர்ந்து, ஆங்காரமோ ஆணவமோ இல்லாத நிலையில் தியானத்தைத் தொடர்கிறாள். அதனால் தான் அவள் முகத்தில் அசாத்தியமான அமைதி குடிகொண்டிருக்கிறது. அதனால் அவளது வீரத்தைக் குறைத்து மதிப்பிடுவது முட்டாள்தனம். கோபம் வந்தால் பத்ரகாளியாக மாறி தலையைக் கொய்து விடுவாள் என்பதை அவள் கையில் உள்ள வெட்டப்பட்ட தலை எச்சரிக்கை செய்கிறது.

அவளது மற்றொரு கரத்தில் ரத்தம் நிரம்பிய கபாலம் காணப்படுகிறது. யோகத்திலும் தியானத்திலும் உச்சநிலை எய்திய அவளது உடலே தெய்வீகமான கொள்கலனாக மாறுகிறது. எங்கும் நிறைந்திருக்கும் பரம்பொருளின் எல்லையற்ற சக்தி அவளது உடலில் வந்து பாய்கிறது. அதை அவள் தனது பக்தர்களுக்கு வாரி வழங்குகிறாள்.

பவானி யோகினி இந்த வகையில் நேர்மறையான சிந்தனையில் வடிவம் கொள்கிறாள். இவள் நல்ல செயல்களின் தலைவியாக இருந்து வலிமையான ஆற்றல் மிகுந்த தியானத்தின் வடிவமாகத் திகழ்கிறாள். தன்னை மனத்தில் இருத்தி யோகசாதனைகள் செய்யும் பக்தர்களுக்கு வெற்றியை அளிக்கிறாள். ஏன் என்றால் அவள் சிம்மவாகினி. சிங்கத்தைப் போன்ற வலிமையும், எடுத்த காரியத்தில் வெற்றியும் வேண்டுகிறவர்கள் இவளை வழிபடலாம்.

●●●

23 ஸ்ரீ சுக்ர தேவி

இந்திய ஜோதிட சாத்திரத்தின் படி ஒன்பது கோள்களில் ஆறாவதாக வரும் கிரகம் சுகங்களுக்கு அதிபதியான சுக்கிரன். சுக்கிரன் கிரகம், ஒரு மனிதனின் இல்லற சுகம், பிறரை வசீகரிக்கும் அழகிய தோற்றம், ஆபரணங்களின் சேர்க்கை, ஆடம்பர வாகனம், கலைகளில் தேர்ச்சி மற்றும் ஈடுபாடு, செல்வந்தராகி சுகபோக வாழ்வு போன்றவற்றிற்குக் காரணமாகிறார்.

இந்த வகையில் சுக்ரயோகினியும் தன்னை வழிபடும் பக்தருக்கு மேற்கண்ட யோக பலன்களை அள்ளித் தருவாள். இவள் நான்கு கரங்களைக் கொண்டவள். தனது வலதுபக்க இரண்டு கரங்களில் ஒன்றில் காலியான கபாலத்தையும், மற்றொரு கரத்தில் ஒரு கண்ணாடியையும் வைத்திருக்கிறாள்.

பிச்சைப்பாத்திரம் காலியாக இருந்தால் தான் பிச்சை இடுவார்கள். அது நிரம்பி வழியுமானால் யாரும் பிச்சை இட முடியாது. நமது உடல் அசுத்தம் இல்லாமலும், மனம் அகம்பாவம் இல்லாமலும் வெறுமையாக இருந்தால் தான் தெய்வீக ஆற்றல்கள் பாய்ந்து சேரும். குப்பைகூடை போல

நமது மனத்தை ஆசை, கோபம், களவு, மோகம், பொறாமை என்று பலவிதமான கெட்ட குணங்களினால் நிரப்பி விட்டால் எத்தனை ஆண்டுகள் தவம் செய்தாலும் பலன் பூஜ்யமாகத்தான் இருக்கும். இதை அவள் சொல்லாமல் சொல்கிறாள்.

அவள் மற்றொரு கையில் கண்ணாடியை வைத்திருக்கிறாள். அதன் மூலமாக அவள் தன் அழகைப் பார்த்துக் கொள்ளவில்லை. அவளுடைய அழகு புற அழகு அல்ல, அக அழகு என்பதை அவள் அறிவாள். நாமும் புற அழகுக்கு மட்டுமே முக்கியத்துவம் தராமல் அக அழகைப் பார்க்கப் பழகிக் கொள்ள வேண்டும். சுக்கிரன் கிரகம் பளபளப்பானது, அதுபோல இவளும் பிரகாசமுடையவள். உடல் மட்டும் அல்ல மனமும் ஞானப்பிரகாசத்துடன் இருக்க வேண்டும்.

வெளியே செல்லும் மனத்தை தடுத்தி நிறுத்தி யோக மார்க்கத்தில் செலுத்தி, அந்தர்யோகப் பயிற்சிகளை மேற்கொண்டு, மனத்தின் ஆழத்தில் புதைந்திருக்கும் மெய்ஞானத்தை வெளியே கொண்டு வரவேண்டும் என்பதை அவள் கையில் வைத்திருக்கும் கண்ணாடி குறிக்கிறது.

இவளை வழிபடுவோர் ஆன்மீகத்திலும், தியானத்திலும் உயர் நிலையை அடைவார்கள். அவர்கள் உடலில் பிரபஞ்ச சக்தி அலை அலையாகப் பாய்ந்து நிரம்பும். அதீத காட்சிகளைக் காண்பார்கள். மூலிகைகள் வசப்படும் அதன் மூலமாக நோய்களை நீக்கலாம். தேஜசோடு கூடிய முகம் வசீகரமாகப் பிரகாசிக்கும். வார்த்தை வசியம் ஏற்படும். இதனை விளக்குவதைப் போல சுக்ரயோகினி தனது இடது கரம் ஒன்றில் ரத்தம் நிரம்பிய பாத்திரத்தை வைத்திருக்கிறாள். நமது உடலை யோக சாதனைகளின் இருப்பிடமாக மாற்றும் போது இரும்பு தங்கமாக மாறுகின்ற ரசவாதம் போல, சாதாரண மனிதன் தெய்வீக நிலைக்கு உயர்கிறான். அப்போது அவன் உடலில் தெய்வீக சக்தி பொங்கிப் பெருகும் என்பதை இது விளக்குகிறது.

அவளது மற்றொரு கரத்தில் திரிசூலம் அணி செய்கிறது. பகைவர்களை அழிப்பது அவள் வேலை. ஆணவம் கன்மம் மாயை என்ற மூன்று அகப் பகைவர்களை நீக்கினால் அவளது அருளைப் பெறலாம் என்பதை இது தெரிவிக்கிறது.

இந்த சுக்ரயோகினி எல்லாவற்றுக்கும் பீஜம் அதாவது விதை போன்றவள். இல்லற சுகத்தினை அளித்து வம்ச விருத்தி ஏற்படுத்துவதை அவள் கையில் உள்ள பாத்திரத்தில் உள்ள ரத்தம் அறிவிக்கிறது. இவளே அனைத்து வகையான சிருஷ்டிக்கும் ஆரம்பமாக இருக்கிறாள்.

●●●

24 ஸ்ரீ போஜ்யானி தேவி

இவள் மனித உடலும், எருதின் தலையையும் பெற்ற யோகினி. வலிமையான உடலும், உருண்டு திரண்ட மார்பகங்களும், தலையில் வலிமையான இரண்டு கொம்புகளும் கொண்டு அமர்ந்த நிலையில் காட்சி தருகிறாள். அவளது காலின் அருகே அழகான வெண்ணிற அன்னப்பட்சி அமைதியாக இருந்து அவள் கையில் வைத்திருக்கும் பாத்திரத்தில் இருந்து தானியங்களைக் கொத்தி தின்கிறது.

எருது வலிமையின் சின்னம், அதோடு அது கைலாயநாதனாகிய சிவபெருமானின் பெருமை மிகுந்த வாகனம். போஜ்யானி தேவி மனித உடலும், மிருகத்தின் தலையும் பெற்றபோதிலும் தியானத்தின் மூலமாக உயர்நிலை அதாவது தெய்வீகநிலையை அடைந்தவள். நாமும் மிருக குணங்களோடும், மனித உடலோடும் இருந்த போதிலும் தெய்வீக நிலையை எட்ட முடியும் என்பதை அவள் குறிப்பாக உணர்த்துகிறாள்.

மிருகம் போல இருந்து காமசுகத்தில் விழுந்து கிடந்து, கிடைத்ததைத் தின்று வாழ்க்கையை வீணாக்கி

விடாதீர்கள். மிருக குணத்தை அடக்கி, சத்வ குணத்தை மேலோங்க வைத்து தெய்வ நிலைக்கு உயருங்கள். அதற்கு நான் வழிகாட்டுகிறேன் என்பதை போல அவள் அமைதியோடு அமர்ந்திருக்கிறாள்.

அன்னப்பட்சி அமைதியின் சின்னம், புகழின் வடிவம். ஆகவே போஜ்யானி யோகினியை வழிபட்டால் பெரும்புகழும், நிறைவான மனமும் தேடிவரும். எருதின் தலையில் முளைத்திருக்கும் இரண்டு கொம்புகளும் இரண்டு புறங்களிலும் முகத்தை நோக்கி கீழ்புறமாக வளர்ந்திருக்கின்றன. அப்போது இந்த யோகினியின் முகம், பெண்ணின் மர்ம உறுப்பு போன்ற வடிவத்தைப் பெற்றுள்ளது. அது வம்ச விருத்தியின் அடையாளம்.

ஆகவே இவளை வழிபட்டால் அசாத்தியமான உடல் வலிமை பெருகும், ஆண்களுக்கு வீரியம் அதிகமாகி குழந்தைப் பாக்கியம் ஏற்படும்.

இவளது தோற்றம் உடல் வலிமை, மனவலிமை ஆகியவற்றை வெளிப்படுத்துவதாக இருக்கிறது. இதன் அடிப்படையில் பார்த்தால் உடலையும், மனத்தையும் நாம் போற்றி வளர்க்க வேண்டும்.

காயமே இது பொய்யடா, வெறும் காற்றடைத்த பையடா என்ற வறட்டு வேதாந்தம் பொய்யானது. திருமூலர் சொல்வதைப் போல உடம்பினுக்குள்ளே உறுபொருள் கண்டேன், உடம்பினை யானிருந்து ஓம்புகின்றேனே என்றும்,

உடம்பை வளர்த்தேன் உயிர்வளர்த்தேனே என்றும் அறிந்து நமது உடம்பை வலிமையானதாக மாற்றிக் கொள்ள வேண்டும். அதற்குச் சரியான உணவு, சரியான உழைப்பு, சரியான ஓய்வு ஆகியவை வேண்டும். இவைகளை அளவறிந்து கடைப்பிடித்தால் யோக சாதனைகளில் வெற்றி சித்தியாகும். இதை அவள் வடிவம் நமக்குப் போதிக்கிறது.

●●●

25 சௌத்திராஹர யோகினி

இவள் பெண் பூனையின் முகம் கொண்டவள். எதற்காக சில யோகினிகள் பறவை மற்றும் விலங்குகளின் முகங்களைப் பெற்றிருக்கிறார்கள். இந்த யோகினிகள் நினைத்த வடிவம் எடுக்கும் ஆற்றல் பெற்றவர்கள். கெட்ட சக்திகளிடம் இருந்தும், மந்திர உபாசனை செய்து தங்களைக் கட்டுப்படுத்தி கீழான வேலைகளை ஏவும் தீய மந்திரவாதிகளிடம் இருந்தும் தப்பிக்கவே இவர்கள் இது போன்ற வடிவங்களைத் தாங்களே விரும்பி ஏற்கிறார்கள்.

அழகாக இருந்தால் ஆபத்து என்பதால், பெண்கள் தங்கள் முகத்திற்கு முகமூடி அணிந்து செல்வதைப் போலவும், உடல் முழுவதும் மறைத்து ஆடை அணிவதைப் போலவும் இந்த யோகினிகள் செயல்படுகிறார்கள். இவர்கள் இஷ்டப்பட்ட வடிவத்தை எடுத்துக் கொள்ளும் ஆற்றல் பெற்றவர்கள் மட்டும் அல்ல. தங்களை உபாசிக்கும் பக்தருக்கு அந்த அமானுஷ்ய ஆற்றலை வழங்குவதில் ஆர்வம் உடையவர்கள்.

இவர்களுடைய அதீத ஆற்றலின் காரணமாக 64 யோகினிகளும் புறா, அன்னம், கோழிக்குஞ்சு, ஆந்தை, நரி, தேனீ, வண்டு, பசு, எருது, பூனை மற்றும் பெண் புலி ஆகியவற்றின் உருவங்களை எடுத்துக் கொண்டு மற்றவர்களுக்குத் தங்கள் வருகை தெரியாமல் மறைத்துக் கொள்வார்கள். மேலும் இது போன்ற வடிவங்களை எடுத்து மற்றவர்களை மயக்கி தனது கட்டுப்பாட்டில் வைக்கவும் இவர்களினால் முடியும் என கௌலஞானநிர்ணயா நூல் தெரிவிக்கிறது.

மிருகத்தின் முகத்தைப் பெற்ற யோகினிகளைப் பார்க்கும் போது அச்சம் தோன்றும். அவர்களால் எதையும் அழிக்க முடியும், பொதுவாக அவர்கள் கெட்ட சக்திகளை அழிக்கிறார்கள். இந்த அழிக்கும் தன்மை பெற்றதால் யோகினி வழிபாடு சாதாரண மனிதர்களிடமிருந்து சற்றே விலகி, தைரியமும், ஆவேசமும் கொண்ட பக்தர்களிடம் சரண் அடைந்து விட்டது.

ஆனால் உண்மையில் விலங்குகளின் தலையைப் பெற்றதாலேயே யோகினிகள் விலங்கு குணம் கொண்டவர்கள்

அல்ல. அவர்கள் தங்களை அப்படிக் காட்டிக்கொள்ள விரும்புகிறார்கள். உள்ளே இருப்பது ஒன்று, ஆனால் வெளியே தெரிவது மற்றொன்று. இந்த உலகம் இப்படிப்பட்டது தான் என்பதை அவர்கள் தங்கள் தோற்றத்தின் மூலமாக பக்தர்களுக்கு உபதேசிக்கிறார்களோ?

இப்போது நாம் தரிசிக்கும் யோகினி பெண் பூனையின் முகம் கொண்டவள். இவள் அகங்காரத்தை அழிப்பவள். இரண்டு கரங்களைக் கொண்ட சௌதிராகரா யோகினி முரட்டுத்தனம், மற்றும் அகங்காரம் ஆகியவற்றின் மீது ஆதிக்கம் செலுத்துபவளாக யோகினி நூலில் சொல்லப்பட்டுள்ளாள்.

யோக சாதனை செய்யும் யோகியின் உடலில் தெய்வீக ஆற்றல் பாய்ந்து நாடி நரம்புகளின் வழியாக உடலின் பல உறுப்புக்களுக்கும் செல்லும். அப்போது வேறு சில உணர்ச்சிகளின் வெளிப்பாட்டால் நாடிகளில் சில முடிச்சுக்கள் ஏற்படுவது இயல்பு. உதாரணமாக என்னால் முடியும், எனக்கு ஏற்கெனவே தெரியும், நான் யார் என்று தெரியாமல் பேசுகிறாய் போன்ற ஆணவம் மிகுந்த வார்த்தைகளைச் சொல்லும் நேரங்களில் இந்த முடிச்சுக்கள் விழுந்து விடும்.

அப்போது குண்டலினி சக்தி மேற்கொண்டு முன்னேறிச் செல்லாமல் அங்கேயே மண்டலித்து சுருண்டு விடும். இந்த முடிச்சுக்களை நீக்கினால் தான் யோகப் பயிற்சியில் அந்த யோகி முன்னேறி தனது குறிக்கோளை அடைய முடியும்.

இது போன்ற ஆணவ முடிச்சுக்களை, முரட்டுத்தனமான உணர்ச்சிகளை நீக்குபவள் தான் இந்த யோகினி. எப்படிப்பட்டவர்களாக இருந்தாலும் இந்த ஆணவமும், தான் என்ற கர்வமும் இருந்தால் அவர்கள் அவமானப்படவோ அல்லது அல்லல்படவோ வேண்டியது தான்.

இதற்கு உதாரணமாக இலங்கை வேந்தனாகிய ராவணனைச் சொல்லலாம். குபேரனை அடித்து உதைத்து தன் மிருக பலத்தினால் வெற்றி கண்ட ராவணன் அவனிடமிருந்து புஷ்பக விமானத்தைக் கைப்பற்றிக் கொண்டான். தன் வெற்றியைக் கொண்டாட ஆகாயத்தில் பறந்து பல உலகங்களுக்குச் சென்றான்.

வழியில் கைலாய பர்வதம் எதிர்ப்பட்டது. மேலே செல்ல முடியாமல் அது புஷ்பக விமானத்தைத் தடுத்தது.

சிவபெருமான் வீற்றிருக்கும் அந்தத் தெய்வீக மலையை அனைவரும் பார்த்த மாத்திரத்தில் கையெடுத்துக் கும்பிட்டு வணங்குவார்கள். ஆனால் ஆணவம் தலைக்கேறிய ராவணன் அதைச் சுற்றிக் கொண்டு போவதை இழிவாக எண்ணினான். அந்த மலையை தனது இருபது தோள்களின் வலிமை கொண்டு பெயர்த்து எடுத்து வைத்துவிட்டுச் செல்ல விரும்பினான்.

இது தான் ஆணவமும், முரட்டுத்தனமும் ஒருங்கே செயல்படுவதன் விளைவு. அதன் விளைவை அனுபவித்துத்தானே தீர்க்க வேண்டும்?. உடனே கீழே இறங்கி தனது கரங்களினால் மலையை அகழ்ந்து எடுக்க முயற்சி செய்தான். மலை லேசாக நடுங்கியது, உமாதேவியார் பயந்தார்.

நடப்பதை அறிந்த பரமன், தனது கால் பெருவிரலை சற்றே தரையில் அழுத்தினார். அந்த அளவில் ராவணனின் கைகள் அத்தனையும் மலைக்குக் கீழே மாட்டிக் கொண்டது. பாரம் தாங்க முடியாமல் துடித்தான். கைகளை வெளியே எடுக்க நினைத்தால் முடியவில்லை. கதவு இடுக்கில் மாட்டிக் கொண்ட எலியைப்போலத் தவித்தான் இராவணன்.

எதனால் இந்த நிலை என்று எண்ணிப் பாருங்கள். இது போன்ற நிலை நமக்கும் வாழ்க்கையில் அவ்வப்போது ஏற்படும். இதைத் தடுத்து நல்வழிப்படுத்துகிறவளே இந்த சௌத்திராகரா யோகினி.

அவள் தன் வலது கரத்தில் ஒரு காலியான கிண்ணத்தை ஏந்தி அதை தனது இதயத்தானத்திற்கு அருகே பிடித்திருக்கிறாள். மனத்தில் விழுகின்ற முடிச்சுக்களை அகற்றி தனது பக்தர்களை மேல் நிலைக்கு உயர்த்துவேன் என்பதை இதன் மூலமாக அவள் சூசகமாகத் தெரிவிக்கிறாள்.

●●●

26 ஸ்ரீ ஓஜ்மானி தேவி

இவள் அழகானவள், மென்மையானவள், நீண்ட காதுகளைக் கொண்ட குறுமுயலின் முகத்தை உடையவள். ஆக்க சக்தியின் பிறப்பிடமாகவும், இருப்பிடமாகவும் இருப்பவள். தெய்வீக உணர்வுகள் சாதகனின் மனத்தில் அலை அலையாகப் பரவ அருள் செய்பவள். சரியான நேரத்தில் சரியான முடிவெடுத்து அதைச் சரியாகச் செயல்படுத்தும் ஆற்றல் மிக்கவள். இவளை யோகசாதனை செய்து வழிபடுவோருக்கு மேற்சொன்ன ஆற்றலைத் தந்து வெற்றியை அளிப்பவள்.

நான் ஆழ்ந்த அமைதியில் குடிகொண்டு இருக்கிறேன். யாராலும் எளிதில் நினைக்க முடியாத கருத்துக்களை உற்பத்தி செய்கிறேன். அதன் மூலமாக என்னை வழிபடும் சாதகருக்கு கற்பனை வளத்தையும், அபாரமான திறமைகளையும் அளிக்கிறேன். ஆக்க பூர்வமான சிந்தனைகளுக்கு வலிமையை, வேகத்தை அளிப்பதில் ஓஜ்மானி யோகினி மிகச் சிறந்தவளாகக் கருதப்படுகிறாள்.

இவள் தனது இடது கரத்தில் கலசம் ஒன்றை வைத்துக் கொண்டு, குள்ளநரித் தோலின் மீது அமர்ந்திருக்கிறாள். அவளது மார்பகங்கள் கவர்ச்சி ஊட்டுவதாகவும், எடுப்பாகவும் தோற்றம் அளிக்கின்றன. செப்பும், கனகக் கலசமும் போன்ற திருமுலைகள் அவை. ஆணுக்கு போதை ஏற்படுத்தி அவனை உறவுக்கு அழைப்பதற்கு மார்பகங்கள் கவர்ச்சியாக உள்ளன. இது இனவிருத்திக்கு உதவுவது. அதோடு பிறந்த குழந்தைக்கு உயிர் வளர்க்கும் அமுதமான பாலைத் தருவது. ஆணுக்குக்

கவர்ச்சியை தரும் அதே உறுப்பு, பெற்ற பிள்ளைக்குத் தாய்ப்பால் கொடுத்து உயிர் வளர்க்கிறது.

இதனை உணர்த்தவே அவள் இத்தனை அழகோடு தரிசனம் தருகிறாள். அவளது குவிந்த மார்பகங்கள் யோகநிலையைக் குறிக்கின்றன. சாதகருக்கு யோக வித்தைகளில் ஆர்வமும் கவர்ச்சியும் ஏற்படச் செய்யும் அவள், அது முற்றிய நிலையில் யோகப்பாலாகிய ஞானத்தைக் கலசத்தில் இருந்து கொடுத்து அவனைப் பேரின்ப நிலைக்கு அனுப்புகிறாள்.

யோகினியின் அருகே குறுமுயல் ஒன்று துணிவோடு அமர்ந்திருக்கிறது. தீயதையும் நல்லதையும், இணைவாக வைக்கும் ஆற்றல் இவளை வணங்கினால் ஏற்படும். நல்லதாக இருந்தாலும் தீயதாக இருந்தாலும் அவைகளை கடவுளின் அருட்பிரசாதமாக நாம் வணங்கி ஏற்றுக் கொள்ளவேண்டும். அப்போது அவைகளினால் ஏற்படும் தாக்கம் குறைவாக இருக்கும். இதைத்தான் நமது தத்துவ நூல்கள் தெரிவிக்கின்றன.

வைராக்கியம் மிகுந்த துறவிகள் பற்றுக்களை விட்டு பிட்சை எடுத்து வாழ்க்கை நடத்துவார்கள். அவர்கள் செல்லும் பாதையில் பொன்காசு கிடந்தால் கூட அவைகளைத் தங்கள் கைகளால் தொடாமல் கையில் உள்ள குச்சியால் தள்ளிவிட்டு, விலகிச் செல்வார்கள். அவர்களைப் பொறுத்தவரையில் கீழே கிடக்கும் மண் ஓடுகளும், பொன்காசும் ஒன்றுதான். இவ்வாறு இரண்டையும் ஒன்றாகக் காணும் உயர்ந்த நோக்கம் ஏற்பட்டுவிடுமானால் வாழ்க்கையில் ஆசையினால் உண்டாகும் அல்லல்கள் ஒழிந்து விடும்.

இதை விளக்குவதற்காகத்தான் இந்த யோகினி, முயல் முகம் கொண்டவளாக இருந்து, அதற்குப் பகையான குள்ளநரியின் தோலின் மீது அமர்ந்து தியானம் செய்கிறாள். இங்கே நட்போ பகையோ எதுவும் இல்லை என்பதை வெளிப்படுத்துகிறாள். அந்த உயர்ந்த நிலைக்கு சாதகர்களை அழைத்துச் செல்கிறாள். இதன் மூலம் அவர்கள் பிறப்பு இறப்பு என்ற இரட்டைகளைக் கடந்து செல்ல வழி ஏற்படுகிறது.

அம்பாளின் பாதங்களைச் சரணம் அடைந்த பக்தர்கள், மரணம் பிறவி இரண்டும் எய்தார் இந்த வையகத்தே என உறுதி அளிக்கிறார் அபிராமிப் பட்டர். அதைப்போல ஓஜ்மானி

யோகினியை உபாசிக்கும் பக்தனும் நல்லது, கெட்டது, செல்வம், வறுமை, இறப்பு மற்றும் பிறப்பு ஆகிய இரட்டைகளை அலட்சியப்படுத்தி யோக மார்க்கத்தில் உயர்கிறான்.

●●●

27 ஸ்ரீ சமுத்திர தேவி

வாய்ப்புக்களின் கடல் போன்றவள் இவள். ஒரு மனிதனின் தனித்திறமையை வெளிப்படுத்தும் ஆற்றலின் குறியீடாக இவள் உருவம் அமைந்திருக்கிறது. பொதுவாக நமது மனம் ஒரு செயல் நடந்ததும் அதை வேறொரு செயலுடன் ஒப்பிட்டுப்பார்க்கும். இது இதனால் தான் நடந்தது என்று முத்திரை குத்தும். இதனால் இப்படிப்பட்ட விளைவுகள் தான் நிச்சயமாக ஏற்படும் என்று முடிவு செய்து சந்தோஷம் கொள்ளும், அல்லது அச்சப்படும். ஆனால் இவைகளைத் தவிர்த்து விட்டு தமக்கு நடந்த செயலை அப்படியே ஏற்று, அதன் மூலமாகப் பெற்ற அனுபவத்தைக் கற்றுக் கொண்டால் அது எதிர்கால வாழ்க்கையில் உறுதுணையாக இருக்கும். இந்த உள்ளுணர்வைத் தருவதில் இந்த யோகினி வல்லவள்.

இந்த யோகினி வாளிப்பான இளமை பொருந்திய உடலும், நான்கு கரங்களும், குள்ளநரியின் முகமும் கொண்டவள். மீன் வாகனம் கொண்டவள். சமுத்திரயோகினி என்பதால் மீனையே அவள் தனது வாகனமாக ஏற்றிருக்கிறாள்.

விலங்குகளுக்கு உள்ளுணர்ச்சி மிக அதிகம், அதனால் தான் அவைகள் இரவிலும், பகலிலும் எதிரி விலங்குகளின் தாக்குதலில் இருந்து தப்பி உயிர்வாழ்கின்றன. சில நேரங்களில் நாமும் நமது அனுபவத்தை சற்று ஒதுக்கிவைத்துவிட்டு, விலங்குகளைப் போல நமது உள்ளுணர்வின் குரல் கேட்டு நடந்து கொள்ளும் போது சில அபாயங்களைத் தடுக்க முடியும்.

குள்ளநரி தந்திரத்திற்குப் பேர்போனது என்பதை நாம் அறிவோம். தற்போது நமது வாழ்க்கையில் ஏற்படும் பிரச்சனைகளைச் சமாளிக்க நாமும் குள்ளநரியின் தந்திரத்தோடும், சுறுசுறுப்போடும், நடந்து கொள்ளவேண்டும்.

அப்போது தான் பகைவர்களை, மோசமான சூழ்நிலைகளை எதிர்த்து நின்று நம்மால் சமாளிக்க முடியும். நல்லவர்களாக இருப்பதோடு, வல்லவர்களாகவும், சிறந்த முடிவுகளை எடுக்கும் திறன் கொண்டவர்களாகவும் நாம் இருக்க வேண்டும். இதனை இந்த யோகினி உணர்த்துகிறாள்.

சிறுத்தைகள், புலிகள், காட்டுப்பூனைகள், குள்ளநரி ஆகியவை தைரியத்திற்கும், உடல் வலிமைக்கும், வேகத்திற்கும் பெயர் பெற்றவை. சமுத்திர யோகினியை வழிபடும் பக்தர்களுக்கு அவள் நாம் மேலே பார்த்த ஆற்றல்களை வழங்குகிறாள்.

இவள் ஒரு கரத்தில் கட்டாரியும், மற்றொரு கரத்தில் கண்ணாடியும் வைத்திருக்கிறாள். கண்ணாடியைப் பார்த்து உன்னைச் சரி செய்து கொள், கட்டாரியைக் கொண்டு சாதகமற்ற சூழ்நிலைகளை வெட்டி எறி என்று உபதேசிக்கிறாள்.

●●●

28 ஸ்ரீ அபய தேவி

அபயம் என்ற சொல்லுக்கு பாதுகாப்பு என்று பொருள். இவள் பக்தர்களுக்கு சின்னச் சின்ன பயங்களில் இருந்து பாதுகாப்பு அளிக்கிறாள், அதன் காரணமாக அபயா என்று போற்றப்படுகிறாள்.

இவள் நம்மைத் திடுக்கிட வைத்து செயலிழக்கச் செய்யும் சின்ன சின்ன பயங்களைப் போக்குபவள். இவளை சரண் அடைந்தால் பயம் விலகும், தைரியம் வளரும். ஜப்பானிய மொழியில் அபய என்பதற்கு நீளமான அங்கி என்று பொருள் உண்டு என்கிறது விக்சனரி. நீளமான அங்கி உடலை மறைத்து மானத்தைக் காக்கிறது, குளிரில் இருந்தும், வெப்பத்தில் இருந்தும் பூச்சிக்கடியில் இருந்தும் பாதுகாக்கிறது. இந்தப் பொருளில் தான் நமக்கு துணிச்சலைத் தந்து பயத்தைப் போக்குகிறாள் அபயா யோகினி என்ற இந்தத் தேவி.

இவள் இரண்டு கரங்களினாலும் பக்தர்களுக்கு அபயம் அளிக்கிறாள். பெண்மையின் பூரிப்பு நிரம்பிய உடலும், பல்லியின் தலையும் கொண்ட விசித்திர யோகினி இவள். பல்லி காட்டிலும்

உண்டு, வீட்டிலும் உண்டு. அதுபோல இவள் நல்லவற்றிலும் உண்டு, தீயவற்றிலும் உண்டு. ஆனால் தன்னை நாடி வரும் யோக சாதகருக்கு நல்வழிகாட்டி துணையாக இருப்பாள்.

வீட்டில் இருக்கும் பல்லி, பூச்சிகள் வண்டுகள் கரப்பான் பூச்சி ஆகியவற்றைத் தின்று, வீட்டில் இருப்பவர்களுக்கு நோய்களில் இருந்து பாதுகாப்பு அளிக்கிறது. அவ்வாறே இவளும் யோகசாதனைகளைச் செய்யும் போது குழப்பம், சந்தேகம், விரக்தி, சோம்பல் ஆகியவற்றை விலக்கி சாதகரை மேல்நிலைக்கு அழைத்துச் செல்கிறாள்.

●●●

29 ஸ்ரீ சுகி தேவி

கட்டற்ற விடுதலை தரும் கட்டழகுத் தேவி

இவள் அழகான பெண் உடலும், பச்சைக்கிளியின் முகத்தையும் கொண்டவள். சுகம் என்ற சொல்லுக்கு கிளி என்று பொருள். இவள் இரண்டு கரங்களைக் கொண்டவள். ஒரு கையில் ஏதோ ஒரு மிருகத்தின் குட்டியை பாசத்தோடு ஏந்தி இருக்கிறாள். பன்றியின் மீது அமர்ந்த நிலையில் காட்சி தருகிறாள்.

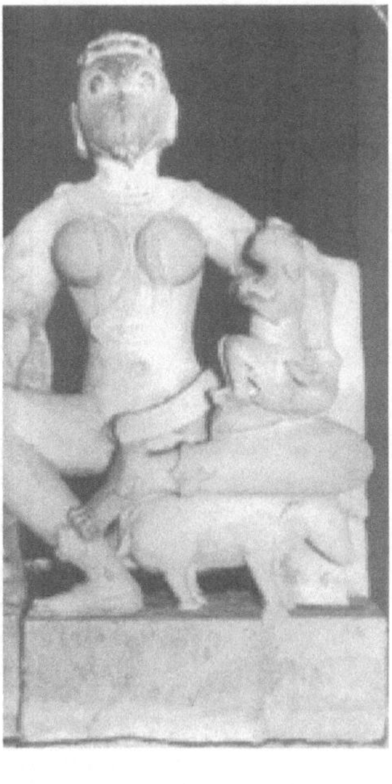

பச்சைக்கிளி பரந்து விரிந்த ஆகாயத்தில் கட்டுப்பாடு இல்லாமல் ஆனந்தமாகப் பறந்து திரியும் பறவை. அது காய்களையும் கனிகளையும் மட்டுமே உண்ணும். அது ஆணவம் அற்றது, மற்ற பறவைகளுடன் சேர்ந்து வாழ்வது. மண்ணில் வேர்பிடித்த மரத்தில் வாழ்ந்த போதிலும், பரந்த ஆகாசத்தில் சிறகடித்துப் பறந்து செல்ல ஆசைப்படுவது. அதைக் கூண்டில் அடைத்துவைத்து நெல்மணிகளைக் கொடுத்தால்

மகிழ்ச்சி அடையாது. அது தங்கக்கூண்டாகவே இருந்தாலும் அது விரும்புவதில்லை.

அது போலவே தன்னை உணர்ந்த யோகிக்கு இந்த உடல் ஒரு சிறை போன்றது. அவன் இதன் மூலமாக தெய்விக ஆற்றல்களை அடைய முயற்சி செய்கிறான். பரமானந்தப் பெருவெளியில் சுற்றித் திரிய விரும்புகிறான். அதை அடையமுடியாமல் ஆணவம் வந்து தடுக்கும். அந்த நேரத்தில் இந்த யோகினி தடைகளை அகற்றி அவன் முன்னேற வழிகாட்டுவாள். இதற்கு சுகமுனிவர் வாழ்வில் நடந்த ஒரு நிகழ்ச்சியைக் காணலாம்.

வியாச முனிவரின் மகன் சுக முனிவர். அவர் கிளியின் முகத்தைக் கொண்டவர், எனவே அவரை எல்லோரும் 'சுகப்பிரம்ம மகரிஷி' என்றே அழைப்பர். ஒருநாள் தன் தந்தையிடம், "பிரும்ம ஞானம் பெற எனக்கு வழி சொல்லுங்கள்" எனக் கேட்டார் சுக முனிவர்.

"மிதிலைக்குச் செல். அரசர் ஜனகரே உனக்குப் பிரம்ம ஞானம் வழங்கத் தகுதி உடையவர்" என்றார் வியாசர். அதன்படி மிதிலை அரண்மனையை அடைந்தார் சுக முனிவர். காவலர்களிடம், "உங்கள் அரசரிடம் போய் சுகப் பிரம்ம மகரிஷி வந்திருக்கிறார் என்று சொல்லுங்கள்" என்றார்.

காவலாளிகளும் ஜனகரிடம் சென்று, சுகப் பிரம்ம மகரிஷி வந்திருப்பதாகத் தெரிவித்தனர். அதற்கு ஜனகர், "அவருடன் வந்திருக்கும் மற்ற இருவரை விட்டுவிட்டு, அவரை மட்டும் தனியாக வரச் சொல்லுங்கள்" என்றார்.

"அரசே! அவர் தனியாகத்தான் வந்திருக்கிறார்" என்றார்கள் காவலாளிகள். ஜனகர், "நான் சொன்னதை மட்டும் அவரிடம் சொல்லுங்கள்!" என்றார் கண்டிப்புடன். சுக முனிவரிடம் வந்த காவலர்கள், அரசர் கூறியதை அப்படியே அவரிடம் தெரிவித்தனர்.

அதைக் கேட்டுச் சிந்தனையில் ஆழ்ந்தார் சுக முனிவர். பின்னர், காவலாளிகளுடன் சென்று அரசரைச் சந்தித்து, "நான் சுகப் பிரம்மம் வந்திருக்கிறேன்" என்று தம்மை அறிமுகப்படுத்திக் கொண்டார்.

இப்போது ஜனகர் என்ன சொன்னார் தெரியுமா? "உங்களைத் தனியாகத்தானே வரச் சொன்னேன்..! இப்போதும் துணைக்கு ஒருவரை வைத்துக்கொண்டிருக்கிறீரே?" என்று கேட்டாராம். சுகருக்கு இப்போதுதான் தனது தவறு புரிந்தது. அவர் சொன்னார்... "மன்னிக்கவும். நான் சுகன் வந்திருக்கிறேன்!"

ஆம்... பிரம்ம ஞானத்தை அடைய விரும்புகிறவர்களுக்கு, அகங்காரம் அறவே கூடாது!

இப்படி உண்டாகும் அகங்கார மமகாரங்களை விலக்கி யோக சாதகருக்கு நல்ல பலன்களை கிளி முக யோகினி அருள்பாலிக்கிறாள்.

●●●

30 ஸ்ரீ நிர்மனசா தேவி

உள்உணர்வுத் தூண்டலை அதிகரிக்கச் செய்யும் யோகினி இவள். ஆச்சரியப்படும் விதமாக பெண் உடலையும், சிரிக்கும் தவளையின் முகத்தையும் கொண்டவள். மனசு இல்லாத நிலை எண்ணங்கள் அற்ற நிலை. இதுவே பேரின்ப நிலை. இதைக் குறிக்கும் விதமாகவே இவள் நிர்மனசா என்ற பெயரைப் பெற்றிருக்கிறாள்.

ஒரு துறவி பசி தாகத்தை அடக்கிக் கொண்டு தவம் செய்யலாம். உடல் இச்சைகளைத் துறந்து விடலாம். ஆனால் மனத்தில் எண்ணங்கள் அற்ற நிலைக்குச் செல்வது அத்தனை சுலபம் அல்ல. நிர்மலமான மனதை அடைய ஒரு யோகி தீவிரமான யோகப்பயிற்சிகளில் கடுமையாக ஈடுபட வேண்டும். இதை அறிந்த நமது யோகிகள்,

சினமடங்கக் கற்றாலும் சித்தி எல்லாம் பெற்றாலும் மனமடங்கக் கல்லார்க்கு வாயேன் பராபரமே என்று பாடி வைத்தனர். அப்படி மனதை அடக்க வேண்டுமானால் அதற்கு எண்ணங்களைக் கட்டுப்பாட்டிற்குள் கொண்டு வரவேண்டும். இந்த யோகினி அந்த சித்த வித்தையில் கைதேர்ந்தவள். அதன் காரணமாகத் தன்னை வழிபாடு செய்யும் பக்தர்களுக்கும் நிர்மலமான மனத்தை அளிப்பவள்.

அவள் தனது வலது கரத்தை சற்றே உயர்த்தி மார்பில் வைத்திருக்கிறாள். மனதற்ற நிலைக்கு உங்களைக் கொண்டு செல்வேன் என்பதைக் குறிப்பினால் உணர்த்துகிறாள். அவளது மற்றொரு கையில் உள்ள கபாலத்தில் ரத்தம் நிரம்பி இருக்கிறது. பிரபஞ்ச ஆற்றல் எனக்குள் நிரம்பி இருக்கிறது. அதில் இருந்து பக்தனே உனது யோகப் பயிற்சிக்கு ஏற்ப நான் அளிக்கிறேன் என்று அவள் சொல்வதாக இது அமைந்திருக்கிறது.

தவளை ஒரு இடத்தில் இருந்து மற்றொரு இடத்திற்கு தத்தித் தாவும் இயல்புடையது. நமது மனமும் அப்படித்தான் ஒரு விஷயத்தில் இருந்து மற்றொரு விஷயத்திற்குத் தாவிக் கொண்டே இருக்கும். இதனை பட்டினத்தார்,

காடும் கரையும் மனக்குரங்கு கால்விட்டோட அதன் பிறகே ஓடும் தொழிலால் பயன் உளதோ என்று கேட்கிறார்.

கரையிலும் நதியிலும் காட்டிலும் மேட்டிலும் மனம் போனபடி ஓடும் குரங்கினைப் போல நமது மனமும் பெண் ஆசை, பொன்னாசை, மண்ணாசை இன்னும் என்னென்னமோ ஆசைகளில் சிக்கிச் சீரழிந்து நம்மைப் படைத்த இறைவனைச் சிறிது நேரம் கூட சிந்தனை செய்யாமல் வாழ்க்கையை வீணாக்குகிறது.

மனம் அமைதிப்பட்டால் நல்ல சிந்தனை ஏற்படும். மனம் கட்டுப்பட வேண்டுமானால் மூச்சுக் காற்றைக் கட்டுப்படுத்த வேண்டும். அதற்குப் பிராணாயாமம் என்று பெயர். மூச்சுக்காற்றை முறைப்படி கட்டுப்படுத்தும் போது ஆயுள் விருத்தி ஏற்படுகிறது, மனம் அலைபாயாமல் அடங்குகிறது, அப்போது ஆன்மீக விஷயங்கள் தெளிவாகின்றன, ஆண்டவன் பாதங்களை நோக்கி மனம் அமைதியாகப் பயணிக்கிறது. இதை விளக்குபவள் தான் தவளை முக யோகினி. இவளது வாகனமும் தவளைதான்.

இதில் ஆச்சரியமான விஷயம் என்னவென்றால் அதிக ஆயுள் படைத்த பிராணிகளுள் முதன்மையானது ஆமை. அது போலவே தேரையும், தவளையும் தோலினால் சுவாசிப்பவை. இவற்றின் ஆயுள்காலம் அதிகம் தான். ஆகவே அவற்றினால் தரையிலும் தண்ணீரிலும் வாழ முடிகிறது. இந்த மண்ணில்

இருந்துகொண்டே விண்ணுலகத்தை அடைய தவளை யோக நெறியில் வழிகாட்டுகிறது. அதை நமக்குத் தெரியப்படுத்தவே இந்த நிர்மனசா யோகினி தவளை முகத்தோடு தரிசனம் தருகிறாள்.

●●●

31 ஶ்ரீ ஹயக்கிரீவ தேவி

இவள் அழகான வலிமை பொருந்திய கவர்ச்சியான பெண் உடலையும், பெண் குதிரையின் தலையையும் உடையவள். ஒரு கையில் ஜபமாலையும், மற்றொரு கரத்தில் காலியான கபாலத்தையும் கொண்டிருக்கிறாள்.

குதிரை வேகத்தின் சின்னமாகவும் வலிமையின் ஆற்றலாகவும் குறிக்கப்படுகிறது. இவள் வேகத்தையும், வலிமையையும் தருபவள். யோக நெறியில் பயிற்சிகள் செய்வோருக்குத் தவவலிமை மற்றும் குறிக்கோளை அடைவதற்கான வேகம் ஆகியவற்றை வழங்குகிறாள்.

அவள் கையில் உள்ள வெற்றுக் கபாலம் பிரபஞ்ச ஆற்றல்களை உள்வாங்கி நமக்குத் தருவதற்காகக் காத்திருக்கிறது. கதவைத் தட்டினால் தனது ரகசியங்களை வெளிப்படுத்தும் இயற்கையைப் போல இந்தத் தேவி தன்னைச் சரியான வழியில் உபாசிக்கும் பக்தனுக்கு அருளை வாரி வழங்கக் காத்திருக்கிறாள்.

ஞானமும், கல்வியும் சிறக்க ஒழுக்கமான வாழ்க்கை வாழ வேண்டும், அதற்குக் கட்டுப்பாடான வாழ்க்கை முறை அவசியம். இதற்கு மனம் அமைதியாக இருப்பது அவசியம். மனத்தை அதன் போக்கில் ஓடவிடாமல் தடுப்பவை ஜெபமும், தவமும். இதை விளக்குவதற்கே அவள் தன் கரத்தில் ஜெபமாலையை ஏந்தி இருக்கிறாள்.

நமது புராணங்களில் சூரியனின் தேரினை ஏழு குதிரைகள் இழுத்துச் செல்வதாகச் சொல்லப்பட்டுள்ளது. அந்தக் குதிரையில் ஒருத்தியே இவள். எப்படி சூரியனைப் பிரபஞ் சத்தின் மறுபக்கத்திற்கு நேரம் தவறாமல் ஆகாசக் கடலில்

செல்ல அவனது ரதக் குதிரைகள் உதவி செய்கின்றனவோ அவ்வாறே இந்த ஹயக்கிரீவ யோகினி தனது பக்தர்களைப் பிறவியாகிய பெரிய கடலைக் கடந்து விரைவில் மோட்ச உலகை அடைவதற்கு வழிகாட்டுகிறாள்.

மச்சேந்திரநாதருக்கு முன்னால் யோகினி வழிபாட்டில் பெண்கள் அனுமதிக்கப்படவில்லை. ஆனால் மச்சேந்திர நாதர் இந்தக் கட்டுப்பாட்டை விலக்கினார், அதனால் அவரை பழைமைவாதிகளுக்குப் பிடிக்கவில்லை. அவர் சிவபெருமானின் பேரருளுக்குப் பாத்திரமானவர். தனது ஆசைக்கிணங்க அவர் பதினாயிரம் யோகினிகளுடன் கதலி வனத்தில் சுற்றித் திரிந்தார் என கௌலஞானநிர்ணயா தெரிவிக்கிறது.

அந்த வனத்திற்குள் நுழைபவர்கள் யோகசாதனை செய்பவர் களாகவும், ஆடல் பாடல் கலைகளில் வல்லவர்களாகவும், சிருங்கார ரசத்தில் ஆர்வம் கொண்டவர்களாகவும் இருக்க வேண்டும். ஆண்களுக்கு அந்த வனத்திற்குள் நுழைவதற்கு அனுமதி மறுக்கப்பட்டது. இந்தக் காலகட்டத்திற்குப் பிறகு தான் பெண்கள் இந்த மார்க்கத்தில் நுழைந்து யோகசாதனைகள் செய்து அபாரமான சித்துக்களைக் கைவரப்பெற்றனர்.

காலகதியில் அப்படி சித்தி பெற்றவர்களே மக்களால் வணங்கப்பெறும் யோகினிகளாக வடிவம் கொண்டனர். ஊர்மக்கள் தங்கள் ஊர்களில் வழங்கும் பெயர்களை வைத்தே யோகினிகளை வழிபட்டனர்.

இந்த யோகினிகள் நெருக்கடியாலோ அல்லது விருப்பத் தினாலோ தாங்கள் விரும்பும் பறவை மற்றும் பிராணிகளின் வடிவத்தை ஏற்றுக் கொண்டு வாழ்ந்தனர். இன்னும் சில யோகினிகள் தாங்கள் கன்னியாக இருந்த போதிலும் கையில் ஒரு குழந்தையை ஏந்தியவாறு காட்சி அளித்திருக்கின்றனர்.

அவர்கள் தங்களிடமிருந்த அதீதமான ஆற்றல்களை ஒரு குழந்தையாக மாற்றி தங்களுடன் கொண்டு சென்றனர். இதன் காரணமாக அவர்களை அடிமையாக்குவதற்காக அபிசார ஹோமம் செய்யும் மந்திரவாதிகளின் பார்வையில் இருந்து தப்பினர் எனவும் நூல்கள் தெரிவிக்கின்றன. மச்சேந்திரர்தான்

பெண்களுக்கு மரியாதை அளித்து, இந்த யோகினி வித்தைகளில் அவர்களுக்கும் பெரும்பங்கு அளித்தார் என்ற கருத்தும் உண்டு.

இந்த ஹயக்கிரீவ யோகினி ஆண் சிங்கம் ஒன்றைத் தனது வாகனமாகப் பெற்றிருக்கிறாள். சிங்கத்தைப் போல ஆற்றல் பெறவும், கேசரியோகத்தில் சித்தி அடையவும் இவளை வணங்கியிருப்பதை நூல்கள் தெரிவிக்கின்றன. மேலும் அபாரமான கல்வி அறிவும், பல்துறை அறிவும் பெறவும், தாம் உச்சரிக்கும் மந்திரங்கள் சித்தியாகி விரும்பிய பலன்களை உடனே அளிக்கவும் இந்த யோகினி அதிக எண்ணிக்கையில் மந்திரவாதிகளினால் உபாசனை செய்யப்பட்டிருக்கிறாள்.

●●●

32 ஸ்ரீ ஜங்கிணி தேவி

ஐங்கரன் என்றால் ஐந்து கரங்களை உடைய விநாயகப் பெருமான்.

ஐந்து கரத்தனை ஆனை முகத்தனை என்று போற்றுகிறது திருமந்திரம். இந்த யோகினி யானைமுகத்தைக் கொண்டவளாக இருப்பதால் ஐங்கிணி என அழைக்கப்படுகிறாள். இவள்

தடைகளைத் தகர்த்து தவிடு பொடியாக்குபவள். வெற்றியைத் தருபவள். விக்கினங்களை நீக்கி வினைகளைச் செவ்வனே முடிப்பதற்குத் துணை செய்பவள்.

விநாயகருக்கு விநாயகி என்பது பெண்பால். வைநாயகி, விக்னேசுவரி, கணேசினி, கணேஸ்வரி, கஜானனா, ஐங்கிணி என்ற பெயர்களும் உண்டு. இத்தெய்வம் இந்து, பௌத்த, சமண சமயத்தவரால் ஒரு

காலத்தில் சிறப்பாக வழிபடப்பட்டது. இந்து சமயத்தில் சக்தி கணபதி என்ற பெயராலும் இத்தாய்த் தெய்வம் வழிபடப்பட்டது. காணாபத்யமும் தாந்திரீக வழிபாடும் ஓங்கியிருந்த காலத்தில் விநாயகி வழிபாடும் சிறப்புற்று விளங்கியது.

பௌத்த மதத்தில் யானைத் தலையுடன் விளங்கும் இத்தாய்த் தெய்வம், "கணபதி ஹ்ருதயா' என்று குறிக்கப்பட்டுள்ளது. வடமொழியில் ஸ்கந்த புராணத்தில் காசிக் காண்டத்தில் யோகினி களின் பட்டியலில் விநாயகி, கஜானனா எனும் பெயர்கள் காணப்படுகின்றன. அறுபத்தி நான்கு யோகினிகளின் பட்டியலில் விநாயகியும் காணப்படுகிறாள்.

'சிற்ப ரத்தினா' என்ற சிற்ப நூல் சக்தி கணபதியைப் பின்வருமாறு குறிக்கிறது: "சக்தி கணபதிக்கு யானைத் தலை, பருத்த வயிறு, செந்தூர வண்ணம், நன்கு அமைந்த பிருஷ்டகம், மார்புகள், இளமைத் துடிப்புடைய பெண்ணுருவம், இடப்புறம் திரும்பிய யானைத் தலை, இரு கைகள், வலக்கையில் பெரிய தாமரை மொட்டு, தொங்கிய இடக்கை, கச்சுடன் விளங்கும் ஸ்தனங்கள், இடுப்பிற்குக் கீழ் புலியின் கால்பாகம், நிமிர்ந்து சுருண்ட வால்'' என்னும் அமைப்புடைய இத்திருவுருவை கி.பி.17ஆம் நூற்றாண்டைச் சார்ந்ததாக எ.வி. ஜெயச்சந்திரன் குறிக்கிறார்.

விநாயகியின் திருவுருவச் சிலைகள் வடநாட்டில் அதிகம் கிடைத்துள்ளன. தமிழகத்திலும் பல்வேறு இடங்களில் விநாயகியின் திருவுருவச் சிலைகள் உள்ளன. கன்னியாகுமரி மாவட்டம் சுசீந்திரத்தில் ஒரு தூணில் விநாயகியின் சிற்பமுள்ளது. குறிப்பிடத்தக்க மற்றுமொரு சிற்பம் மதுரை மீனாட்சி சுந்தரேசுவரர் கோவிலில், சுவாமி சந்நிதியின் நுழைவாயிலின் வடபுறமுள்ள தூணில் காணப்படுகிறது. இது நின்ற கோலம். தலையில் மகுடம் சற்றே வலப்பக்கம் சாய்ந்து காணப்படுகிறது.

இவளது சிலைகள் யோகினி குழுக்களின் நடுவே ஒடிசா, மத்திய பிரதேசம் ஆகிய இடங்களின் ஆலயங்களில் காணப்படுகிறது.

மனித உடலும் யானை முகமும் உடைய இவள் கழுதையை வாகனமாக வைத்திருக்கிறாள். இரண்டு கரங்களில் ஒன்றில் கபாலத்தை ஏந்தி இருக்கிறாள். அதில் ரத்தத்திற்குப் பதிலாக

சோமரசம் ததும்புகிறது. இடது கரத்தில் அழகான மலர் இருக்கிறது. கபாலத்தில் உள்ள சோமரசம் அதியற்புதமானது, மரணம் இல்லாத பெருவாழ்வை அளிப்பது. தன்னை உபாசனை செய்யும் யோகிக்கு இவள் நித்தியானந்தப் பெருவாழ்வு அளிப்பாள் என்பதை இதனால் நாம் அறியலாம்.

தடைகளைத் தகர்த்தெறிந்து, வெற்றிக்கனியைப் பறிக்க இவள் துணையிருப்பாள். யானையைப் போன்ற உடல் வலிமையும், அடங்கி இருக்கின்ற தன்மையும் இவளை வழிபாடு செய்யும் பக்தன் பெறுவான். யானை நீண்ட ஆயுளைப் பெற்று வாழ்வதைப் போல யோகியும் நெடிய ஆயுளோடு யோகசித்தி அடைந்து இன்புறுவான்.

கழுதை பொறுமையின் சின்னமாக அறியப்படுகிறது. இது சுமையைத் தூக்கிக் கொண்டு காளை மாட்டினால் ஏற முடியாத மலைச்சிகரங்களில் பயணிக்கும் ஆற்றல் பெற்றது. அதுபோல யோகமலை உச்சிக்கு செல்வது என்பது எல்லோராலும் முடியாத செயல். ஆனால் இவளை வழிபட்டால் அந்தச் செயற்கரிய காரியத்தைச் செய்து முடிக்கத் துணையிருப்பாள். பெராகட் ஆலயத்தில் இவளது உருவம் நடனம் ஆடும் விநாயகியாகக் காட்சி அளிக்கிறது.

மற்ற மிருகத்தலை யோகினிகளைப் போல யானைத்தலை யோகினியும், வெறும் தகவல் சேகரித்து மனதை குழப்பிக்கொள்வதை விடுங்கள் என்று உபதேசிக்கிறாள். அறிவு மட்டுமே ஒருவருக்கு ஆனந்தமோ அமைதியோ தருவதில்லை. அறிவில் இருந்து நமக்குக் கிடைத்த அனுபவத்தை வாழ்க்கையில் கடைப்பிடிக்கும் போது தான் நிம்மதி கிடைக்கிறது. யானை ஒரு நாள் முழுவதும் சாப்பிட்டுக் கொண்டே இருந்தாலும் அத்தனை தீனியையும் செரிமானம் செய்யும் ஆற்றல் பெற்றிருக்கிறது. இல்லாவிட்டால் அத்தனை உணவும் வலிமையாக மாறாமல் வெறும் சாணமாகி வெளியே தள்ளப்பட்டுவிடும். அது போல நாம் சேகரிக்கும் தகவல் அறிவு, அனுபவமாக்கப்பட வேண்டும் என்பதையே ஜங்கிணி தேவி தனது தோற்றத்தின் மூலமாக வெளிப்படுத்துகிறாள்.

●●●

33 ஸ்ரீ விசித்திரா தேவி

இவள் அழகும், மென்மையும் நிரம்பியவள். கூர்மையான அலகினைக் கொண்ட அழகான பறவையின் முகம் கொண்டவள். இவள் உலகத்தில் உள்ள பலவண்ணங்களின் வடிவமாக விளங்குபவள். இவள் தன்னை வழிபாடு செய்யும் யோகிக்கு ஆழ்ந்த அமைதியோடு கூடிய பேரின்பத்தை வழங்குகிறாள்.

மிருகத்தின் தலை மற்றும் பறவைகளின் தலையைப் பெற்ற யோகினிகள் அனைவருமே ஒரு விஷயத்தை யோகத்தில் ஈடுபடும் பக்தர்களுக்கு உறுதியாகத் தெரிவிக்கிறார்கள். உயர்ந்தது தாழ்ந்தது என்றோ, நல்லது கெட்டது என்றோ இருமைக்குள் சிக்கி உழன்றால் பரம்பொருளைத் தெரிந்து கொள்ள முடியாது என்ற உயர்ந்த கருத்தே அது.

இதைச் சுட்டிக் காட்டும் விதமாகவே அவர்கள் பிறப்பினால் உயர்ந்த மனித உடலையும், ஐந்தறிவு கொண்ட மிருகம் மற்றும் பறவைகளின் தலையையும் கொண்டு தரிசனம் தருகிறார்கள். உயர்ந்ததும் தாழ்ந்ததும் எங்காவது ஒரு புள்ளியில் இணைந்தால் தான் யோகம் கைகூடும் என்பதைச் சொல்லாமல் சொல்கிறார்கள். தெய்வ நிலையை அடைய வேண்டுமானால் அவன் மனித நிலையில் இருப்பது அவசியம். மனித நிலை தாழ்ந்தது என்று அதை அழித்து விடுவதால் தெய்வ நிலைக்கு உயர்ந்து விட முடிவதில்லை. அந்த உடலைக் கொண்டு நியம நிஷ்டையோடு கூடிய யோகப் பயிற்சிகளை ஒருவன் முறையாகச் செய்து வருவதன் மூலமே மனத்தை உயர்ந்த நிலைகளுக்குக் கொண்டு செல்ல முடியும்.

எந்த விதமான நிபந்தனையும் இல்லாமல் இறைவனிடமிருந்து பெறும் கருணையின் விளக்கமாகவே இந்த யோகினி விளங்குகிறாள். அவள் தன் கரத்தில் ஒரு மலரை ஏந்தி, அதைத் தன் மார்புக்கு எதிரே நீட்டிப் பிடித்த வண்ணம் ஒயிலாக அமர்ந்திருக்கிறாள். யோகச் சக்கரங்களில் அனாகதச் சக்கரம் இதயத்தோடு தொடர்புடையது. இந்த வகையில் மனதை லேசாகவும், மென்மையாகவும் வைத்துக் கொண்டால்

இறைவனை அடைவது எளிது என்று இதன் மூலமாக அவள் தன் பக்தர்களுக்குத் தெரிவிக்கிறாள்.

அவள் தன்னுடைய இடது கரத்தை விரித்து உள்ளங்கை மேலே தெரியும் விதமாக இடது தொடைமீது வைத்திருக்கிறாள். அவள் உள்ளங்கையில் அழகான சிறிய பறவை எந்தவித அச்சமும் இல்லாமல் அமர்ந்திருக்கிறது.

சிறிய ஓசையோ, அச்சமோ இல்லாத இடத்தில் தான் ஒரு குருவி அமைதியாக வந்து அமர முடியும். நாமும் நமது மனத்தை அமைதியாக வைத்துக் கொண்டால் தான் இறைசக்தி நம்மிடம் வந்து தங்கும் என்பதை இது விளக்குகிறது.

●●●

34 ஸ்ரீ இருடி தேவி

மத்திய பிரதேசத்தில் உள்ள பெடாகட் என்ற இடத்தில் இருக்கும் யோகினி ஆலயத்தில் இந்தத் தேவியின் சிலை இருக்கிறது. இவள் வாழ்வின் அனுபவங்களை அலைஅலையாகப் பொங்கச் செய்பவள்.

இவள் பசுவின் தலையைக் கொண்டவள், தனது வலது கையில் ஞானத்தை அள்ளித்தரும் பனைஓலைச் சுவடிகளை வைத்திருக்கிறாள், இடது கரத்தில் திரிசூலத்தைத் தாங்கி இருக்கிறாள். அந்தத் திரிசூலம் மனவலிமை, செயல்திறன் மற்றும் ஞானம் ஆகியவற்றின் குறியீடாகக் காணப்படுகிறது. தன்னை வழிபடும் யோகிக்கு அவள் இவைகளைத் தடையில்லாமல் வழங்கி வாழ்வில் வெற்றி பெறச் செய்வாள்.

புல் மேய்ந்த பசு அதை அங்கேயே செரிமானம் செய்வதில்லை. அவசரமாகப் புற்களைக் கடித்து விழுங்கிய அது, பிறகு ஒரு ஆபத்தில்லாத இடத்திற்கு வந்து ஆரஅமர விழுங்கியவற்றை மறுபடியும் வாய்க்குக் கொண்டு வந்து அசைபோட்டு, தன் வாயில் ஊறும் எச்சிலோடு கலந்து வயிற்றுக்குள் அனுப்புகிறது.

அது போல நாம் ஒரு எண்ணம் தோன்றிய உடனே அவசரகதியில் அதைச் செயல்படுத்தக் கூடாது. அப்படிச் செயல்பட்டால் அது ஆபத்தில், தோல்வியில் முடியலாம். பதறாத காரியம் சிதறாது என்ற பழமொழி இந்த அடிப்படையில் தோன்றியது தான்.

ஒரு செயலைச் செய்வதற்கு முன்னால் பலமுறை யோசிக்க வேண்டும். அதில் உள்ள லாபத்தை மட்டுமே பார்த்துக் கொண்டு அவசரப்பட்டுச் செய்வதற்கு ஆர்வம் காட்டாமல், அதில் உள்ள குறைகள் என்ன? அதைச் செய்வதால் ஏற்படும் பின் விளைவுகள் என்ன? என்பவை குறித்து தீர்க்கமாகச் சிந்தனை செய்ய வேண்டும். பசு இதனை நமக்குக் கற்றுத் தருகிறது.

எண்ணித் துணிக கருமம் துணிந்தபின்
எண்ணுவம் என்பது இழுக்கு

என்கிறார் திருவள்ளுவர்.

ஒரு செயலைச் செய்வதற்கு முன்னால் ஒருமுறை அல்ல நூறு முறை யோசிக்க வேண்டும். அப்படி யோசித்து நல்ல முடிவு எடுத்த பிறகு அதைச் செயல்படுத்துவதில் தாமதம் காட்டாமல் விரைந்து செயல்பட வேண்டும்.

நமக்குப் பிடித்திருக்கிறது என்பதால் ஒரு செயலை ஆராயாமல் செய்து விட்டு, அதனால் தீமை ஏற்பட்டவுடன் பலமுறை சிந்திப்பதும், புலம்புவதும் அறிவீனம் அல்லவா? இதைத்தான் இருடி தேவி பசுவின் முகத்தை ஏற்று சொல்லாமல் சொல்கிறாள்.

தமிழ் இலக்கியத்தில் மாடு என்றால் செல்வம் என்ற பொருள் உண்டு. மாடு என்றால் பசுமாடு என்றும் பொருள் உண்டு. ஆகவே இந்தப் பசுமுக யோகினியை வழிபாடு செய்யும் பக்தன், இந்த உலகத்திற்குத் தேவையான செல்வமும் அடைவான். மறுமைக்குத் தேவையான புண்ணியத்தையும் பெறுவான். ஆக இவளை வணங்கினால் இம்மை மறுமை ஆகியவற்றுக்குத் தேவையான அத்தனை வளங்களும், நலங்களும் கிடைக்கும்.

●●●

35 ஸ்ரீ தூம்ரா தேவி

இவள் வெற்று வார்த்தைகள், சாரமற்ற வார்த்தைகள் ஆகியவற்றைக் கேட்க மாட்டாள். தனது இரண்டு கைகளின் ஆட்காட்டி விரல்களினால் தனது இரண்டு காதுகளையும் அடைத்த வண்ணம் அமர்ந்திருக்கிறாள். இவள் குரங்கு முகத்தை உடையவள். ஆகம நெறிப்படியோ அல்லது வேத நெறிப்படியோ இந்த யோகினியை வழிபட முடியாது. இவள் வழி தனி வழி.

காதுகளின் வழியாக ஓசை நுழையாமல் அடைத்துக் கொண்டால் கடலின் அலையோசை போலக் கேட்கும். ஓங்கார ஓசையும் கேட்கலாம். யோகத்தில் இவை கேட்கத் தகுந்த ஒலிகளாகச் சொல்லப்பட்டுள்ளன. உடலுக்குள்ளே கேட்கும் ஓசைகளை அறிய வேண்டுமானால் வெளியில் இருந்து உள்ளே நுழையும் ஓசைகளைத் தடுக்க வேண்டும்.

அவைகள் ஓசையாகத்தான் இருக்க வேண்டும் என்பதில்லை. சாரமற்ற வெற்று வார்த்தைகளாகக் கூட இருக்கலாம். சிலர் சளசளவென பயனற்ற வார்த்தைகளை மணிக்கணக்கில் பேசிப் பொழுது போக்குவதை வழக்கமாகக் கொண்டிருப்பார்கள்.

பயனில்சொல் பாராட்டு வானை மகன்எனல்
மக்கட் பதடி எனல்

என்று சற்று கோபமாகச் சொல்கிறார் வள்ளுவர். பயனற்ற சொல் பேசுபவனை மனிதன் என்று சொல்லாதே, மனிதர்களுள் அவன் பதர் போன்றவன் என்கிறார். இதைத்தான் இந்த யோகினியும் நமக்கு உணர்த்துகிறாள்.

குரங்கு ஒரு இடத்தில் அமைதியாக இருக்காது. கிளைக்குக் கிளை தாவும் இயல்பு கொண்டது. நமது மனக்குரங்கும் அப்படித்தான். அது அடங்கி, யோக சாதனைகளைத் தொடர்ந்து செய்ய வேண்டுமானால் புற உலகின் கவர்ச்சிகளில் இருந்து விடுபடவேண்டும். அதற்குப் புலனடக்கம் தேவை.

தீயதைப் பார்க்காதே, தீயதைக் கேட்காதே, தீயதைப் பேசாதே என மூன்று குரங்குகளை வைத்துக் கொண்டு காந்தியடிகள் போதித்தார் அல்லவா? அதுபோல தீய வார்த்தைகளை,

முன்னேற்றம் தராத சொற்களை, மனத்தை அலைக்கழிக்கும் ஆபாச வார்த்தைகளைக் கேட்காதீர்கள் எனத் தூம்ராதேவி உபதேசிக்கிறாள்.

அங்கும் இங்கும் அலைந்து திரிகின்ற மனத்தை அடக்கி நல்வழியில் திருப்பினால் அது அசாத்தியமான காரியங்களைச் சாதிக்கும். இதற்கு உதாரணம் கிஷ்கிந்தைவாசிகளான குரங்குகள். ராமபிரானின் ஆணைக்குக் கட்டுப்பட்டு அனுமன் சீதையைத் தேடி கடலைத் தாண்டி இலங்கைக்குச் சென்றான். சீதையைக் கண்டான், இலங்கையைத் தீவைத்துக் கொளுத்தி அரக்கர் சேனைக்கு அழிவு ஏற்படுத்தினான்.

அதுமட்டும் அல்ல. இலக்குவன் போரில் இந்திரஜித்தின் பாணத்தினால் மயங்கிக் கிடந்த போது, வானத்தில் பறந்து சென்று சஞ்சீவி மலையைப் பெயர்த்து ஒரு கையில் தூக்கி வந்தான் அல்லவா?

இத்தனை செயற்கரிய செயல்களைக் குரங்காகிய அவனால் எப்படிச் செய்ய முடிந்தது. அடக்கமும், மன ஒருமைப்பாடும் தானே காரணம்?

ஆக நாமும் மனத்தை ஒருமுகப்படுத்தி, புலன்களை அடக்கி யோக சாதனைகளை மேற்கொண்டால் அனைவரும் ஆச்சரியப்படும் உலக சாதனைகளை நிகழ்த்த முடியும் என்பதை தூம்ர யோகினியின் தோற்றம் தெரிவிக்கிறது.

●●●

36 ஸ்ரீ ஹைந்தினி தேவி

யோகினிகளில் பலர் விலங்கு மற்றும் பறவைகளின் முகத்தைப் பெற்றிருப்பதை நாம் பார்த்தோம். அது அல்லாமல் அவர்கள் மனித முகத்தோடு இருந்தாலும் கூட பயங்கரமான தோற்றம் கொண்டு காண்பவரைக் கதிகலங்க வைப்பதுண்டு. இது எதற்காக என்றால்? தீயவர்களை அடக்க, தன்னை வழிபடும் பக்தர்களுக்குத் துணிவை ஏற்படுத்தி நம்பிக்கையை வளர்க்க.

ஆனால் இந்தத் தேவி அருளும் அன்பும் நிறைந்து பெருகும் அன்னையின் தெய்வீக முகத்தோடு காணப்படுகிறாள்.

இவளைக் குறித்து கௌளஞான நிர்ணயா நூல் தெரிவிக்கிறது. இவள் மிகவும் அன்பானவள், மனிதர்களுடன் இணக்கமாகப் பழகுபவள். அவர்களது அபிலாஷைகளைப் பூர்த்தி செய்பவள். அவள் தனது வலது கரத்தினால் பக்தருக்கு அபயம் தருகிறாள். இடது கரத்தில் ரத்தம் நிரம்பிய கபாலத்தை ஏந்தி இருக்கிறாள்.

நாம் ஏற்கெனவே அறிந்தபடி இங்கே ரத்தம் நிரம்பிய பாத்திரம் கௌளஞானம் நிரம்பிய யோகசாதகனைக் குறிக்கிறது. தாந்திரீக வழிபாட்டில் கௌளம் என்ற சொல் யோகியின் தெய்வீக ஆற்றலை, அவனது வலிமையைக் குறிக்கிறது. இதை அருள்வதற்கு ஹைந்தினி யோகினி காத்திருக்கிறாள்.

●●●

37 ஸ்ரீ அக்கினி உண்ண தேவி

இவள் தகுந்த அருமையான சூழ்நிலையை அமைத்துக் கொடுப்பவள். அக்கினியுண்ண என்ற வார்த்தைக்கு நெருப்பினால் உண்ணப்பட்ட அல்லது இடியினால் தாக்கப்பட்ட என்ற பொருள் இருக்கிறது.

வேதம் அக்கினிமீளே என்ற வார்த்தையோடு ஆரம்பிக்கிறது. இது அக்கினியை வழிபடுகிறது. பழங்கால மக்களுக்கு காட்டில் புதர்களை அழித்து, விலங்குகளை விரட்டி, வழிகாட்ட நெருப்பு உதவியது. மேலும் குளிரில் இருந்து பாதுகாத்து, இறைச்சியைச் சமைத்து உண்ண நெருப்பு பயன்பட்டது. ஆகவே அவர்கள் அக்கினியை வணங்கினர். நெருப்பு மிகச் சிறந்த வழிகாட்டி என்ற பெயரில் போற்றப்பட்டது.

இந்த யோகினி தன்னை வழிபடும் பக்தனுக்கு ஏற்படும் சோதனைகளைப் பொசுக்கிவிடுவாள். நெருப்பில் பட்ட வைக்கோல் எரிந்து சாம்பலாவது போல அவனது கர்மவினைகள் எரிந்து போக, பிறப்பு இறப்பு இல்லாத நிலைக்கு அவன் சென்று விடுவான்.

இவள் மனித உடலும், எருதின் தலையும் கொண்டவள். தனது வலது கரத்தில் நீண்ட வாளை ஏந்தி இருக்கிறாள்.

இடது கரத்தில் ரத்தம் நிறைந்த கபாலம் காட்சி அளிக்கிறது. இவள் தனது பக்தனுடைய மனத்தில் ஏற்பட்ட அஞ்ஞானமாகிய காட்டினை தன் கையில் உள்ள வாளினால் அழித்து யோக வழியைக் காட்டுகிறாள். அவனது உடலில் தெய்வீக ஆற்றல் பொங்கிப் பெருக ஆசி வழங்குகிறாள் என்பதையே இவைகள் விளக்குகின்றன. ரத்தம் நிரம்பிய கபாலம் ஒரு யோகியின் கௌலஞானத்தைக் குறிப்பதாக ஏற்கெனவே பல இடங்களில் நாம் பார்த்திருக்கிறோம்.

இவள் காலடியில் ஒரு கரிய நிறப் பூனை வாலைச் சுருட்டிக் கொண்டு குளிர் காய்கிறது. அவளது நெருப்பு அந்த பூனையைக் கரியாக்கவில்லை. அதுபோல அவள் தனது பக்தர்களை தாய்ப் பூனை தனது குட்டியைக் காப்பது போல எந்த விதமான நெருக்கடியில் இருந்தும் காப்பாள் என்பதை அறிய முடிகிறது.

ஐம்பூதங்களில் நெருப்பு வலிமையானது, அது மிகப்பெரிய காட்டையும் சில மணி நேரத்தில் எரித்துப் பொசுக்கிச் சாம்பலாக்கிவிடும். அதனால் தான்

மகாகவி பாரதியார்,

அக்கினிக் குஞ்சொன்று கண்டேன் அதை
ஆங்கோர் காட்டிடை மரப்பொந்திடை வைத்தேன்
வெந்து தணிந்தது காடு.
தழல் வீரத்தில் குஞ்சென்றும், மூப்பென்றும் உண்டோ

என்று தாளம் கொட்டிப் பாடுகிறார்.

நெருப்பு சிறியதாக இருந்தாலும் அதன் வீரியம் மிகப் பெரிய அழிவை உண்டாக்கும். இந்தத் தேவியை யோகி சிறிது முயற்சி செய்து வழிபட்டாலும் பெரிய நன்மைகளைத் தருவாள். அவள் உழைப்பின் சின்னம். அதனால் தான் எருதின் தலையைப் பெற்றிருக்கிறாள். கடின உழைப்பினால் மட்டுமே அஷ்டமாசித்துக்கள் கைவரப்பெறும் என்பதை அவள் தோற்றம் நமக்கு உணர்த்துகிறது.

●●●

38 ஸ்ரீ அஹிமாயா தேவி

இவள் பெண் உடலும் நாகத்தின் தலையும் கொண்டவள். அழகும் கவர்ச்சியும் நிரம்பியவள். தன்னைப் பார்ப்பவர்களை வசியப்படுத்தும் ஆற்றல் பெற்ற யோகினி இவள்.

உத்தரப்பிரதேசத்தில் அலகாபாத் அருகில் உள்ள லோகாஹரி என்ற இடத்தில் காணப்படும் யோகினி ஆலயத்தில் உள்ள சர்ப்பமுகி யோகினியின் சிலை இந்த அஹிமாயாவின் உருவத்துடன் ஒத்ததாக அமைந்திருக்கிறது.

இவள் யானை மீது அமர்ந்த அழகான பெண். அழகு நிறைந்த இடத்தில் ஆபத்தும் இருக்கும் என்ற பழமொழிக்கு ஏற்றவாறு அழகான கட்டமைந்த பெண் உடலுடன், பயமுறுத்தும் சர்ப்பத்தின் தலை கொண்டவளாக இவள் திகழ்கிறாள். நாகம் வம்ச விருத்தி, உடலுறவு ஆகியவற்றோடு தொடர்புடையது. யானை பெரிய மரங்களைக் கூட முறித்து தனக்கு வழி ஏற்படுத்திக் கொள்வதைப் போல இந்த யோகினி, தன்னை குறிக்கோளாகக் கொண்டு யோக சாதனை செய்யும் பக்தனுக்கு ஏற்படும் யோகத் தடைகளை வேரோடு பிடுங்கி எறிந்து, யோகப் பயணத்தைத் தொடரச் செய்வாள்.

இவள் தனது இரண்டு கரங்களிலும் ஏதோ ஒரு பொருளை வைத்திருக்கிறாள். ஆனால் அவை என்னவென்று நம்மால் அறிய முடியவில்லை.

நமது நாட்டின் மிகப் பழமையான வழிபாடுகளில் நாக வழிபாடும் ஒன்றாகும். நமது தெய்வங்கள் அனைத்துமே ஏதோ ஒரு வழியில் நாகத்தை வைத்திருக்கின்றன. ஆதிசேஷன் மீது திருமால் பள்ளி கொண்டிருக்கிறார். சிவபெருமான் தனது கழுத்தில்

நாகத்தை மாலைபோல அணிந்திருக்கிறார். பார்வதியின் கையில் உள்ள மோதிரம் கார்க்கோடகன் என்ற பாம்பு.

மகாகணபதியின் இடுப்புக்கச்சையாக இருப்பது பாம்புதான். பாற்கடலைத் தேவர்களும் அசுரர்களும் கடைந்த போது வாசுகி என்ற பாம்புதான் மத்துக்கயிறாக இருந்து உதவியது.

மகாபாரதத்தில் சற்று வித்தியாசமான பாம்புகளைப் பற்றிய தகவல்கள் உண்டு. அவைகள் தெய்வாம்சம் கொண்டவை, வரம் தரும் ஆற்றல் பெற்றவை. மனிதருடன் உறவு கொண்டு சந்ததி விருத்தி ஏற்படுத்துபவை.

பீமன் நாகலோகத்தில் தனது தாத்தாவைச் சந்தித்து அவரது ஆசியைப் பெறுவதற்காகச் சென்ற போது நாகராஜன் பீமனை வரவேற்று அவன் அந்த நாகரசத்தைக் குடித்தான். அதனால் அவன் எந்த விஷத்தினாலும் பாதிக்கப்படாத வைர உடல் பெற்றான்.

அருச்சுனன் மனைவிகளில் ஒருத்தியாக நாக ராணி இருந்திருக்கிறாள். இவ்வாறு நாகங்கள் பலவகையில் மனிதரோடு தொடர்புடையதாக பழங்கதைகள் பேசுகின்றன.

புராணக் கதைகளில் மட்டும் அல்லாமல் சரித்திரத்திலும் இது போன்ற தகவல்கள் இருக்கின்றன. கம்போடிய நாட்டு வரலாற்றின்படி நமது இந்தியாவில் இருந்து சென்ற அந்தணராகிய கௌண்டின்யர் என்ற மகரிஷி கம்போடிய நாட்டு நாக இளவரசியை மணம் செய்து கொண்டார். அவர்களுக்குப் பல பிள்ளைகள் பிறந்தன. அவர்களது சந்ததியினரே பல்கிப் பெருகி கம்போடிய மக்களாயினர் என்ற தகவல் உண்டு.

நாகங்களில் அஷ்ட நாகங்கள் எனப்படும் எட்டு நாகங்கள் முக்கியமானவை. அவை ஆயிரம் தலை கொண்ட ஆதிசேஷன், பத்மா, ஐந்து தலை உள்ள பச்சை நிற மகாபத்மா, சந்திரனின் பிறையைத் தலையில் கொண்டுள்ள குளிகன், பாம்புகளின் தலைவன் வாசுகி, சங்கபாலா, தக்ஷக மற்றும் கார்கோடன் போன்றவை ஆகும்.

காலத்தால் மறைந்து விட்ட சரஸ்வதி நதிக் கரையின் அடியில் உள்ள பாதாள லோகத்தில் வாசுகி வசிப்பதாகவும்,

நேபாள நாட்டில் உள்ள தண்டக் எனும் நதியின் அடியில் பலகோடி வைர வைடூரிய அணிகலன்கள் இடையே கார்கோடன் வசிப்பதாகவும் கருதப்படுகிறது. நேபாள நாட்டவர் அந்த சர்பத்தை வழிபடுகின்றார்கள்.

தெய்வீகத் தன்மை கொண்டதாக வணங்கப்படும் மற்ற சில பாம்புகள் பாதி மனித உடலைக் கொண்டதாகச் சொல்லப்படுகிறது. அவைகளில் நீல நிற அஸ்திகா, சங்கபாலா, யமுனை நதிக்குள் வசிப்பதாகக் கூறப்படும் ஜுவாலமுகி, கலியன், கடக் மற்றும் வாசுகியின் சகோதரியான மனஸா ஆகியவை முக்கியமானவை.

இந்த அஹிமாயா யோகினி அச்சத்தை வெற்றி கொள்ளவும், மன இருளைத் துரத்தவும் வழிகாட்டுகிறாள். ஆன்மீக வளர்ச்சியைத் தடுக்கும் தீய சக்திகளை அழித்து, ஒரு யோகி மேலும் முன்னேற இவள் உதவுகிறாள். இவளை வழிபடும் பக்தன் எதிர்மறை எண்ணங்களை விட்டு, தனது குறிக்கோளை நோக்கி வேகமாக பாம்பு போல பயணம் செய்கிறான்.

நாகம் எந்தத் தடையாக இருந்தாலும் அதைக் கடந்து முன்னேறிச் செல்வதைப் போல அவனும் யோக மார்க்கத்தில் வேகமாக முன்செல்கிறான்.

பாம்பு தன் இரையாக வரும் தவளை அல்லது குறுமுயலின் கண்களைப் பார்த்தவுடன் அவைகள் மெஸ்மரிசம் செய்யப்படும். ஆடாமல் அசையாமல் தப்பிக்க வேண்டும் என்ற எண்ணம் இல்லாமல் நின்றுவிடும். மிக எளிதாக அவைகளைப் பாம்பு இரையாக்கிக் கொள்ளும். அது போல இந்த யோகினி தன்னை வழிபடும் யோகியை எளிதாக வசியம் செய்து ஆர்வம் தந்து யோகத்தின் உச்சநிலை எட்டுவதற்கு உதவுவாள்.

இவளை வழிபட்டால் எதிரிகளை ஸ்தம்பனம் செய்யலாம். அவர்களை முன்னேறவிடாமல் முடக்கலாம், தொழிலில் நஷ்டத்தை ஏற்படுத்தலாம். மற்றவர் நமக்கு வைக்கும் பில்லி, சூனியங்களைத் தடுக்கலாம், அவைகள் நம்மைப் பாதிக்காமல் எடுக்கலாம் என்று நம்பப்படுகிறது.

●●●

39 ஸ்ரீ நிரயா தேவி

இவள் பெண் உடலும் தியானம் செய்யும் இடையன்பூச்சியின் தலையும் கொண்டு விசித்திரமாகக் காட்சி தருகிறாள். இந்தப்பூச்சி மற்ற சிறிய பூச்சிகள், சிலந்தி, புழுக்கள் ஆகியவற்றைத் தனது இரையாக்கிக் கொள்ளும்.

இரண்டு கைகளையும் கூப்பியபடிவைத்து நின்ற நிலையில் ஆடாமல் அசையாமல் குச்சிபோல நிற்கும். தன் அருகே இரைப்பூச்சி வந்ததும் பிடித்து உண்ணும். தான் இருக்கின்ற சூழ்நிலையின் வண்ணத்திற்கு ஏற்ப இந்தப் பூச்சிகளின் உடல் நிறம் இருப்பதால் எதிரி விலங்கினாலோ அல்லது இரையாகும் பூச்சிகளினாலோ இதை அடையாளம் காண்பது அரிது.

இந்தப் பூச்சி எதிர்காலத்தில் நடக்கப்போவதை முன்கூட்டியே அறிவிக்கும் ஆற்றல் பெற்றதாகச் சொல்லப்படுகிறது. இதற்கு ஆங்கிலத்தில் தொலைவில் நடப்பதை அறிதல் அதாவது கிளர்வாயனஸ் என்று பெயர். நமது இலக்கியத்திலும் இப்பூச்சிகள் அதிகமாகத் தென்பட்டால் மழைவரும் என்று சொல்லப்பட்டுள்ளது. அதனால் இதற்கு மழைப்பூச்சி, இடையன் பூச்சி என்ற பெயர்களும் உண்டு.

இடையன் ஆடுகளை மேய்க்கும் போது ஒரு காலை மடித்து, குறுக்கே தடியை ஊன்றி, அதன் மீது இரண்டு கைகளையும் வைத்துப் பிடித்துக்கொண்டு நிற்பான். இந்தப் பூச்சியும் அப்படி நிற்பதால் இடையன்பூச்சி என்ற பெயர் மிகப் பொருத்தமானது. ஆங்கிலத்தில் இது பிரேயர் மேன்டிஸ் என்ற பெயரால் அழைக்கப்படுகிறது.

இந்த நிரயா யோகினி இடையன்பூச்சியின் தலையைக் கொண்டு யோக சாதகரின் எதிர்காலத்தைத் துல்லியமாகச் சொல்வதில் வல்லவளாகத் திகழ்கிறாள். அவளது வலது கரத்தில் திரிசூலம் காணப்படுகிறது. இடது கையில் ருத்திர முத்திரை காட்டுகிறாள்.

ருத்திர முத்திரை:

படத்தில் உள்ளதுபோல இரண்டு கைகளிலும் ஆட்காட்டி விரல் மற்றும் மோதிர விரல் நுனியுடன் பெருவிரல் இணைத்து மற்ற விரல்களை நீட்டி வைக்கவும். இந்த முத்திரையை 20 முதல் 40 நிமிடங்கள் வரை செய்யலாம்

இந்த முத்திரையைத் தொடர்ந்து செய்தால் ரத்த நாளங்களில் உள்ள அடைப்பு நீங்கும், குடலிறக்கம் மற்றும் அடிவயிறு வலி சரியாகும்.

வெரிகோஸ் வெயின் சரியாக உதவிகரமாக அமையும். அதோடு மனத்தில் அவ்வப்போது ஏற்படும் இனம் தெரியாத அச்சம் நீங்கும். குறிப்பிட்ட கால அளவு மட்டுமே முத்திரைகளைச் செய்ய வேண்டும். முத்திரைகள் அனைத்தையும் இரண்டு கைகளிலும் செய்ய வேண்டும். நிரயா யோகினி ருத்திர முத்திரையைப் பிடித்திருப்பதன் மூலமாக தன்னை வழிபாடு செய்யும் யோகியின் இருதய ஸ்தானத்தில் ஏற்படும் குழப்பம், சந்தேகம், அச்சம் ஆகியவற்றைப் போக்கி, யோக சாதனைகளில் முன்னேற வைக்கிறாள்.

வடமொழியில் நிரயா என்றால் வேட்டை என்றும், முன்னேற விரும்பு என்றும் பொருள் தருகிறது. ஸ்ரீ நிரயா தேவி தானாகவே முன்னால் வந்து இடையன் பூச்சிகள் பயிருக்குச் சேதம் விளைவிக்கும் புழுக்களை, பூச்சிகளைப் பிடித்துத் தின்று

அழிப்பதைப் போல, பக்தருடைய ஆன்மீக வளர்ச்சியைத் தடுக்கும் ஆசை, கோபம், மோகம் போன்ற தீய குணங்களை அழிக்கிறாள். இன்னும் சொல்லப்போனால் ஒரு வேட்டைக்காரியைப் போல அவைகளை வேட்டையாடி அழிக்கிறாள்.

இயற்கையில் தான் இருக்கின்ற சூழலுக்கு ஏற்றார் போல தனது உடல் வண்ணத்தை மாற்றிக் கொள்ளும் ஆற்றல் படைத்தது இடையன்பூச்சி. இதன் மூலமாக அது தன்னை உண்ணவரும் எதிரிகளிடமிருந்து பாதுகாப்பு பெறுகிறது. இது போலவே நிரயாயோகினி இயற்கையோடு இயைந்து சாதகருக்கு அருள் செய்வாள். வழியல்லாத வழிகளையோ அல்லது இயற்கைக்கு மாறான வழிமுறைகளையோ அவள் ஆதரிப்பதில்லை .

இந்த யோகினியை வழிபாடு செய்யும் யோகி தான் வாழும் சூழலுக்கு ஏற்ப தன்னை மாற்றிக் கொள்ளும் திறன் படைத்தவனாகிறான். அவன் எந்த இக்கட்டான நேரத்திலும் மன அமைதியை இழப்பதில்லை. ஸ்ரீ ராமபிரானை முடிசூட்டிக் கொள் என்ற போது ஆனந்தப்படவில்லை, கைகேயி பதினான்கு ஆண்டுகள் காட்டுக்குப் போ என்ற போது துக்கத்தில் மூழ்கவும் இல்லை. சித்திரத்தில் எழுதப்பட்ட தாமரை ஓவியம், கோடையிலும் குளிரிலும் எப்படி மலராமலும், கூம்பாமலும் இருக்குமோ அப்படி சமநிலை கொண்ட மனத்தோடு இருந்தது ராமபிரானின் முகத்தாமரை என்று கூறி வியக்கிறார் கம்பர்.

மெய்த்திருப்பதம் மேவு என்றபோதிலும்
இத்திருத்துறந்து ஏகு என்ற போதிலும்
சித்திரத்தில் அலர்ந்த செந்தாமரை
ஒத்திருந்த முகம்

என்று இதனைக் கம்பர் போற்றுகிறார். இதுபோன்ற அசாதாரணமான குணம் யோகத்தின் உச்சியில் சஞ் சரிப்பவர்களுக்கே சாத்தியம். மண்ணில் இறங்கி வந்த மாதவனாகிய ராமபிரானுக்கு இது சாதாரணமானது.

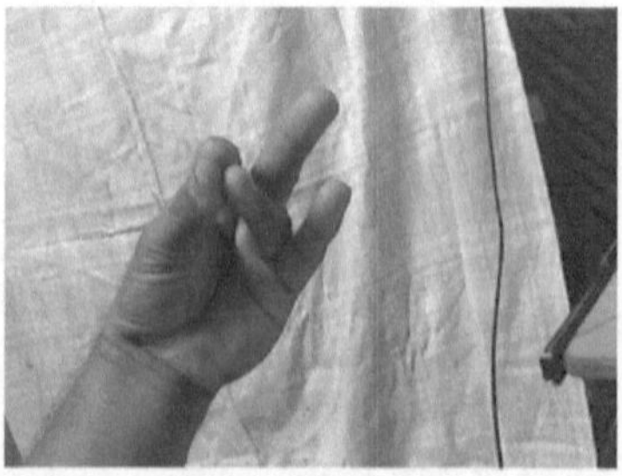

நம்மைப் போன்றவர்கள் சிறிய நெருக்கடி வந்தாலே கலங்கிப் போய்விடுவோம்.

தலைவலி என்ற உடனேயே மூளைக்காய்ச்சல் வந்து விட்டதோ, மூளைப்புற்று நோயாக இருக்குமோ என்று அச்சத்தின் உச்சத்தில் அலறுவது நமது இயல்பு. அவ்வாறு இல்லாமல் ஏற்படும் சூழ்நிலைக்குத் தக்கவாறு நடந்து கொண்டு சமாளிப்பது ஸ்ரீ நிரயா தேவியை வழிபடும் யோகிக்கு சாத்தியமாகிறது. இந்தத் தேவியின் காலடியில் ஒரு பசுமாடு படுத்திருக்கிறது. மேலும் ஒரு மனிதன் ஆடையில்லாத நிர்வாண உடலோடு ஒரு கையை முட்டுக் கொடுத்து தலையைத் தாங்கிய வண்ணம் ஒருக்களித்துப் படுத்து இருக்கிறான்.

பசுவைப்போல சாந்தமும், பொறுமையும் கொண்டு யோகப் பயிற்சிகளில் தொடர்ந்து ஈடுபட்டால், உடல் பற்றையும், உலகப் பற்றையும் துறந்து மோட்சம் பெறலாம் என்பதை இது தெரிவிக்கிறதோ?

●●●

40 ஸ்ரீ ஜடா தேவி

இவள் வலிமையின் சின்னம். உத்தரபிரதேசத்தில் உள்ள ரிக்கியம் யோகினி ஆலயத்தில் காணப்படும் யோகினி குழுவில் இந்த ஜடாதேவியின் சிலையைக் காண முடிகிறது. இவள் பலவீனத்தைப் பலமாக மாற்றும் ஆற்றல் படைத்தவள்.

இவள் ஆட்டின் தலையைக் கொண்டவள், நான்கு கரங்களைப் பெற்றவள், ஆடு என்பது மென்மை, சாந்தம், பொறுமை, பெருந்தன்மை ஆகியவற்றுக்கு அடையாளமாகச் சொல்லப்படுவது என்றாலும் கூட கள்ளங்கபடமில்லாத ஆட்டின் முகத்தை உடைய ஸ்ரீ ஜடா யோகினி யோகியர்களினால் வலிமையின் சின்னமாகப் போற்றப்படுகிறாள்.

இவள் இடது மேற்கரத்தில் டமருகம் ஒன்றை வைத்திருக்கிறாள். அது நாத தத்தவத்தைக் குறிக்கிறது. சரியான முறையில் சாதனைகள் செய்யும் யோகி குண்டலினி சக்தி அநாஹகத

சக்கரத்தில் செயல்படும் போது தெய்வீக ஒலிகளைக் கேட்கிறான். நமது யோகிகள் இந்தச் சக்கரத்தின் செயல்பாட்டினால் தான் விண்வெளியில் இருந்த மந்திரங்களை அதன் ஒலிகளைக் கேட்டு எழுதி வைத்தனர்.

இந்து மதத்தின் அடிப்படையான வேதாந்தக் கருத்துக்களை எப்படி அறிந்து கொண்டீர்கள் என்று ஒருவர் விவேகானந்தரைக் கேட்டார்.

எனது முன்னோர்களான ரிஷிகள் மூவாயிரம் வருடங்களுக்கு முன்னால் கங்கைக் கரையில் உச்சரித்த மந்திரங்கள் இன்னும் அண்டவெளியில் இருக்கின்றன. அவைகளை நான் கேட்கிறேன், பொன் எழுத்துக்களாகப் பார்க்கிறேன். அவைகளைத் தான் பேசுகிறேன் என்றார் அவர்.

குண்டலினி அநாஹதச் சக்கரத்தில் செயல்படும் போது யோகியானவன், பலவிதமான ஓசைகளைக் கேட்பான் என்கிறார் திருமூலர்.

மணிகடல் யானை வார்குழல் மேகம்
அணிவண்டு தும்பி வளை பேரிகை யாழ்
தணிந்தெழு நாதங்கள் தாமிவை பத்தும்
பணிந்தவர்க்கு அல்லது பார்க்க ஒண்ணாதே

மணி ஓசை, கடலின் அலையோசை, யானையின் பிளிறல், இடி இடிக்கும் சத்தம், புல்லாங்குழலின் இன்னிசை, வீணையின் நாதம், வண்டின் ரீங்காரம், எக்காள ஓசை, யாழின் ஒலி, முரசு கொட்டும் சத்தம் போன்ற ஓசைகளைக் கேட்கலாம் என்பது இந்தப் பாடலின் பொருள். இந்த ஓசைகள் அனைத்தையும் கேட்கலாம் என்று எண்ணக்கூடாது இவற்றில் ஒன்றோ அல்லது இரண்டோ அவரவர் பக்குவத்திற்கும், சாதனைக்கும் ஏற்ப கேட்கலாம்.

மற்றொரு கரத்தில் அறுந்த மனிதத்தலையைப் பிடித்திருக்கிறாள். இது அந்தக் காலத்தில் நரபலி கொடுக்கப்பட்டதையோ அல்லது தாங்களாகவே விரும்பி தங்கள் தலையை அரிந்து பலி கொடுத்து நேர்த்திக் கடனைக் செலுத்திய பக்தர்கள் இருந்ததையோ குறிக்கிறது.

கலிங்கத்துப்பரணியில் இது போன்ற காட்சிகளை ஜெயங் கொண்டார் எழுதி இருக்கிறார். படிப்பவர்கள் பதைபதைக்கும் காட்சிகள் அவை.

தங்கள் தாய்நாட்டின் மீதும், மன்னன் மீதும் அளவுகடந்த அன்பு கொண்ட வீரர்கள், எதிரி நாட்டின் மீது படையெடுத்துச் செல்லும் முன்பு, காளிகோயிலை அடைந்து, தேவி, என் அரசன் பகைவனைக் கொன்று இந்தப் போரில் வெற்றிவாகை சூடினால் நான் என்னையே உனக்குப் பலியாகத் தருகிறேன் என்று வேண்டிக் கொள்வார்கள்.

போரில் தாங்கள் வெற்றி பெற்ற பிறகு காளி கோயிலுக்கு வந்து தாங்கள் வேண்டிக் கொண்டபடியே பிரார்த்தனையை நிறைவேற்றுவார்கள். கொஞ்சம் கூட அச்சம் இல்லாமல், துன்பம் கொள்ளாமல் தங்கள் தலையைத் தாங்களே வாளால் அரிந்து, காளியின் பாதங்களில் வைத்துப் பணிவார்கள். இந்தக் காட்சிகளை,

அடிக்கழுத்தின் நெடுங்கழுத்தை அரிவராலோ
அரிந்த சிரம் அணங்கின் கை கொடுப்பராலோ
கொடுத்த சிரம் கொற்றவையைப் பரவுமாலோ
குறையுடலம் கும்பிட்டு நிற்குமாலோ

என்று பாடுகிறார் புலவர். அவர்கள் தங்கள் தலையைத் தாங்களே அரிந்து அதைக் காளியின் கையில் கொடுக்க அந்த சிரம், உயிர் போன பிறகும் காளியை வாழ்த்திப்போற்றுமாம். தலையில்லாத முண்டம், இரண்டு கைகளையும் கூப்பிக் கொண்டு தேவியை வணங்குமாம். இது போன்ற பயங்கரமான காட்சிகள் அன்றைய நாட்களில் சர்வசாதாரணமாகப் போர்க்களங்களில் நடந்திருக்கிறது. இதை நமக்குக் குறிப்பாக உணர்த்தும் விதத்தில் சில யோகினிகள் தங்கள் கையில் அரிந்த தலையைப் பிடித்திருக்கிறார்கள்.

இந்த யோகினியின் காலடியில் ஒரு அகழெலி இருக்கிறது. அதற்குக் கண் தெரியாது. ஆனாலும் அது இரவையும் பகலையும் பிரித்தறியும் குணம் கொண்டது. சிறிய புழுக்கள், பூச்சிகள் ஆகியவற்றை உண்டு வாழ்வது, பூமியைக் குடைந்து வளை ஏற்படுத்தி வசிப்பது.

இந்த யோகினி தன்னை உபாசனை செய்கின்ற யோகியின் ஆணவத்தையும், ஞானச்செருக்கையும் அகற்றி சரியான வழியில் முன்னேற வழிகாட்டுகிறாள்.

●●●

41 ஸ்ரீ சிம்மலா தேவி

பொதுவாக அழகான பெண் உடலும், விலங்குகளின் முகமும் கொண்ட யோகினிகள் தனது பக்தர்களையும், பார்ப்பவர்களையும் உண்மையில் இருந்து வெகு தூரத்தில் நிறுத்தி விடுகின்றனர். நாம் புற அழகுக்கே முக்கியத்துவம் கொடுத்துப் பழகி விட்டோம். அகத்தின் அழகைப் பார்ப்பதற்கு பல நேரங்களில் நாம் தவறி விடுகிறோம்.

அவ்வாறு தவறி விடும் நேரங்களில் நாம் பெரிய நன்மைகளை இழந்து விடுவதும் உண்டு. விலங்குகளின் முகம் கொண்ட யோகினிகள் எந்த அடிப்படையில் வடிவமைக்கப்பட்டார்கள் என்ற நோக்கத்தைத் தெரிந்து கெண்டால் பயம் ஏற்படாது.

தாந்திரக அடிப்படையில் இந்த யோகினியின் உருவங்கள் சித்திரிக்கப்பட்டுள்ளன. தாந்திரக முறை என்பது அனைவருக்குமான நடைமுறை மார்க்கம் அல்ல. அது குறிப்பிட்ட சிலருக்காக உண்டாக்கப்பட்டு ரகசியமான சடங்குகளைக் கொண்டதாக இருக்கிறது.

அதை அனைவரும் அறிந்து கொள்ளவோ புரிந்து கொள்ளவோ கூடாது என்பதே தாந்திரீக உபாசனையைக் கட்டமைத்தவர்களுடைய நோக்கம். அதற்காகவே அச்சமூட்டும் பெண் உருவங்களை அவர்கள் உபாசித்தனர்.

பழங்குடிகள் வழிபாடு, பழங்கால நடைமுறைகள், மாந்திரிக மந்திரங்கள், யந்திரங்கள், பிறரை வசியப்படுத்த அல்லது முடங்க வைக்கக் கூடிய ஜாலவித்தைகள் இவற்றின் அடிப்படையில் தான் தாந்தரிக உபாசனை அந்தக் காலத்தில் இருந்திருக்கிறது.

ஆகவே அதற்கு ஏற்றார் போன்ற யோகினிச் சிலைகளை அவர்கள் வடிவமைத்து, வலிமை, கொடுமை ஆகியவற்றைப் பெற்றனர். அவர்களது உபாசனைகளும் மது, மாமிசம், ரத்தம்

என்று இருந்ததால் மிருகத்தின் குணங்கள் கொண்ட பெண்களை அவர்கள் ஏற்றனர். இதன் காரணமாகத்தான் விலங்கு முகமும், அழகான பெண் உடலும் கொண்ட யோகினி வடிவங்கள் யோகினி வழிபாட்டில் இடம் பெற்றுள்ளன. இப்போது நாம் காண இருக்கும் ஸ்ரீ சிம்மலா தேவியும் அப்படிப்பட்டவள் தான்.

இவள் சிங்கத்தின் மீது அமர்ந்தவள். பெண் உடலும், பெண் சிங்கத்தின் முகமும் கொண்டவள். உறுதியான, கட்டமைந்த, வலிமையான உடலைக் கொண்டவள். அவள் தனது வலது கரத்தில் ஒரு ஜெபமாலையை வைத்திருக்கிறாள். முகத்தில் சாந்தம் நிலவுகிறது.

மற்றொரு கரத்தில் ரத்தம் நிரம்பிய கபாலம் இருக்கிறது. புராண காலத்தில் பிரகலாதனைக் காப்பாற்றவும், இரண்யனைச் சம்ஹாரம் செய்வதற்கும் தூணில் இருந்து திருமால் நரசிம்மமாகத் தோன்றினார்.

அவரது வலிமை சொல்லி மாளாது, தனது வலிமையான நகங்களைக் கொண்டே இரண்யனைக் கிழித்து அழித்தார் என்றால் அந்த நகங்களின் வலிமையை யாரால் வரையறுக்க முடியும்?

திருவனந்தபுரத்தில் அனந்தபத்மநாபர் கோயிலில் ஒரு நரசிம்மர் சந்நிதி இருக்கிறது. அந்த நரசிம்மரை அந்தக் காலத்தில் பூசைகள் செய்து வந்த நம்பூதிரிகள் அவருடைய உக்கிரகத்தைத் தாங்க முடியாமல் இறந்து போயிருக்கிறார்கள். எப்படியாவது நரசிம்மருடைய ஆவேசத்தையும், உக்கிரகத்தையும் குறைக்க வேண்டும் என்று முடிவு செய்து பூசாரிகள் தாந்திரீக முறைப்படி பூசைகள் செய்து, சிலையில் இருந்த சக்தியை ஒரு கும்பத்து நீருக்கு மாற்றினர்.

பிறகு நரசிம்மருடைய சிலையின் வலது கரத்தில் உள்ள கட்டை விரல் நகத்தை உளியால் தட்டி பின்னப்படுத்தினர். அதன்பிறகு கும்பத்தில் உள்ள சக்தியை மீண்டும் விக்கிரகத்தில் ஆவாகனம் செய்தனர். அப்போது தான் நரசிம்மருடைய கோபமும், ஆவேசமும், உக்கிரகமும் மக்களுக்குப் பயன்தரும் விதத்தில் மட்டுப்பட்டது. எனவே சிங்க முகம் கொண்ட இந்த யோகினியை

நாம் சாதாரணமாக நினைத்து விடக்கூடாது, என்பதால் இதைச் சொல்கிறேன்.

இவள் அசாதாரணமான வலிமை படைத்தவள், தனது பக்தனை தடைகளைத் தாங்கி, கர்மாக்களை அழித்து, யோகத்தின் உச்சிக்கு அழைத்துச் செல்லும் ஆற்றல் படைத்தவள்.

நன்மை தீமை என்றும், உயர்ந்தவன் தாழ்ந்தவன் என்றும், பணக்காரன் ஏழை என்றும் காணப்படும் இருமைகளைக் கடந்தால் தான் ஞானம் பெற்று பிறப்பு, இறப்பு எனனும் இரட்டைகளை ஒரு யோகி தாண்டி, மோட்சப்பேற்றை அடைய முடியும். இதற்கு வழிகாட்டுவதோடு, அந்த யோகச் சாதனைகளில் ஏற்படும் மாயை, அஞ்ஞானம் ஆகியவற்றை அழித்து தன் பக்தனைக் காப்பதும் இவள் பணியாக இருக்கிறது.

ஒரு சிறுவனுக்காக தூணுக்குள்ளே இருந்து தோன்றிய நரசிம்மத்தைப் போல இவளும் தன் பக்தனுக்காக தூணிலும், துரும்பிலும் இருந்து அவனைப் பாதுகாக்கிறாள் என்பது ஐதீகம்.

●●●

42 ஸ்ரீ சக்கரேஸ்வரி தேவி

இவள் அழகான பெண் உருவத்தோடு காட்சி அளிக்கிறாள். சக்தியின் ஊற்றாக இருப்பவள் இவள். ஜைன மதத்தில் அபராதிகாரா என்ற பெயரில் வழிபடப்படுகிறாள். இவள் பாதுகாவல் தரும் பெண் தெய்வம், அல்லது யட்சிணி என்று அழைக்கப்படுகிறாள். இவளது நிறம் பொன்நிறம். மனித உடல் கொண்ட பருந்தாகிய கருடன் மீது இவள் வீற்றிருக்கிறாள். அதுவே இவளது வாகனமாகும்.

பொதுவாக இவளுக்கு எட்டு கரங்கள் உண்டு. இவள் கருடனோடு காணப்படுவதால் வைஷ்ணவி தேவியோடு தொடர்பு படுத்தப்படுவதும் உண்டு. ஏன் என்றால் திருமாலின் வாகனம் கருடன் அல்லவா? அவள் தனது இரண்டு கரங்களிலும் இரண்டு சக்கரங்களை ஏந்தி இருக்கிறாள்.

அந்தப் பிரயோக சக்கரம் தீமைகளை அழிக்கவும், நல்லவர்களைக் காக்கவும் பயன்படும். தன்னை வழிபடும் பக்தர்களின் யோகமார்க்கத்தில் ஏற்படக்கூடிய தடைகளை, அவள் சக்கரப்படை கொண்டு விலக்குவாள்.

உலக இருட்டை வட்டமான சூரியன் விலக்குவதைப் போல அஞ்ஞானமாகிய இருள், வட்டத்திகிரி எனப்படும் இவளது கைச் சக்கரத்தினால் அழிக்கப்படுவது உறுதி. வைணவத்தில் எம்பெருமான் கரத்தில் உள்ள சக்கரம், மிகச் சக்தி வாய்ந்தது, மந்திர ஆற்றல் மிக்கது. அது சக்கரத்தாழ்வார் என்று போற்றப்பட்டு, பெருமாள் கோயில்களில் தனிச்சந்நிதிகளில் பூசைகளை ஏற்பது. பில்லி சூனியம் ஆகியவற்றைக் கட்டுப்படுத்தும் ஆற்றல் திருமாலின் கையில் உள்ள சக்கரத்திற்கு உண்டு.

இந்தச் சக்கரேஸ்வரி யோகினியின் கையில் உள்ள சக்கரங் களும் எதிரிகளை நிலைகுலைய வைப்பது. அதனால் பக்தர்களின் மனத்தில் ஆன்மீக அதிர்வலைகளை உருவாக்கவும் முடியும், யோகத் தடைகளை நீக்கவும் முடியும்.

சக்கரம் உருளும் தன்மை கொண்டது. பாரமான பொருட்களை ஒரு இடத்தில் இருந்து மற்றொரு இடத்திற்கு எளிதாக மாற்ற

உதவுவது. அதைப்போல சக்கரேஸ்வரி யோகினி தன்னை முழுமையான நம்பிக்கையோடு வழிபடும் யோகிகளுக்கு வாழ்க்கைப் பயணத்தை எளிதாக்குவாள். அவர்களை மனித நிலையில் இருந்து தெய்வீக அந்தஸ்திற்கு உயர்த்துவாள் என்பது நம்பிக்கை.

●●●

43 ஸ்ரீ லீலா தேவி

வடமொழியில் லீலை என்றாலே தெய்வீக விளையாட்டு என்பது பொருள். இறைவன் விளையாட்டாக நடத்திக் காட்டும் வைபவங்களை இறைவனது திருவிளையாடல் என்று போற்றுகிறோம். ஸ்ரீ கிருஷ்ணன் லீலா விநோதங்கள் செய்வதில் வல்லவன். இந்த யோகினியும் விளையாட்டாகவே தனது பக்தர்களுக்கு அருளை வாரி வழங்குபவள்.

இவள் அருளில் இருந்து பிறப்பெடுத்தவள், அருள் வடிவமாகத் திகழ்பவள், அருள் தரவே மண்ணில் இருப்பவள். மிக அழகான பெண்ணுருவம் கொண்டவள். வாளிப்பான மார்பகங்களும், வாழைமரம் போலத் தொடைகளும் கொண்டு, சின்ன இடுப்பில் பட்டுத்துணி உடுத்தி, நின்ற நிலையில் இருப்பவள்.

அவள் எதிரே முழவு என்ற பழங்கால வாத்தியம் இருக்கிறது. அதனைத் தரையில் வைத்து, இரண்டு கைகளினாலும் அதை அடித்து வாசிக்கும் நிலையில் காணப்படுகிறாள். அவள் எதிரே மது நிறைந்த கலசம் காணப்படுகிறது.

இவள் பழங்குடியினரின் தெய்வத்தில் இருந்து வடிவெடுத்திருப் பதை இது தெரிவிக்கிறது. முழவு என்ற இசைக்கருவி அந்தக் காலத்தில் தமிழகத்தில் பாணர்களிடையே வாசிக்கப்பட்டது. முழக்கம் என்ற சொல்லின் பொருளைக் கொண்டு முழவுக்குப் பெயர் அமைத்திருக்கலாம்.

பண்டைய முழவே இன்றைய மிருதங்கம் என்பதற்கு சங்க இலக்கியங்களும் சான்று கூறுகின்றன. புறநானூற்றில் பெருந்தலைச் சாத்தனார் குமணனை வாழ்த்துமிடத்தில்

"பண்ணமை நரம்பின் பச்சை நல்யாழ்
மண்ணார் முழவின் வயிரியர்
இன்மைதீர்க்கும் குடிப்பிறந்தோயே!" (புறம்: 164: 1113)

எனக் கூறுகிறார். குமணன் காலத்தை கி.மு. முதலாம் நூற்றாண்டு என்றும் அறிஞர் கூறுவர். இதில் வரும் மண்ணார் முழவு பரிபாடலிலும்

"ஒருதிறம் மண்ணார் முழவின் இசையெழ
ஒருதிறம் அண்ணல் நெடுவரை அருவிநீர் ததும்ப"

(பரிபாடல்:18: 13 14)

எனப் பேசப்படுகின்றது.

இது குறுங்கம்பு கொண்டும் கைவிரலைக் கொண்டும் அடித்துத் தாளவிசை எழுப்பிச் சுவைக்கும் கருவியாகும். இந்த யோகினி இந்த வாத்தியத்தை மிக நேர்த்தியாக, வாசித்து தனது வாசிப்பை ரசித்து ஆனந்தப்படுகிறாள். அந்த ஒலியில் லயித்து, ஒயிலாக நிற்பதை சிற்பத்தில் காண முடிகிறது.

இவளை வழிபடும் பக்தன் நாத தத்துவத்தில் லயித்து, தன்னை மறந்து இறைவனுடன் ஒன்று கலக்க இவள் பெரிதும் உதவுகிறாள். 'நாதவிந்து கலாதீ நமோ நம' என்று முருகப்பெருமானை அருணகிரிநாதர் போற்றுவதை நாம் அறிவோம். இறைவன் நாதமாகவும், விந்துவாகவும் இருப்பவன்.

இறைவன் அண்டசராசங்களைப் படைக்கிறான், காக்கிறான் பிறகு பிரளயம் ஏற்படுத்தி அழிக்கிறான். இவைகளை அவன் மிகவும் அரும்பாடுபட்டுச் செய்வதில்லை. மிக விளையாட்டாகச் செய்கிறான். இதனைக் கம்பர் ராமாயணத்தில்,

அலகிலா விளையாட்டுடையார் தலைவர் அன்னவர்க்கு சரண் நாங்களே என்று துதிக்கிறார். இது இறைவனின் முடிவில்லாத விளையாட்டு. இதனால் அவன் களைப்படைவதில்லை. அதைப்போல இந்த யோகினியும் குடமுழாவை எந்தவிதமான களைப்போ அல்லது சிரமமோ இல்லாமல் விளையாட்டாக முழக்குகிறாள். அந்த இசையில் தானே கரைந்து போகிறாள்.

ஒரு யோகி குருவின் கட்டளைக்காக இல்லாமல் தனது ஆன்ம முன்னேற்றத்திற்காக யோக சாதனை செய்யும் போது அதிகச் சிரமம் இல்லாமல் முன்னேற முடியும். பொதுவாக எந்த வேலையை நாம் செய்தாலும் அதை விரும்பிச் செய்யும் போது, சிரமம் ஏற்படுவதில்லை. அதையே மற்றவர் சொல்லிவிட்டார்களே என்று கடனே என்று செய்யும் போது காலதாமதம் ஆகும், கடினமாகவும் இருக்கும்.

படிப்பதில் ஆர்வம் உடைய மாணவன் எப்போதும் படித்துக் கொண்டிருக்கிறான். ஆனால் பெற்றோருக்காகப் படிக்கும் மாணவனுக்கு அது அலுப்பூட்டுகிறது அல்லவா?

இந்தக் கருத்துக்களை வெளிப்படுத்தும் விதமாக லீலா யோகினி தரிசனம் மகிழ்ச்சியின் வெளிப்பாடாகக் காட்சி தருகிறாள்.

44 ஸ்ரீ ஹர சித்தை தேவி

அதீத ஆற்றலின் வெளிப்பாடான இந்த யோகினி அழகான பெண் உடலும், பெண் பன்றியின் முகமும் கொண்டவளாகக் காட்சி தருகிறாள். இவளுக்கு கோரைப்பற்கள் இல்லை. நான்கு கரங்களைக் கொண்ட இவள், இடது கீழ்கரத்தில் ஒரு யானைக்குட்டியை வைத்திருக்கிறாள். அதன் மூலமாக அவள் தனது தாய்மையை வெளிப்படுத்துகிறாள். இடது மேற்கரத்தில் கபாலம் பதிக்கப்பட்ட கோல் ஒன்றை வைத்திருக்கிறாள். மந்திர மாந்திரீகங்களில் வல்லமை பெற்றவள் என்பதையும், தன்னை முறையோடு உபாசனை செய்யும் பக்தருக்கு அவள் சர்வ சித்திகளை அள்ளித் தருபவள் என்பதையும் இது விளக்குகிறது.

தனது பக்தனின் உள்ளுணர்வினை ஓங்கச் செய்து அவனுக்கு நல்வழி காட்டுவதோடு, அவனை யோகமார்க்கத்திலிருந்து நழுவாமல் பாதுகாத்து, முடிவில் அஷ்டமாசித்துக்களை அருள்வதில் இவளுக்கு இணை இவள்தான்.

தசாவதாரத்தில் மகாவிஷ்ணு ஆதிவராகமாக அவதாரம் செய்து கடலுக்குள் அசுரனால் ஒளித்து வைக்கப்பட்ட பூமாதேவியைக் காப்பாற்றினார் என்று படிக்கிறோம். அதுவே வராக அவதாரம். அது வலிமைக்கும் போர்க்குணத்திற்கும் பேர்போன அவதாரம். காட்டுப்பன்றி வலிமைக்குப் பெயர் போனது, அது தன் குட்டியைக் காக்க சிறுத்தையோடு சண்டையிடும் ஆற்றல் பெற்றது. சில பழங்குடி இனத்தில் புலியைக் கொல்பவனை விட, காட்டுப்பன்றியை வேட்டையாடி வீழ்த்துபவனையே தங்கள் இனக்குழுவின் தலைவனாக ஏற்றனர். அப்படியானால் காட்டுப்பன்றியின் வீரம் எத்தகையது என்பதை அறிந்து கொள்ளுங்கள்.

இந்த யோகினி காட்டுப்பன்றியின் முகத்தைப் பெற்றிருப்பதால் வலிமையின் சின்னமாக விளங்குகிறாள். தன்னை வழிபடுவோருக்கு அசாத்தியமான உடல் வலிமை அருள்வாள். நோயற்ற வாழ்க்கை, அஞ்சா நெஞ்சம், அதே நேரத்தில் தாயின் கருணை ஆகியவற்றையும் அளிக்கிறாள்.

மாறுகின்ற உலகத்தில் மாறாத தன்மையை அறிய அவள் உதவுகிறாள். அவள் சுவாசிக்கும் போது காற்றை உள்ளே இழுக்கும் நேரம் வாழ்க்கையில் உயிர்த்தன்மையைக் கொடுத்து, மூச்சை வெளிவிடும் ஒவ்வொரு முறையும், மரணத்தை உணர்த்துகிறாள். பிறப்பும் இறப்பும் தவிர்க்க முடியாதவை என்பதை அவள் இதன் மூலமாக அறிவிக்கிறாள். தனது பக்தனுக்கு மோட்ச சாம்ராஜ்யத்தின் மேன்மையை அனுபவத்தில் உணர வழிகாட்டுகிறாள்.

இவளது வலது மேற்கரம் வரம் தரும் நிலையில் அமைந்திருக்கிறது. கீழ்க்கரத்தில் சின்முத்திரை காட்டுகிறாள். அவளது காலடியில் ஒரு ஆண்சிங்கம் படுத்திருக்கிறது. சிங்கம் போல் உடல் வலிமை மட்டும் இருந்தால் போதாது அதை அடக்கி, ஞானமார்க்கத்தில் சென்று, முத்திரையோகம் பயில வேண்டும். ஆணவம், கன்மம், மாயை என்ற முக்குணங்களை விலக்கி, சத்தோடு சித்தை சேர்த்து சிந்தையை அடக்கினால் ஞானப்பிரகாசம் பெறலாம் என்பதை சின்முத்திரை பிடிக்கும் அவளது தோற்றம் தெரிவிக்கிறது.

மனிதனிடம் விலங்கு குணமும், தெய்வீகப் பண்புகளும் கலந்தே காணப்படுகின்றன. மிருகக் குணத்தை அடக்கி, தெய்வீகப் பண்புகளை வளர்த்துக் கொள்ள வேண்டும். தங்களிடம் இருக்கின்ற அற்புத ஆற்றலை மறைத்துக் கொள்ள யோகினிகள் மிருகத்தின் முகம் என்ற முகமூடிகளை அணிந்து கொள்கிறார்கள். மேலோட்டமாகப் பார்ப்பதற்கு அவர்களது உருவம் அச்சமூட்டுவதாக இருந்த போதிலும் உள்ளே தாய்மையும் அன்பும் ததும்புகிறது. அதையே இந்த யோகினியின் வடிவம் நமக்குப் புலப்படுத்துகிறது.

●●●

45 ஸ்ரீ அனிதாகரி தேவி

இந்த யோகினி விலங்கு முகம் பெற்றவள் அல்ல. ஆனால் பயங்கரமான ஆவேசம் மிகுந்த காளிதேவியின் முகத்தைப் பெற்றிருக்கிறாள். அவள் கண்களில் கறுப்பு விழி மேலே செருகி, வெள்ளைப் பாகம் மட்டுமே தெரிகிறது. அது பார்ப்பவர்களைக் குலைநடுங்க வைக்கிறது. தலை சிங்கத்தின் பிடரி மயிர் போல சிலிர்த்துக் கொண்டிருக்கிறது. ரௌத்திர தேவியாக இவள் காட்சி தருகிறாள்.

விலங்குத் தலை, பறவைத் தலை ஆகியவை இல்லாமல் மனிதத் தலையோடு இருந்தாலும் சில யோகினிகள் இவ்வாறு பயங்கரமான முகத்தோடு காணப்படுவது எதனால்? இவர்கள் தீமையை அழிக்கக் கோபம் கொண்டவளாகத் தனது தோற்றத்தை மாற்றிக் கொள்கிறார்கள். தனது குட்டியைக் காப்பாற்ற பசுமாடு ஆவேசத்துடன் சண்டையிடுவது போல இவர்கள் தனது பக்தர்களின் தீய குணத்தை, அவர்களுக்கு ஏற்படும் கெட்ட நேரத்தை விரட்ட இப்படி மாறுகிறார்கள்.

ஸ்ரீ ஷீரடி சாய்பாபா பல நேரங்களில் தன்னை நாடி வந்த பக்தர்களிடம் பயங்கரமான கோபம் கொண்டு விரட்டி அடித்த சம்பவங்கள் உண்டு. இவற்றை அவரது பக்தர்கள் நேரில் கண்டு பதிவு செய்து இருக்கிறார்கள். அந்தக் கோபம் உண்மையானது அல்ல, அந்தப் பக்தர்களின் மீதும் அல்ல. அவர்களைப் பிடித்திருக்கும் நோய் அல்லது கெட்ட சக்திகளின் மீது வைத்த கோபமே அது. இதனைப் புரிந்து கொண்டால் தான் நாம் பாபாவைச் சரியாகப் புரிந்து கொண்டவர்களாவோம் என்று அவர்கள் குறிப்பிட்டு இருக்கிறார்கள்.

அது போன்ற சம்பவத்தை இப்போது பாருங்கள்

இந்த அனிதாகரி யோகினி அனைத்தையும் அழிப்பவளாகத் தோன்றுகிறாள். எல்லோரும் வீட்டில் இருக்க விரும்பினால் அவள் சுடுகாட்டை விரும்புகிறாள். மற்ற பெண்கள் அழகை விரும்பினால் இந்த யோகினி பயங்கரத்தை விரும்பி ஏற்கிறாள். மற்றவர்கள் வாழ்வை விரும்பினால் இவள் மரணத்தை அங்கீகரிக்கிறாள். இதனை உணர்த்துவது போல ஒரு மனிதத்தலையைத் தரையில் அழுத்தி அதன் மீது அமர்ந்திருக்கிறாள்.

அவளது ஒரு கரத்தில் திரிசூலம் இருக்கிறது, மற்றொரு கரத்தில் ரத்தம் நிரம்பிய கபாலம் காட்சி தருகிறது. இவள் பேய்கள், ஆவி போன்றவற்றை விரட்டி அவற்றின் ரத்தத்தை உறிஞ்சும் குணம் கொண்டவள் என்பதை இதன் மூலமாக அறிய முடிகிறது.

மந்திரவாதிகள் இவளை ஆராதனை செய்து, மந்திர உச்சாடனம் நடத்தி ரத்தப்பலி கொடுத்து திருப்தி ஏற்படுத்துவார்கள். அவர்கள் பூசையில் மகிழ்ச்சி அடைந்து இந்த யோகினி அவர்களுக்கு அழிவுச் சக்தியை அளிப்பாள். இவளது இரண்டு புஜங்களிலும் நாகாபரணத்திற்குப் பதிலாக கபாலம் பதித்த வாகுவலயம் காட்சி தந்து பயமுறுத்துகிறது. காலடியில் ஒரு நாய் அல்லது குள்ளநரி போன்ற உருவம் காணப்படுகிறது.

மஹாபாரதக் காலத்தில் பாண்டவர்களுக்கு மிகவும் உதவியாக இருந்த இந்தத் தேவி சூட்சும சொரூபத்தில் உலவுபவள். எமனுக்குப் பாத்திரமான இந்தத் தேவியை வழிபட்டால், மரண பயம் நீங்கும். அகால மரணத்தைத் தவிர்க்கலாம். நாய்களுக்கு, பசுக்களுக்கு தீராத நோய்கள் ஏற்படின், இந்த யோகினி தேவியை வழிபட, அவைகளுக்கு உடல் நலம் மேம்படும்.

காளிதேவியின் அருளுக்குப் பாத்திரமான விக்கிரமாதித்த மகாராஜாவின் குதிரைக்கு ஒருமுறை நோய் ஏற்பட்டு அது புல்லும் நீரும் எடுக்காமல் வருந்தியது என்றும், அரண்மனை மிருக வைத்தியர்கள் எத்தனையோ வைத்தியமுறைகள் செய்து பார்த்தும் நோய் தீரவில்லை என்றும், பிறகு ஒரு மந்திரவாதியின் ஆலோசனைப்படி இந்த யோகினியை முறைப்படி வழிபட குதிரையின் நோய் நீங்கியது என்றும் குறிப்புக்கள் உண்டு.

பைரவருக்கு எப்படி நாய்கள் வாகனமோ, அது போல் எமனுக்குப் பிடித்தமான நாய்களை வாகனமாகக் கொண்டுள்ளாள் இந்த தேவி. மந்திரவாதிகள், அபிசார ஹோமம் செய்பவர்கள் வருடம் ஒரு முறை இந்த யோகினியை வேண்டி, நாய்களுக்கு பூஜை புனஸ்காரங்கள் செய்து வழிபடும் வழக்கம் இன்றளவும் உண்டு.

கெட்ட சக்திகளின் நடமாட்டத்தை நாய்கள் மிக எளிதாக மோப்பம் பிடித்து அறிந்து கொள்ளும். இந்த யோகினியும்

கெட்ட சக்திகளை அடக்கி தன்னிஷ்டப்படி ஆட்டிவைப்பதில் கைதேர்ந்தவள். அதை விரும்பும் பக்தர்களுக்கு பூசையின் முடிவில் அமானுஷ்ய சக்திகளைப் பரிசாக அளிக்கிறாள்.

●●●

46 ஸ்ரீ விவஸ்தா தேவி

விவஸ்தை என்ற வடமொழி வார்த்தைக்கு அனுபவ ஞானம், கல்வியினால் அடைந்த அறிவு, வயது முதிர்ச்சியால் ஏற்பட்ட அனுபவம் என்று பல பொருட்கள் உண்டு. சில பேர் முட்டாள்தனமாகச் செயல்படும்போது, இவனுக்கு கொஞ்சம் கூட விவஸ்தை இல்லையே! வயசுக்குத் தகுந்த பேச்சு பேசறானா பாருங்க என்று சொல்வதுண்டு. வயதுக்குத் தகுந்த அனுபவ அறிவோடு, முதிர்ச்சியோடு நடப்பதும், பேசுவதும் விவஸ்தை எனப்படுகிறது.

இந்தத் தேவி மற்ற யோகினிகளைப் போல இளமையும், கட்டான வாளிப்பான உடலையும் கொண்டவள் அல்ல. இவள் சற்று வயதானவள், 45 வயது மதிக்கத்தக்கப் பெண்ணாகக் காட்சி தருகிறாள்.

தளர்ந்த உடலும், சரிந்த மார்பகங்களும், பரட்டைத்தலையும், கொண்டு அமர்ந்த நிலையில் காட்சி தருகிறாள் இந்த யோகினி. வயதிலும், அனுபவத்திலும் மூத்தவள் என்று சொல்லாமல் சொல்கிறாள். ஒரு கையில் கண்ணாடி வைத்திருக்கிறாள்.

பொதுவாக இளவயதுப் பெண்கள் கண்ணாடி வைத்திருப்பது அடிக்கடி தங்களை அழகு பார்த்து ஒப்பனை செய்து கொள்வதற்காக. ஆனால் வயதான இவள் கையில் எதற்காக கண்ணாடி? கண்ணாடி தன் எதிரே நிற்பவர்களை உள்ளது உள்ளபடிக் காட்டும். அதுபோல நான் வாழ்வின் இயல்பான தன்மையை உங்களுக்கு உணர்த்துகிறேன்.

இளமை நில்லாது, யாக்கை நிலையாது, நீங்கள் சேர்த்து வைக்கும் செல்வமும், வீடும் உங்களுடன் வராது. ஆகவே இம்மைக்கும் மறுமைக்கும் பயன்தரும் புண்ணிய காரியங்களைச் செய்யுங்கள். ஆசையின் பிடியில் அகப்பட்டு வாழ்க்கையை

நரகம் ஆக்கிக் கொள்ளாதீர்கள். மனதை அடக்கி தெய்வீகச் சிந்தனையை ஏற்படுத்திக் கொள்ளுங்கள் என்று உபதேசம் செய்கிறாள்.

இளமையோ முதுமையோ இரண்டுமே நிலையானது அல்ல, அதுபோல வெறும் தோற்றத்தைக் கண்டு ஏமாந்து போகாதீர்கள். அதையும் தாண்டிச் சென்று மெய்ஞானத்தை அடையும் முயற்சியில் ஈடுபடுங்கள் என்று சொல்வது போல இந்த யோகினி வயதான கோலத்தோடு அமர்ந்திருக்கிறாள்.

மற்றொரு கரத்தில் ரத்தம் நிரம்பிய கபாலம் காட்சி அளிக்கிறது. அது நமது வெற்று உடலை, தெய்வீக ஆற்றலினால் நிரப்பும் யோக மார்க்கத்தில் ஈடுபடுங்கள் என்று தெரிவிக்கிறது.

இவளது காலடியில் ஒரு சிறிய அன்னப்பட்சி காணப்படுகிறது. அன்னம் ஒரு இடத்தில் இருந்து மற்றொரு இடத்திற்குப் பறந்து செல்வது, அதுபோல நமது உடலும், மனமும், இருக்கும் சூழ்நிலையும் எப்போதும் ஏதாவது ஒரு மாறுதலுக்கு உட்படுவது இயல்பு. இதைப் புரிந்து கொண்டு அதை அப்படியே ஏற்றுக் கொள்ளுங்கள். அதுவே ஞானம் என்று இந்த யோகினி தன் பக்தர்களுக்குச் சொல்லி நல்வழி காட்டுகிறாள்.

●●●

47 ஸ்ரீ லோலா தேவி

இவள் சக்ர யோகத்தைத் தருபவள். ஒருவருக்கு வாழ்வில் நல்ல வேலையும், அன்பான மனைவியும், பாசமுள்ள பிள்ளைகளும் இருந்தால் அவன் யோகக்காரனாச்சே என்கிறோம். ஆக இவைகள் சரியாக அமைவது நல்ல யோகம் உள்ளவர்களுக்கே சாத்தியம். அந்த யோகம் ஒரு சக்கரம் போன்றது. நல்லதும் கெட்டதும் வாழ்வில் மாறிமாறி வருவதே இயல்பு. இந்த யோகினி ஆக்கபூர்வமான சக்திகளின் இடப்பெயர்ச்சிக்குக் குறியீடாக விளங்குகிறாள். இவள் இருக்கும் இடத்தில் சுபிட்சம் நிலவும், அமைதியும், ஆன்மீக வளர்ச்சியும் ஏற்படும். இவளது கடாட்சம் கிடைக்காவிட்டால் புகழ் குறையும், செல்வம் கரையும், நோய்நொடிகள் தாக்கும்.

ஒரு யோகினியாக இவள் மாற்றங்களை ஏற்றுக் கொள்ள நம்மை ஆயத்தப்படுத்துகிறாள். மிக அழகான பெண் உருவமும், நான்கு கரங்களும் கொண்டவள் இவள். எடுப்பான கவர்ச்சி மிகுந்த மார்பகங்களும், உருண்டு திரண்ட கை கால்களும் கொண்டு அழகுத் தேவதையாகக் காட்சி தருகிறாள்.

இவளை வழிபடும் யோகி மனதை ஒருநிலைப்படுத்துகிறான், எண்ணங்களை ஒரு மையத்தில் குவியச் செய்கிறான். பிறகு வாழ்வில் தனக்கு ஏற்படும் மாறுதல்களை உற்றுக் கவனிக்கிறான். இளமை மாறி முதுமை வருவது போல, பகல் சென்று இரவு வருவதைப் போல தனக்கு உள்ளேயும், வெளியேயும் ஏற்படும் மாற்றங்களை உள்வாங்கிக் கொள்கிறான்.

காலையில் மலர்ந்து மணம் வீசி பலரையும் கவர்ந்த மலர், மாலையானதும் வதங்கி, வாடிப்போய் மணத்தை இழந்து விடுவதை அவன் புரிந்து கொள்கிறான். இது காலமாற்றம். இதை நாம் ஏற்றுத்தான் ஆகவேண்டும் என்று உறுதி கொள்கிறான். இதற்கு லோலா தேவி அந்தச் சாதகனின் மனத்தைத் தயார் செய்கிறாள்.

இந்த மனத்தைப் பெற்ற யோகிக்கு ஏமாற்றம் இல்லை. ஐயோ இது கைநழுவிப் போய்விட்டதே என்று புலம்புவதும் இல்லை. இவர்கள் நம்மை ஏமாற்றி விட்டார்கள் என்று கோபமும் வருவதில்லை. எல்லாம் நியதிப்படிதான் நடக்கிறது என்று அறிந்து மன அமைதியோடு வாழ்க்கையைத் திருப்தியோடு கழிக்கிறான்.

இந்த மாற்றத்தைத் தருபவள் லோலா தேவி. தான் கட்டிய மனைவி இருக்க மற்றொரு பெண்ணை விரும்பிச் சேர்பவனை ஸ்திரீ லோலன் என்பார்கள். அவன் ஒரு பெண்ணோடு திருப்தி அடைய மாட்டான், அவள் கிடைத்ததும் மற்றொரு பெண்ணின் மீது பார்வை செல்லும். மலருக்கு மலர் தாவும் வண்டு போல அவன் நடத்தை இருக்கும். அப்படியொரு மனம் கொண்டு வாழ்வில் வெற்றி அடைய முடியாது. அதனால் தான் இந்த யோகினி அப்படிப்பட்டவர்களுக்கு வாழ்வின் உண்மைத் தன்மையைப் போதித்து நெறிப்படுத்துகிறாள்.

மனம் ஒரு அங்காடி நாய் என்றார் பட்டினத்தார். அதைக் கட்டுப்படுத்தி யோக மார்க்கத்தில் செலுத்தினால் மோட்ச உலகிற்குச் செல்ல முடியும். ஆக விலங்கோ, மனிதனோ நல்லவர்களோ அல்லது கெட்டவர்களோ அல்ல. அவர்கள் இருக்கும் சூழலே நல்லவனாக அல்லது தீயவனாக மாற்றுகிறது. இதை உணர்த்துவது போல இந்த லோலா யோகினியின் காலடியில் ஒரு நாய் இருக்கிறது.

இரவின் குளிர்ச்சியை நாம் அனுபவிக்க வேண்டுமானால் பகலின் வெப்பத்தைத் தாங்கிக் கொண்டுதான் ஆக வேண்டும். சக்கரம் சுற்றும் போது கீழ்ப்பகுதி மேலேயும், மேற்பகுதி கீழேயும் மாறி மாறி வருவதைப் போல நமது வாழ்க்கை நிகழ்ச்சிகள் அமையும். அதற்கு ஏற்ப நமது மனதை மாற்றிக் கொள்ளவேண்டும் என்ற உபதேசத்தை லோலா யோகினி தனது பக்தர்களுக்குப் புரிய வைக்கிறாள்.

●●●

48 ஸ்ரீ கமல தேவி

அனைத்து செல்வங்களையும் உள்ளடக்கிய யோகினி இவள். சிகப்பு நிறம் இவளுக்குப் பிடித்த நிறம். சிவப்பான இதழ்களைக் கொண்ட தாமரை மலரின் மீது அப்போதுதான் மலர்ந்த அழகான செந்தாமரை மலரைப்போல இந்த யோகினி அமர்ந்திருக்கிறாள். நான்கு கரங்களும், இளமை பொங்கும் உடலும், பூரித்த மார்பகங்களும், அமைதியான முகமும் கொண்டவள் இவள்.

அஷ்ட ஐஸ்வர்யங்களையும் தனது பக்தருக்கு அள்ளித் தருவதில் ஆர்வம் உள்ள யோகினி இவள். இவளை உபாசித்தால் தேகம் பொன்போல ஜொலிக்கும், முகத்தில் பிரகாசம் ஏற்படும், தன ஆகர்ஷணம் உண்டாகும்.

இவள் தனது இரண்டு கரங்களில் செந்தாமரை மலர்களை ஏந்தி இருக்கிறாள். தாமரைப் பூவில் அமர்ந்து தாமரைப் பூவைப்போலக் காட்சி தருகிறாள்.

இவளது முகமும் தாமரை, மார்பகங்களும் தாமரை மொட்டுக்கள், கைகள் செந்தாமரை மலர்கள், பாதங்களும்

தாமரை மலரை ஒத்திருக்கின்றன. மொத்தத்தில் தாமரைக்காடு போல இவள் தன்னை வழிபாடு செய்யும் யோகிக்குக் காட்சி தந்து அகத்திலும் புறத்திலும் இன்பத்தை ஏற்படுத்துகிறாள்.

திருக்கடவூரில் எழுந்தருளி இருக்கும் அன்னை அபிராமியின் உடல் உறுப்புக்கள் அத்தனையும் தாமரை மலரைப்போல சிவப்பாகவும், மென்மையாகவும், அழகாகவும் இருக்கின்றன. அம்பாளின் கண்கள் அழகான தாமரை மலர்கள் போல மலர்ந்திருக்கின்றன, மார்பகங்கள் தாமரை மொட்டுக்களைப் போல பருத்துச் சிவந்திருக்கின்றன, அவளது முகமும் தாமரை, அவளது கரங்களும் செந்தாமரை, அவளது பாதங்களும் சிவந்த தாமரை மலரைப்போல அழகோடு காணப்படுகின்றன. அந்தத் தாமரைக்காடு என் இதயத்தடாகத்தில் அமர்ந்திருக்கிறது என்று தெரிவித்து அதனை அபிராமிப் பட்டர்,

அருணாம் புயத்தும் சித்தாம் புயத்தும் அமர்ந்திருக்கும்
தருணாம் புயமுலைத் தையல் நல்லாள், தகைசேர் நயனக்
கருணாம்புயமும், வதனாம் புயமும், கராம்புயமும்
சரணாம்புயமும் அல்லால் கண்டிலேன் பிறிதோர் தஞ்சமுமே

என்று மனமுருகிப் பாடி இருக்கிறார். அம்புயம் என்றால் தாமரை என்று அர்த்தம்.

இவளது கையில் உயர்த்திப் பிடித்திருக்கும் தாமரை மலர்கள் அதிருஷ்டத்தையும், வெற்றியையும் குறிக்கின்றன. தன்னை வழிபடும் பக்தருக்கு இந்த யோகினி அவற்றை மனமுவந்து அளிக்கிறாள்.

அவளது வலது கர உள்ளங்கையில் இருந்து எழுத்துக்கள் வெளியே வருகின்றன. எண்ணும் எழுத்தும் அளிப்பவள் என்பது இதன்பொருள். அவள் கல்வியையும், செல்வத்தையும் ஒருங்கே தருபவள்.

தனந்தரும், கல்வி தரும் என்ற அபிராமி அந்தாதியை நினைவுபடுத்திக் கொள்ளுங்கள். நுனிமரத்தில் உட்கார்ந்து கொண்டு அடிமரக் கிளையை வெட்டிய மூடனை, தனது அருள் பார்வையானால் உலகமே போற்றும்படி கவிபாட வைத்து, காளிதாசனாக மாற்றியது ஒரு பெண் தேவதை தான். தன்னை

வழிபடும் யோகியை இவளும் சாதாரண நிலையில் இருந்து யோக உலகத்தின் உச்சிக்குக் கொண்டு செல்வாள் என்பதை இது குறிக்கிறது.

இவளது மற்றொரு கரம் அபயஹஸ்தமாக விளங்கி, யோகிக்கு ஏற்படும் பலவகையான ஆபத்துக்களில் இருந்து காப்பாற்றுகிறது. யோகிக்கு ஐம்புலன்களாலும் ஏற்படும் துன்பத்தை, பின்னடைவை இவள் போக்கி அவன் யோக மார்க்கத்தில் தங்குத்தடையில்லாமல் முன்னேற வழிகாட்டி துணை செய்கிறாள் என்பதையே இது குறிக்கிறது.

சிவப்பு வாழ்க்கையின் ஆற்றல் நிறம். இது மனித உணர்வுகளை மேம்படுத்தும், மேன்மேலும் தூண்டி உயர்வதற்கு ஊக்குவிக்கும் நிறமாகச் சொல்லப்படுகிறது.. சிவப்பு நிறம் எதிர் பாலினத்தை ஈர்க்கப் பயன்படுத்தப்படுகிறது. இது வெப்பத்தையும், செயல்படும் திறனையும் குறிக்கிறது. சிவப்பு நிறம் கண்களை எளிதில் கவர்கிறது,

இந்த நிறத்தை விரும்பும் மக்கள் தைரியமானவர்களாகவும், தங்களுக்கு ஏற்படும் ஆபத்துக்களை எதிர்க்கும் துணிவுடையவர்களாகவும் இருக்கிறார்கள். தங்கள் உரிமையை விட்டுக் கொடுக்காதவர்கள், பிடிவாத குணம் உடையவர்கள், போராட்டம் ஆகியவற்றுக்கும் சிவப்பு நிறம் குறியீடாக இருக்கிறது.

ஸ்ரீ திரிபுரசுந்தரி தேவி சிவப்பு நிறப் பட்டாடையைத் தனது இடுப்பில் அணிந்திருக்கிறாள், பெரிய முலைகளுடன் அவள் தனது கணவனாகிய சிவபெருமானைக் கவர்ச்சியால் வீழ்த்தி சிவகாமி என்ற பெயரைப் பெற்று இருக்கிறாள்.

சின்னஞ்சிறிய மருங்கினில் சாத்திய செய்ய பட்டும், பென்னம் பெரிய முலையும், முத்தாரமும் என்று இதனைப் பாடுகிறார் அபிராமிப் பட்டர். செய்ய என்றால் சிவப்பு என்று பொருள். இந்தக் கமலயோகினியும் சிவந்த தாமரைப்பூவில் அமர்ந்து சிவந்த தாமரை மலர்களை வைத்திருக்கிறாள். எனவே சிறப்பு நிறம் தலைமைப்பண்பு மற்றும் பாலினக் கவர்ச்சியின் குறியீடாகவே யோகினி வழிபாட்டில் பயன்படுத்தப்பட்டுள்ளது என்பதை அறிய முடிகிறது.

●●●

49 ஸ்ரீ பிராம்மணி

இவள் நான்கு தலைகளைக் கொண்ட அழகான பெண் யோகினி. இவளது பார்வை கருணைப் பார்வை. சப்தமாதர்கள் குழுவில் முதலாக இருப்பவள் இந்தத் தேவி. இவள் படைப்புக் கடவுளான பிரம்மனின் அம்சமானவள். எனவே தான் பிரம்மனைப் போல இவளும் நான்கு முகங்கள், எட்டு கரங்கள், எட்டு கண்களை உடையவள்.

இங்கே இவள் இரண்டு கைகளை உடையவளாகக் காட்சி தருகிறாள். தனது வலது கையினால் அபய முத்திரை காட்டுகிறாள். இடது கரத்தில் ஒரு கலசத்தில் புனிதநீரை ஏந்தியிருக்கிறாள்.

கலசநீர் உயிரினங்களின் தோற்றத்திற்குக் காரணமானது அல்லவா?

அவள் தன் பக்தர்களுக்குப் புதிய கருத்துக்களை உருவாக்கத் துணை புரிபவள், உலகளாவிய பார்வையைக் கொடுத்து உயர்த்துகிறாள் என்பது பொருள்.

இவள் பட்டுப் பீதாம்பரம் உடுத்தி ஜடாமகுடம் தரித்து அன்னவாகனத்தில் எழுந்தருளி இருக்கிறாள். இவள் அம்பிகையின் முகத்தில் இருந்து தோன்றியவள், சப்தகன்னியர் வழிபாடு என்பது சக்தி வழிபாட்டின் ஒரு அங்கமாகும். சண்ட முண்டர்கள் என்ற அசுரர்களை அழிப்பதற்காக மனித கர்ப்பத்தில் உருவாகாமல், ஆண் பெண் சேர்க்கையில் பிறக்காமல், திரிபுரசுந்தரியான மகாசக்தியின் அம்சத்தில் இருந்து உருவானவர்களே இந்த சப்த கன்னிமார்கள். ஆகவே இவர்களுக்கு அதீத ஆற்றல் உண்டு.

சப்தமாதர்களுக்கும் நம் உடலுக்கும் தொடர்பு உள்ளதாகப் புராணங்கள் தெரிவிக்கின்றன. அவை: பிராம்மி தோலுக்கு தலைவி. மகேஸ்வரி நிணத்திற்கு தலைவி. கவுமாரி ரத்தத்திற்கு தலைவி. நாராயணி சீழிற்குத் தேவதை. வாராஹி எலும்பின் தெய்வம். இந்திராணி சதையின் தேவதை. சாமுண்டி நரம்பின் தலைவி.

அன்னை திரிபுரசுந்தரி வாசம் செய்யும் ஸ்ரீ சக்ரத்தில் அஷ்ட மாதர்கள் உண்டு. பிராஹ்மி, மாஹேஸ்வரி, கௌமாரி,

வைஷ்ணவி, வாராஹி, மாஹேந்த்ரி, சாமுண்டா, மஹாலக்ஷ்மி. இந்த எட்டு மாதர்களும் பிரகட யோகினிகளாக ஸ்ரீசக்ரத்தின் முதலாம் ஆவரணமான பூபுரத்தில் வாசம் செய்கின்றனர். இவர்கள் ஒவ்வொருவரைப் பற்றியும் நாம் தொடர்ந்து அறிந்து கொள்ளப் போகிறோம்.

இவர்கள் ஒவ்வொருவருக்கும் எட்டு யோகினிகள் பரிவாரத் தேவதைகள். ஆக 64 யோகினிகள். இவர்கள் அன்னையின் சாம்ராஜ்யத்தில் படைத் தளபதிகள் இவர்கள் ஒவ்வொருவருக்கும் ஒரு கோடி யோகினிகள் பரிவாரங்களாக இருக்கின்றனர்.

இப்படி 64 கோடி யோகினிகள் தேவிக்குப் பணிவிடை செய்கின்றனர்.

ஸ்ரீ சக்ரத்தின் ஒவ்வொரு ஆவரணத்திற்கும் ஒவ்வொரு யோகினிகள் உண்டு. முறையே,

1	திரைலோக்கியமோகனசக்கரம்	பிரகட யோகினி.
2.	சர்வாசா பரிபூரக சக்ரம்	குப்த யோகினி.
3.	சர்வ சம்க்ஷோபன சக்ரம்	குப்த தர யோகினி.
4.	சர்வ சௌபாக்கியதாயக சக்ரம்	சம்பிரதாய யோகினி.
5.	சர்வார்த்த சாதக சக்ரம்	குலோத்தீர்ண யோகினி.
6.	சர்வ ரக்ஷாஹர சக்ரம்	நிகர்ப்பயோகினி.
7.	சர்வ ரோகஹர சக்ரம்	ரஹஸ்ய யோகினி.
8.	சர்வ சித்திப்ரத சக்ரம்	அதிரஹஸ்ய யோகினி.
9.	சர்வானந்தமய சக்ரம்	பராபராதி ரஹஸ்ய யோகினி.

இப்படி 9 சக்ரங்களிலும் ஒவ்வொரு யோகினிகளுக்கும் பரிவாரங்களாக 64 கோடி யோகினிகள் வீதம் மொத்தம் 576 கோடி யோகினிகள் உண்டு என்றும் சொல்வதுண்டு. 9 மடங்கான சதுஷ் சஷ்டி கோடி (576 கோடி) யோகினி கணங்களால் ஸேவிக்கப்பட்டவள்.

அதாவது சிவ கணங்களின் எண்ணிக்கைக்குச் சமமாக சக்தியின் கணங்கள் இந்த யோகினிகள் என்றும் கொள்ளலாம்.

இது குறித்த விவரங்களை நாம் ஏற்கெனவே பார்த்திருக்கிறோம். இப்போது பிராம்மணி யோகினியிடம் வருவோம்.

சிவன் கோயில்களில் கர்ப்பக்கிரகத்தை ஒட்டிய பிரகாரத்தில் தட்சிணாமூர்த்தி சந்நிதிக்கு முன்னால் சப்த கன்னியர்கள் இருப்பார்கள். வலது காலைத் தொங்கவிட்டு, இடது காலை மடக்கி அமர்ந்த கோலத்தில் அவர்கள் காட்சி தருவார்கள்.

பிராம்மணி தேவியும் அவ்விதமாகவே காட்சி தருகிறாள். இவள் அழகான வெள்ளை அன்னத்துடன் காட்சி தருகிறாள். வெள்ளை அன்னம் சிருஷ்டியின் குறியீடு. இவளை முறையோடு வணங்கும் யோகிக்கு எதையும் ஆக்கவும் அழிக்கவும் வல்ல ஆற்றலை அளிப்பாள் பிராம்மணி யோகினி.

ஏத்தும் அடியார் ஈரேழ் உலகினையும் படைத்தும் காத்தும் அழித்தும் திரிபவராம் என்ற அபிராமி அந்தாதி வரிகளை இங்கே நினைவுபடுத்திக் கொள்ளலாம். ஒரு இடத்தில் இருந்து மற்றொரு இடத்திற்கு மாறுவதற்கு அன்னவாகனம் பயன்படுகிறது. அது போல ஒரு சிறிய கருத்தில் இருந்து மற்றொரு புதிய சிருஷ்டி உருவாக பிராம்மணி தேவி அருள்பாலிக்கிறாள்.

தன்னை உபாசனை செய்யும் பக்தனுக்கு புதிய புதிய கற்பனைகளை உண்டாக்கி அவனை உலகப் புகழுக்கு உரிய வனாக்குகிறாள். அவன் அனைவராலும் பாராட்டப்படுகிறான், மிகச் சிறந்த தவயோகி என்று முனிவர்களினால் கொண்டாடப் படுகிறான்.

அன்னம் பாலில் கலந்திருக்கும் தண்ணீரைப் பிரித்து எடுக்கும் ஆற்றல் உடையதாக நமது பழைய நூல்கள் தெரிவிக்கின்றன. அதைப்போல தினசரி கடமைகளில் இருந்து ஒரு யோகி வாழ்வின் ரகசியங்களை, சாரத்தைப் பிரித்து எடுக்கும் அதீத ஆற்றலைப் பெற்றுவிடுகிறான்.

●●●

50 ஸ்ரீ கவுமாரி தேவி

கவுமாரன் என்றால் குமரக்கடவுளான முருகனைக் குறிக்கிறது. பார்வதி பரமேஸ்வரர்களினால் கூட அழிக்க முடியாத சூரபத்மனை அழித்தவன் வேலேந்திய வேலவன். இந்த முருகனின் அம்சமாகத் திகழ்பவள் தான் கௌமாரி.

முருகனுக்கு ஆறுமுகங்கள். ஆனால் இவளுக்கோ ஒரு முகம் தான். இந்த யோகினி நீலவண்ண உடலோடு அழகான பெண் வடிவம் கொண்டு இடது கையில் ஒரு கண்ணாடி வைத்திருக்கிறாள். அது தன்னை அழகுபடுத்திக் கொள்வதற்கு மட்டும் அல்ல, உள்ளதை உள்ளபடிக் காட்டும் நெஞ்சக்கண்ணாடி அது.

அகத்தின் அழகு முகத்தில் தெரியும் அல்லவா? ஆகவே நமது மனத்தைச் சுத்தமாகவும், ஆணவம் கன்மம் மாயை போன்ற அழுக்குகள் படியாமலும், வைத்துக் கொண்டால் குமரனைப் போல அழகாகவும், இளமையாகவும் எப்போதும் இருக்கலாம் என்று இவள் தெரிவிக்கிறாள்.

முருகன் என்றால் அழகு என்று பொருள், இந்த யோகினியை வழிபாடு செய்யும் யோகி, நூறு வயதைக் கடந்த போதிலும் இளமையோடும் வாலிபனைப் போன்ற தோற்றத்தோடும் காணப்படுவது உறுதி. முருகப் பெருமானை வழிபட்ட நமது இந்தியச் சித்தர்கள் பலர் காலம் கடந்து வாழ்ந்தனர். இந்த யோகினியை வழிபட்டால் நீண்ட ஆயுளும், அஷ்டமா சித்துக்களும் வந்து சேரும்.

முருகப் பெருமான் அழகான மயில் மீது அமர்ந்து வருவான், அதனால் அவனுக்கு மயில்வாகனன் என்ற பெயர் உண்டு. இவளும் தனது வாகனமாக வண்ண மயிலையே கொண்டிருக்கிறாள். எட்டுத் திசைகளிலும் பறக்கும் ஆற்றல் மயிலுக்கு உண்டு, ஆகவே எட்டு திசைகளிலும் ஆட்சி செலுத்துகிறாள்.

மயில் தன் தோகையை விரித்து ஆடினால் மயங்காதவர்கள் யாரும் இல்லை, அதுபோல இந்த யோகினி அழகும் இளமையும் கொண்டு தன்னிடம் வருபவர்களை அழகினால் கட்டிப்போடும்

கவர்ச்சியோடு விளங்குகிறாள். பலநிறங்களை அழகாக இணைத்து வண்ணக்கோலம் காட்டுகிறாள். இதன் மூலமாக வாழ்வில் ஏற்படும் பல மேடு பள்ளங்களையும் சமன்செய்து மனிதனுக்கும் அவனது வாழ்க்கைப் பயணத்திற்கும் ஒரு இசைவை ஏற்படுத்துகிறாள்.

இவளை வழிபாடு செய்தால் வெப்புநோய்கள் அகலும், இளமையோடு நீண்ட ஆயுளைப் பெறலாம். பல சித்தர்கள் காயகற்பம் உண்டு மரணத்தை வென்றவர்கள். காயகற்பம் சாப்பிடாமலேயே இவளை வழிபடுவதன் மூலமாக ஒருவர் மண்ணில் நல்லவண்ணம் மரணத்தை வென்று வாழலாம்.

இதனை அருணகிரிநாதர், மரணப்பிரமாதம் நமக்கு இல்லையாம் என்று கந்தரலங்காரத்தில் பெருமிதத்தோடு பாடுகிறார். மயில் பறவை நாகத்தைக் கொத்தித் துரத்துவதைப்போல, நமக்குத் துன்பம் ஏற்படுத்தும் நஞ்சுபோன்ற சூழ்நிலைகளை இந்த யோகினி பயமுறுத்தி விலக்குவாள். இவளை வழிபட்டால் குழந்தைச் செல்வம் பெறலாம் என்று நூல்கள் தெரிவிக்கின்றன.

●●●

51 ஸ்ரீ இந்திராணி தேவி

தேவர்களின் தலைவனாகிய இந்திரனின் மனைவி இவள். அழகும் இளமையும் வாளிப்பான உடலும் கொண்டவள். சகல சௌபாக்கியங்களும் அருளும் ஆற்றல் பெற்றவள். எடுத்த காரியத்தில் வெற்றியை அளிப்பவள். இந்தியாவில் உள்ள யோகினி ஆலயங்கள் எல்லாவற்றிலும் இவளை நாம் தரிசிக்கலாம். இந்து மதத்தில் மட்டும் அல்லாமல் ஜைன மதப் பெண் தெய்வங்களுள் இவள் முக்கியமானவள். இவளது வாகனம் ஐராவதம் போன்ற யானை. இந்திரனின் பட்டத்து ராணி என்பதால் யானை வாகனத்தைக் கொண்டிருக்கிறாள்.

இவள் சப்த மாதர்கள் அல்லது அஷ்ட மாத்ருகாக்களில் ஒருத்தியாக இருக்கிறாள். காலம் மற்றும் பரிணாம வளர்ச்சியின் அடிப்படையில் உண்டாகும் திறமை மற்றும் ஆற்றலின் இருப்பிடமாக இவள் வழிபடப்படுகிறாள்.

இவள் தனது கூந்தலில் கற்பக மலர்களைச் சூடியிருக்கிறாள். ரத்தின மகுடம் தரித்து, சக்தி ஆயுதம் மற்றும் வஜ்ராயுதம் ஆகியவற்றைத் தாங்கி நான்கு கரங்களோடு காட்சி தருகிறாள். ஒரு கரத்தில் ஜபமாலை உள்ளது.

இவளை வழிபடும் யோகிக்கு அக இருளும், புற இருளும் அகலும். உட்பகைவர்களான காமம், குரோதம், மோகம் ஆகிய ஆறு குணங்களும், வெளிப்பகைவர்களான எதிரிகள், தீய சக்திகள், தடைகள் ஆகியவையும் நீங்கும்.

இவள் ஒரு முகத்தையும் இரண்டு கண்களையும் உடையவள் என்றும், இந்திரனைப் போல ஆயிரம் கண்ணுடையவள் என்றும் சொல்லப்படுகிறாள். இந்திரனுக்குத் தொல்லை கொடுத்து வந்த விருத்திராசுரனை அழிப்பதற்கு எந்த உலகத்திலும் இல்லாத உலோகத்தினால் ஒரு ஆயுதம் தேவைப்பட்டது. ததீசி முனிவர் தனது எலும்பைத் தர, அதில் இருந்து மந்திர சக்திகள் கொண்ட வஜ்ராயுதம் உருவாக்கப்பட்டது. இந்த வஜ்ராயுதத்தை விருத்திராசுரன் மீது எறிந்த போது அதில் ஆவேச சக்தியாக இருந்து அசுரனை அழித்த ஆக்க சக்தி இவள் என்று வணங்கப்படுகிறாள்.

இவளை வழிபடுவோருக்கு பகைவர்களினால் தொல்லை, சத்ரு பயம், மிருகங்களினால் ஆபத்து ஆகியவை ஏற்படாது. பெண்கள் இந்த யோகினியை வழிபாடு செய்தால் மனதுக்கு ஏற்ற நல்ல கணவன் கிடைப்பான்.

ஒடிசாவில் உள்ள யோகினி ஆலயத்தில் இந்திராணி தேவி அஷ்ட மாதர்களில் ஒருத்தியாக வழிபடப்படுகிறாள். அங்கே இவள் இடது தொடையில் ஒரு குழந்தையை வைத்த வண்ணம் காட்சி தருகிறாள். இவளது வாகனமாகிய யானை பலத்தில் சிறந்தது, காட்டில் தடை ஏற்படுத்தும் பெரிய மரங்களை வேரொடு பிடுங்கி எறிந்து தன் பயணத்தைத் தொடர வல்லது.

இவளும் தன்னை வழிபடும் யோகியின் யோக மார்க்கத்தில் ஏற்படும் தடைகளைக் களைந்து முன்னேற்றத்தை அளிக்கிறாள். இவளை யோகிகள் மட்டும் அல்லாமல் குடும்பத்தில் இருப்பவர்களும் வழிபடலாம். அதனால் கணவன் மனைவி ஒற்றுமை ஓங்கும், இல்லற சுகத்தில் ஈடுபாடு ஏற்படும்.

●●●

52 ஸ்ரீ மாகேஷ்வரி தேவி

இவள் அழகானவள், அடக்கமும் அன்பும் நிறைந்தவள். சப்த கன்னியர்கள் அல்லது அஷ்ட மாதர்களில் ஒருத்தி. மகேசனின் சக்தியாக விளங்குவதால் இவள் மகேஷ்வரி என அழைக்கப்படுகிறாள். அம்பிகையின் தோளில் இருந்து உருவான இவளது உதவியால் தான் ருத்திரன் அசுரர்களைச் சம்ஹாரம் செய்கிறார்.

இவள் ஐந்து முகங்களையும் ஒவ்வொரு முகத்திலும் மூன்று கண்களையும் பெற்றவள் என்று விஷ்ணுதர்மோத்திரம் என்ற நூல் தெரிவிக்கிறது.

தத்துவநிதி என்ற நூல் இவள் ஐந்து முகங்களையும், பத்து கரங்களையும் கொண்டவள். வலது பக்கத்தில் உள்ள ஐந்து கரங்களில் வாள், வஜ்ராயுதம், திரிசூலம், மழு ஆகிய நான்கு ஆயுதங்களைத் தாங்கி ஒரு கரத்தினால் பக்தர்களுக்கு அபயமுத்திரை காட்டுகிறாள் என்று தெரிவிக்கிறது. இவ்வாறே இடது பக்கத்தில் உள்ள ஐந்து கரங்களில் ஒரு கரம் வரம் அளிக்கும் நிலையில் வரதமுத்திரை பிடிக்கிறது. மற்ற நான்கு கரங்களில் பாசம், மணி, நாகம், அங்குசம் ஆகியவற்றை வைத்திருக்கிறாள் என்று தெரிவிக்கிறது.

இவள் தனது இடது தொடையில் சிறிய ஆட்டுக்குட்டியை இடது கரத்தினால் அணைத்த வண்ணம் காட்சி தருகிறாள். இதன் மூலமாக அவள் தனது தாய்மைப் பண்பை வெளிப்படுத்துகிறாள். இவளது வாகனமாக நந்தி காணப்படுகிறது.

இவளது முகத்தில் நெற்றியில் அழகான நெற்றிக் கண் உள்ளது. பகைவர்களை அழிக்கவும், பக்தர்களைக் காக்கவும் அது தயாராக இருக்கிறது என்பதை நமக்கு உணர்த்துகிறாள் இந்த யோகினி. இவளை வழிபட்டால் காரியத்தடைகள் விலகும், எடுத்த காரியத்தில் ஜெயம் உண்டாகும். பகைவர்கள் அடங்கி ஒதுங்குவார்கள்.

இவள் தன்னை வழிபடும் யோகியின் மனத்திலும் உடலிலும் தெய்வீக ஆற்றல் பொங்கிப் பெருக ஆசி வழங்குவாள். திறமையும்,

ஆற்றலும் பளிச்சிட வாய்ப்புக்களை அள்ளித் தருவாள். இவளை யோக நெறியில் சென்றும், தியான வழியில் சென்றும், பக்தி நெறியில் மூழ்கியும் அடைய முடியும்.

காட்சிக்கு அழகாகவும், எளிமையாகவும் இருப்பதைப் போலவே இவளை ஞான, கர்ம, பக்தி யோக வழிபாடுகளின் மூலம் எளிதாக அடைய முடியும். இவள் சிவபெருமானின் பெண் அம்சமாக இருப்பதால் ஜடாமுடியும், அதில் பிறைச்சந்திரனும் காணப்படுகிறது.

இதனை

குழவித்திருமுடி கோமளையாமளைக் கொம்பிருக்க
இழவுற்று நின்ற நெஞ்ச இரங்கேல் இனி என்குறையே

என்று அபிராமி கேட்பதன் மூலமாக அறியலாம். இவள் முடியில் பிறைத்திங்களைச் சூடி அழகும் இளமையும் கொண்ட கொடிபோல இறைவன் மேனியில் சாய்ந்திருக்கிறாள். இவளை நினைத்தாலே போதும், வேறு தனியாகக் கஷ்டப்பட்டு எந்தத் தவமும் செய்ய வேண்டியது இல்லை.

இவளது உருவத்தை ஒரு நிமிட நேரம் கருத்தில் வைத்து, மனத்தில் நினைத்தால் போதும். காடுகளில் அன்ன ஆகாரம் இல்லாமல் பழங்களையும், காய்கறிகளையும் சாப்பிட்டுக் கொண்டு, குளிர் மழை வெப்பம் ஆகியவற்றைத் தாங்கிக் கொண்டு குகையில் மரவுரி உடுத்தி தவம் செய்ய வேண்டிய அவசியம் இல்லை என்கிறார் அபிராமி பட்டர், இதனை

கண்மூன்றும் கருத்தில் வைத்து தன்னந்தனி இருப்பார்க்கு இது போலும் ஒரு தவம் இல்லையே என்று விவரிக்கிறார். அப்படிப்பட்ட இந்த யோகினியை மனத்தில் நினைத்து ஜெபம் செய்யும் யோகி இந்த நிலவுலகத்தில் சகல சௌபாக்கியங்களையும் பெறுவான். அது மட்டுமா? இந்திர லோகத்தின் அதிபதியாவான், மேலும் மோட்ச உலகிலும் நுழைந்து நிலையாக வாழ்வான்.

●●●

53 ஸ்ரீ வைஷ்ணவி தேவி

இந்த யோகினி அழகான இளம் பெண் வடிவம் கொண்டவள். நான்கு கரங்களோடு கருடன் மீது அமர்ந்த நிலையில் காட்சி தருகிறாள். மேலிரண்டு கரங்களில் சங்கு, சக்கரங்களை ஏந்தி உள்ளாள். கீழ்க் கரம் ஒன்றில் ஜபமாலையும், மற்றொன்றில் தண்டாயுதமும் வைத்திருக்கிறாள்.

சிவபெருமானின் பெண் அம்சம் மாகேஷ்வரியைப் போல, இவள் திருமாலின் பெண் அம்சம் ஆவாள். திருமாலைப்போலவே இவளும் கருடன் மீது ஆரோகணித்து வருவாள். கருடன் பாம்பை கொல்லும் தன்மை கொண்டது. அதாவது அது விஷத்தை நீக்குவது, அது போலவே இந்த யோகினியும் வாழ்வின் விஷத்தன்மைகளான வறுமை, சோம்பேறித்தனம், அறியாமை ஆகியவற்றை ஒழிப்பாள்.

இவள் மிகவும் புனிதமாகப் போற்றப்படவேண்டிய பூசிக்கத் தகுந்த பொக்கிஷம் போன்றவள். இவளது பாதங்களைச் சரண் அடைந்தால் வாழ்வின் சகலவிதமான பிரச்சனைகளில் இருந்தும், குறிப்பாகப் பணத்தொல்லைகளில் இருந்தும் நிரந்தரமாக விடுதலை பெறலாம். சங்கநிதி பதுமநிதி என்று சொல்லப்படும் செல்வக்குவியல்கள் இவள் காலடியில் குவிந்திருக்கின்றன.

இந்த யோகினி ஒவ்வொரு பெண்ணின் அம்சத்திலும் குடிகொண்டிருக்கிறாள். தன்னை வழிபடும் பக்தனை பொறாமை, பரபரப்பு, கோழைத்தனம் ஆகியவற்றில் இருந்து பாதுகாக்கிறாள்.

இவள் அம்பாளின் கைகளில் இருந்து பிறந்தவளாகப் புராணங்களில் சொல்லப்பட்டுள்ளாள். விஷ்ணு சக்தியான இவள் நீலநிறம் கொண்டவள். இவளுக்கு ஆறுகரங்கள் உண்டு. நாம் மேலே பார்த்த நான்கு கரங்களுடன், வரம் தரும் கரம் ஒன்றையும், அபயம் அளிக்கும் கரம் ஒன்றையும் சில இடங்களில் பார்க்கலாம்.

இந்த யோகினி ஹராபூரின் யோகினி ஆலயத்திலும், பெடாகட்டில் உள்ள 64 யோகினி ஆலயத்திலும் காணமுடிகிறது. நரேசர் என்ற இடத்தில் இவள் உருவத்தில் தலை துண்டிக்கப்பட்டு, இரண்டு கரங்களோடு காணப்படுகிறாள். அந்தப் புகைப்படத்தை மேலே காணலாம். இவள் கருடன் மீது அமர்ந்திருக்கிறாள். இரண்டு பக்கங்களிலும் இரண்டு பணிப்பெண்கள் அமர்ந்து துதி பாடுகின்றனர்.

இவள் மஞ்சள் நிற ஆடை அணிந்தவள், மங்கலம் நிரம்பியவள், குவிந்த முலைகளைக் கொண்டவள், தங்க நகைகளை அணிந்தவள், தாமரை போன்ற அழகான கருணை ததும்பும் கண்களைக் கொண்டவள். இவளை வழிபட்டால் உடல் வெப்பத்தினால் ஏற்படும் நோய்கள் தீரும். தோல் தொடர்பான வியாதிகள் குணமாகும்.

இவள் மெய்ஞானத்தின் உயர்நிலையைத் தனது பக்தன் அடைய ஆர்வத்தோடு வழிகாட்டுவாள். அழகும், இளமையும், அஷ்ட ஐஸ்வர்யங்களும் கொண்ட இவளை உபாசனை செய்யும் யோகி இப்பிறப்பில் மிக உயர்ந்த யோக நிலையை அடைவதோடு, வருகின்ற பிறவிகளிலும் அரச குடும்பத்தில் பிறந்து ராஜயோகத்தை அனுபவிப்பான்.

●●●

54 ஸ்ரீ வாராகி தேவி

இவள் பன்றி முகப் பேரழகு யோகினி. அளவில்லாத பலம் பெற்றவள். அம்பிகையின் முக்கிய மந்திரியாக இருந்து படையைத் தலைமை ஏற்று நடத்துபவள். ஆயுதங்களைக் கையாளத் தெரிந்தவள். வராகம் மகாவிஷ்ணுவின் அவதாரங்களுள் ஒன்று.

இவளுக்கும் மூன்று கண்கள் உண்டு என்று சொல்லப்பட்டுள்ளது. நெற்றிக்கண் என்பது சிவனுக்குரியது, ஆகவே இவளிடம் அம்பிகை, திருமால், சிவபெருமான் ஆகிய மூவரின் அம்சங்களும் நிறைந்து காணப்படும்.

இவள் மனித உடலும் மிருகத்தின் தலையும் கொண்டிருப்பதைப் போல, மிருக பலமும், தேவகுணங்களும் கொண்டவள். படைத்தலைவி என்பதால் சிம்மவாகினியாகக் காட்சி தருவாள். யோகினி ஆலயத்தில் இவள் இரண்டு கரங்களைக் கொண்டவளாக இருக்கிறாள். தனது இடது தொடையில் பன்றிக் குட்டியை ஏந்தி தனது தாய்த்தன்மையை அறிவிக்கிறாள்.

வெண்மையான வெளியே நீண்ட பற்கள், தலையில் பிறைச் சந்திரன், கைகளில் சங்கு, சக்கரம், சூலம், கபாலம், உலக்கை, நாகம் போன்றவைகளைக் காணலாம். ஒரு காலத்தில் இரண்யாட்சன் என்ற அசுரன் இந்தப் பூமிப்பந்தை பாய்போல சுருட்டி எடுத்துக் கொண்டு கடலுக்குள் ஒளித்து வைத்திருந்தான். இதனால் சகல ஜீவராசிகளும் இடர்ப்பட்டன. மகாவிஷ்ணு வானுக்கும் மண்ணுக்குமாக மிகப்பெரிய வராகமாக வடிவம் எடுத்தார். அசுரனுடன் போரிட்டு பூமாதேவியை மீட்டு தன் கொம்புகளில் லாவகமாக ஏந்தி வந்தார். இவரது பெண் அம்சமாக வாராகி போற்றப்படுகிறாள்.

மூலாதாரத்தில் உள்ள குண்டலினி ஆக்ஞா சக்ரத்திற்குச் செல்ல உந்துதலைத் தருபவள் வாராஹி. எனவேதான் அவள் ஆக்ஞாசக்ரேஸ்வரி எனப் போற்றப்படுகிறாள். எழுந்த குண்டலினி மேலே வர தன் கையில் உள்ள தண்டத்தால் தட்டி உயர்த்தவே அதைக் கையில் ஏந்தியுள்ளாள். லலிதாம்பிகையின் பிருஷ்ட பாகத்தில் இருந்து தோன்றியவள் இவள். அது மூலாதாரம் இருக்கும் இடம். ஆக வாராஹியின் வடிவமும், அமைப்பும், ஆயுதங்களும் குண்டலினி சக்தியை மேலெழுப்ப உதவும் வண்ணமே உள்ளன. குண்டலினி மேலெழுந்தால் எண்ணிய எண்ணங்கள் ஈடேறும். வாக்கு பலிதமாகும். எதிரிகள் நண்பர்கள் ஆவர். அன்பால் அனைவரையும் வெல்லலாம். துர்தேவதைகள் அண்டமுடியாது. கூப்பிட்ட குரலுக்கு ஓடோடி வருபவள் இந்த அன்னை.

சிவபெருமான் ஒருமுறை அந்தகாசுரனோடு போர் செய்யும் போது அம்பிகை வராகமுகம் கொண்ட சக்தியாக உடன் வந்து போரிட்டு வெற்றிக் கொடி நாட்டினாள். எனவே எதிரிகளின் மீது படையெடுத்துச் செல்லும் போது அந்தக் கால மன்னர்கள் வராகிதேவியை வழிபட்டு, அவர்கள் பலிகள் செய்து வணங்கிவிட்டுச் செல்வது வழக்கம்.

இந்த யோகினி தன்னை வழிபடும் யோகிக்கு தடைகளை நீக்கி, வெற்றிகளை அருள்வாள். பன்றி பூமிக்கு அடியில் மறைந்திருக்கும் கிழங்குகளைத் தோண்டி எடுத்து விடும். இந்த யோகினி தனது பக்தர்களின் கர்மவினைகளை அகழ்ந்தெடுத்து அவற்றை அழித்து பிறவா வரத்தைத் தருவாள்.

மேலும் ஒவ்வொருவரிடத்திலும் ஒரு தனித்தன்மை, தனியான ஆற்றல் மறைந்திருக்கும். அதை அறியாமல் அவர்கள் இடர்ப்படுவார்கள். வாராகியை வழிபட்டால் அவள் மறைந்திருக்கும் அற்புத ஆற்றலை வெளிப்படுத்தும் வாய்ப்புக்களை ஏற்படுத்திக்கொடுப்பாள்.

அழகான மென்மையான பெண் உடலும், வலிமையான பன்றி முகமும் பெற்ற இந்த யோகினி, வன்மையும், மென்மையும் கலந்தவள். பகைவர்களுக்கு இவள் மிருகக் குணத்தைக் காட்டுவாள். தன் பக்தர்களுக்குத் தாய்ப்பாசத்தோடு அருள் செய்வாள். அதை விளக்கவே தனது மடியில் ஒரு பன்றிக்குட்டியைத் தழுவிய வண்ணம் காட்சி தருகிறாள்.

இந்த யோகினி வாழ்க்கையின் ரகசியங்களை அறிந்து கொண்டு மண்ணில் நல்ல வண்ணம் வாழத் துணையிருப்பாள்.

●●●

55 ஸ்ரீ சாமுண்டி தேவி

இவள் ருத்திரனின் அம்சம் கொண்டவள், சண்ட முண்டர்கள் என்னும் அசுரர்களை சம்ஹரிப்பதற்காக அவதாரம் செய்தவள். இவள் மனித உடலும், நான்கு கரங்களும், சிவனைப்போல நெற்றிக்கண்ணும் படைத்தவள். இவளுக்கு கோரைப்பற்களும், உண்டு. மேனி கறுத்தது. சிவபெருமானைப் போலவே

புலித்தோலை ஆடையாக அணிந்து, கபாலமாலை அணிந்து கோரஸ்வரூபியாகக் காட்சி தருவாள்.

வலது கரத்தில் முத்தலைச் சூலமும், இடது கரத்தில் கபாலமும் ஏந்தியவள். பிணத்தின் மேல் அமர்ந்த நிலையில் அல்லது நின்று போரிடும் நிலையில் இவளது சிலைகள் காணப்படும். அதிபயங்கரமான தோற்றத்தோடு விளங்கும் இவள் வெற்றித் தேவதையாவாள்.

அரசர்கள் பகைவர்களை வெல்லவும், பகைவர்களின் சூழ்ச்சிகள், பில்லி ஏவல் சூனியம் ஆகியவற்றில் இருந்து தப்பவும் இவளை வழிபட்டனர்.

ஈஸ்வரனின் நெற்றிக்கண்ணிலிருந்து தோன்றிய பத்திரகாளி, தனது கோரமான முகத்தை மாற்றி சாமுண்டியாக ஆனவள். இவள் தனது ஆறு சகோதரிகளுடன் சேர்ந்து தாருகன் என்ற அரக்கனை அழித்தாள். பதினாறு கைகள், பதினாறு விதமான ஆயுதங்கள், மூன்று கண்கள், செந்நிறம், யானைத் தோலால் ஆன ஆடையை அணிந்திருப்பவள். சிவபெருமானைப் போலவே தனது வலது கையில் டமருகம் தாங்கி இருக்கிறாள். சப்தகன்னிகைகளில் முதலில் தோன்றியவள் இவளே! சப்த கன்னிகைகளில் சர்வ சக்திகளையும் கொண்டிருப்பவள் என்று ஆகமங்கள் தெரிவிக்கின்றன.

இவளுக்கு சாமுண்டி, சாமுண்டா, சாமுண்டீஸ்வரி எனப் பல பெயர்கள் உண்டு. மற்ற தெய்வங்கள் வேத ஆகமங்களின் அடிப்படையில் உருவானவை. ஆனால் இவள் பழங்குடி வம்சத்தில் இருந்து தோன்றியவள் என்று சொல்லப்படுகிறது. மிகப் பயங்கரமான வடிவத்தைக் கொண்டிருந்தாலும் இவளும் அஷ்ட மாதர்களில் ஒருத்தியாக வணங்கப்படுகிறாள்.

இவள் பிணங்கள் எரியும் மயானத்தில் குடிகொண்டிருப்பவள், இவளை மிகப் பெரிய கருநிற வவ்வால் அத்திமரத்தில் தொங்குவதைப் போல உருவகம் செய்வதும் உண்டு.

இந்த யோகினி தன்னை வழிபடும் யோகிக்கு எதிரிகளிடமிருந்து பாதுகாப்பு அளிப்பதோடு, தன்குறிக்கோளை அடைய சர்வ வல்லமை தருவாள். மனிதர்களுக்கு மட்டுமல்ல; தேவர்களுக்கே

வரங்களை அருளுபவள் இவளே! இவளை வழிபட்டால், எதிரிகளிடமிருந்து நம்மைக் காப்பதோடு, நமக்குத் தேவையான சகல பலங்கள், சொத்துக்கள், சுகங்களைத் தருவாள். இனி வேறுவழியில்லை என்ற சூழ்நிலை ஏற்படும்போது, இவளை அழைத்தால், புதுப்புது யுக்திகளைக் காட்டுவதோடு, முடியாததையும் முடித்து வைப்பாள். தன்னை வழிபடும் பக்தர்களுக்கு எதிரிகளினால் ஏற்படும் அச்சத்தை விலக்குவாள். பழையதை அழித்து புதியதை உண்டாக்குவாள்.

●●●

56 ஸ்ரீ தேரம்வா தேவி

பெடாகட்டில் உள்ள யோகினி ஆலயத்தின் 81 யோகினிகளுள் இவளும் ஒருத்தி. புனிதமான மந்திரங்களில் இருந்து இவள் உற்பத்தியானவள் என்று ஆகமங்கள் தெரிவிக்கின்றன. ஆகவே தெளிவான சிந்தனை, கூர்மையான அறிவு, குழப்பமில்லாத எண்ணங்கள் ஆகியவற்றை அருள்வதில் வல்லவளாகத் திகழ்கிறாள். மொத்தத்தில் இவள் செயலாற்றல் மிகுந்தவள்.

இவளை வழிபடும் யோகிக்கு ஆசை, பாசம் ஆகியவற்றினால் கறைபடாத தூய வெள்ளை உள்ளத்தையும், யோக நெறியில் தொடர்ந்து செல்வதற்கும் தடைகளை அகற்றுவதற்கும் தேவையான ஆற்றலைத் தருவாள். இவள் சந்தேகம் மற்றும் கவலையில்லாதவள். தெய்வீக ஆற்றல்களும், அபரிமிதமான அமானுஷ்ய சக்திகளும் பிரபஞ்சத்தில் இருந்து இவளது உடலில் பாய்ந்து பெருகுகின்றன.

இவள் அந்த அபாரமான ஆற்றலின் துணைகொண்டு பக்தர்களின் வேண்டுகோளை நிறைவேற்றுகிறாள்,

யோகியின் மனத்தில் குடிகொண்டிருக்கும் அசுரகுணங்களை அழிக்கிறாள்.

இதை விளக்கும் விதமாக இந்தத் தேவி அழகான பெண் உருவத்தோடு இரண்டு கரங்களையும் கொண்டிருக்கிறாள். அவளது வலது கரத்தில் மிகப்பெரிய திரிசூலம் இருக்கிறது. அதன் மூலமாக கறுப்பான எருமை ஒன்றை அவள் வதம் செய்து அதன் மீது ஒரு காலை ஊன்றிக் காட்சி தருகிறாள். நமது மனத்தில் ஆணவம், கன்மம், மாயை போன்ற முக்குணங்களும், போட்டி, பொறாமை, கபடு, பிறன்மனை நயத்தல் போன்ற அசுர குணங்களும் குடிகொண்டிருக்கின்றன.

இவளை வழிபடும் யோகியின் மனத்தில் உள்ள அரக்க சக்திகளை அடியோடு அழித்து அவனை உயர்நிலைக்கு அனுப்புகிறாள். இவள் ஒரு கையில் திரிசூலமும், மறுகையில் பரசு எனப்படும் மழுவாயுதமும் வைத்திருப்பதால் யோகத்தடைகளை நீக்குவதில் சிறந்தவளாக இருக்கிறாள்.

இவளை முறையோடும் ஒருமித்த மனத்தோடும் ஜெபம் செய்து வழிபாடு செய்தால் உடலின் ஒவ்வொரு மயிர்க்காலிலும் அளவற்ற சக்தி பாய்வதையும், அமானுஷ்ய ஆற்றல் நம்மைச் சுற்றிக் கவசம் போல பாதுகாப்பு தருவதையும் உணர முடியும்.

●●●

57 ஸ்ரீ யோகமாயா தேவி

வைஷ்ணவத்தில் அன்னை ஸ்ரீ மகாலட்சுமி அருள் செய்வதைப் போலவே சைவத்தில் அன்னை ஸ்ரீ புவனேஸ்வரி சர்வ ஐஸ்வர்யங்களையும் வழங்கி அருள் புரிபவள். யோகினி வழிபாட்டில் இந்த யோகினி மெய்யுணர்வைத் தருபவள்.

சித்தர்களின் பிரதான வழிபாட்டுத் தெய்வங்கள் வாலை, புவனை, திரிபுரை என்ற முப்பெரும் மகாசக்திகளே. அகஸ்தியர் தனது பல பாடல்களில் இவர்களது உபாசனை பற்றியும் எந்த வாழ்க்கை முறை உள்ளவர்கள் யாரை உபாசனை செய்து சித்தி பெறலாம் என்பது பற்றியும் விரிவாகவே கூறுகிறார்.

இம்மந்திரம் தந்திர சாஸ்திரத்தில் உள்ளது. இது விரைவான பலன்களைத் தரவல்லது. இம்மந்திரத்தை வளர்பிறைத் திங்கட்கிழமை அல்லது பௌர்ணமி அன்று துவங்கித் தொடர்ந்து ஜெபித்து வர வறுமை, கடன், நோய்கள் அற்ற வளமான, நலமான வாழ்வு தருவாள். புவனேஸ்வரி யந்திரம் வைத்து வழிபட்டால் நல்லது. ஏன் என்றால் நாம் எல்லா நேரத்திலும் சுத்தமாக, ஆன்மீக விதிகளின்படி இருக்க இயலாது. எனவே யந்திரம் முன்னே வைத்து ஜெபித்தால் நமது மந்திர ஜெபத்தின் சக்தியை யந்திரம் உள்வாங்கி சக்தியை வீடு முழுவதும் பரப்பி வாழ்வை வளமாக்கும்.

நமது உடலின் உள்ளே ஜோதி வடிவத்தில் தெய்வீக சக்தி நிரம்பி இருக்கிறது. அது வெளியே தெரியாமல் காம, குரோத, மோகங்கள் கவசம் போல இருந்து மறைக்கின்றன. மாயையின் சக்தியினால் மறைப்புண்ட லிங்க ஸ்வரூபத்தை யோகமாயா தேவியை மன ஒருமைப்பாட்டோடு வழிபடும் போது அவள் இருளை விலக்கி ஞான ஒளியை ஏற்படுத்துகிறாள். அதனால் பல வருடங்களாகப் பாசி படர்ந்து களிம்பு ஏறிக் காணப்பட்ட செப்புக்குடம், சாம்பல், புளி ஆகியவை கொண்டு துலக்கியதும் பளிச்சிடுவதைப் போல பக்தனின் மனம் மெய்ஞானத்தினால் பிரகாசம் அடைகிறது.

ஆன்மீகப்பாதையின் ஆரம்ப நாட்களில் உருவ வழிபாடு மட்டுமே செய்வதை கௌலஞானநிர்ணயா கண்டிக்கிறது. இவ்வாறு செய்வதில் அகண்டாகரமாக விளங்கும் பரம்பொருளை ஒரு சாதகன் மிகச் சிறிய லிங்கவடிவத்தில் மட்டுமே இருப்பதாக தவறான புரிதல் ஏற்பட்டுவிடும் என்று அது எச்சரிக்கிறது.

முதலில் இது போன்ற தடைகளை உடைத்தெறிந்து, பார்வையை அகமுகமாகச் செலுத்த வேண்டும். இதற்கு நாம் மனம், மொழி, மெய்யைப் பயன்படுத்த வேண்டும். அவ்வாறு பயிற்சி செய்யும்போது நமது குறிக்கோளை சிதற அடித்து மாற்றுப் பாதையில் செலுத்தும் தீய எண்ணங்களை விலக்குவாள் இந்த யோகினி.

இவள் அழகான பெண் வடிவம் கொண்டு இரண்டு கரங்களோடு காணப்படுகிறாள். இவளது கால்களுக்கு நடுவே

மிகப் பெரிய சிவலிங்கம் காணப்படுகிறது. அதை அவள் நமஸ்கரிக்கும் நிலையில் வலது உள்ளங்கையின் மீது இடது உள்ளங்கையை ஆகாயத்தை நோக்கி இருக்குமாறு உயர்த்தி வைத்து தியானத்தில் இருக்கிறாள்.

நமது ஐம்புலன்களினாலும் மனத்திற்குள் இருக்கின்ற ஜோதி ஸ்வரூபத்தைக் காண்பதற்கு முயற்சிகள் செய்ய வேண்டும். அப்போது தான் உயர்ந்த ஞானத்தைப் பெற்று நன்மை தீமை, உயர்ந்தவன் தாழ்ந்தவன், பாவம் மற்றும் புண்ணியம் ஆகிய இரட்டைகளை ஒரு யோகி தாண்டிச் செல்ல முடியும். இதனை குறிப்பாக உணர்த்துவதைப் போல இந்த யோகினி காட்சி தருகிறாள்.

பாலனாய்க் கழிந்த நாளும் பனிமலர்க் கோதை மார்தம்
மேலனாய்க் கழிந்த நாளும் மெலிவொடு மூப்பு வந்து
கோலனாய்க் கழிந்தநாளுங் குறிக்கோளி லாதுகெட்டேன்
சேலுலாம் பழனவேலித் திருக்கொண்டீச் சரத்துளானே.

சேல்கள் உலாவும் வயல்கள் சூழ்ந்த கொண்டீச்சரத்துப் பெருமானே! சிறுவனாய் இருந்து கழிந்த பாலப் பருவத்தும், குளிர்ந்த மலர் மாலைகளை அணிந்த மகளிருடைய தொடர்பு உடையவனாய்க் கழிந்த வாலிபப் பருவத்தும், மெலிவோடு கிழப் பருவம் வரக் கோலை ஊன்றிக் கழிந்த முதுமைப் பருவத்தும் குறிக்கோள் ஏதும் இன்றி வாழ்ந்து கெட்டுப் போயினேன் என்று அப்பர் சுவாமிகள் பாடுவதை நாம் நினைவில் கொள்ள வேண்டும்.

இதற்கு விளக்கம் தருவதைப்போல இந்த யோகினியின் உருவம் அமைந்திருக்கிறது. இளமை ததும்பும் கட்டான உடல், எடுப்பான மார்பகங்கள், அழகான முகம், கொண்டவள் இவள். ஆனாலும் பக்தியோடு தன் கரங்களினாலும், கால்களினாலும் லிங்கப்பெருமானைச் சுற்றி வளைத்து வழிபாடு செய்கிறாள்.

இளமையும் உடலின் வலிமையும் இருக்கின்ற போதே பரஞானத்தைப் பெறுவதற்கு முயற்சி செய்யுங்கள். வீண் கேளிக்கையிலும், விளையாட்டிலும் காலத்தை வீணாக்கி விடாதீர்கள் என்று எச்சரிக்கை செய்கிறாள்.

மேலும் நமது ஆலயங்களில் காணப்படும் ஆவுடையாருடன் கூடிய சிவலிங்கம் குறிப்பது எதனை?

ஆவுடையார் என்பது பெண்குறியைக் குறிக்கிறது. அதன்மீது முளைத்தெழுந்த லிங்கம் ஆண்குறியைக் குறிக்கிறது. ஆணும் பெண்ணும் கலப்பதே யோகம், அதுவே சிருஷ்டி. அந்த சிருஷ்டி தத்துவத்தை அறிவிக்கும் விதமாகவே உமாமகேஸ்வர வடிவம் அதாவது அர்த்தநாரீஸ்வர வடிவம் உருவாக்கப்பட்டுள்ளது என்ற கருத்தும் உண்டு.

இந்தக் கருத்தின் அடிப்படையில் யோகமாயா தேவி தனது இரண்டு கால்களுக்கு இடையே சிவலிங்கத்தை வைத்து சுற்றி வளைத்துக் கொண்டு அமர்ந்திருப்பது பிரபஞ்ச சிருஷ்டியைச் சுட்டிக் காட்டுகிறது. இவளை யோகமுறையில் வழிபட்டால் உலக இன்பங்களில் நாட்டம் ஏற்படும், வம்ச விருத்தி ஏற்படும், கணவன் மனைவி இருவரிடையே இருந்து வரும் பிணக்குகள் தீரும். இனிமையான இல்லற சுகம் பெருகும் என்பது குறிப்பு.

●●●

58 ஸ்ரீ லாவணி தேவி

வாழ்த்து மற்றும் ஆசி கூறுவதன் குறியீடாக அமைந்தவள் இந்த யோகினி. அழகான பெண்ணுருவம் கொண்டவள். லாவண்யம் என்றால் குற்றமில்லாத அழகு என்று பொருள். லாவணி என்ற சொல் கிராமிய இசைப் பாடல் கலை. மகாராட்டிரம், தெற்கு மத்தியப் பிரதேசம், கர்நாடகம், தமிழ்நாடு ஆகிய பகுதிகளில் பிரபலமாக உள்ளது. அறுநூறு ஆண்டுகளுக்கு முன் கி.பி.1400 களில், தமிழகத்தின் தஞ்சாவூர்ப் பகுதியை மராட்டிய மன்னர்கள் ஆட்சி செய்தபோது, அவர்களோடு தஞ்சைக்கு இக்கலையைக் கொண்டு வந்ததாக, நாட்டுப்புற ஆய்வுகளிலிருந்து அறிய முடிகிறது. இது ஹோலித் திருவிழாவின்போதும், குழந்தை பிறந்த 8 நாட்கள் வரையில், தீய சக்திகள் அண்டாதிருக்கவும் பாடப்படுகிறது.

சங்ககாலத்திற்கு முன்னரே, வேறு பெயரில் இக்கலை தமிழகத்தில் வேர் ஊன்றி இருந்ததாகவும், ஒரு சில ஆய்வாளர்கள் கருதுகின்றனர். லாவணி என்ற சொல்லுக்கு, மராட்டி மொழியில் நாற்று நடுதல் என்ற பொருள் உள்ளது. வயலில் விவசாயம் செய்யும் பெண்கள், உழைப்பின் களைப்பு தெரியாமல் இருக்க, ஒருவருக்கு ஒருவர் கிண்டல் கேலி செய்யும் விதமாக, பாடப்படும் வளமையும் செழுமையும் கொண்ட நாட்டுப்புறப் பாடல்களே இவை.

ஆக லாவணி என்ற சொல் அழகு என்ற பொருளோடு, வளமை, செழுமை, பசுமை என்றும் பொருள் தருகிறது. அதனால் தானோ என்னவோ இந்த யோகினியின் உடல் மிகவும் வித்தியாசமாக அமைந்திருக்கிறது.

பெண் என்றாலே அவள் வம்சத்தை விருத்தி செய்பவள். தண்ணீர் நதியாக ஓடி உயிர்களைக் காக்கிறது, மண் தேவையான உணவுப்பொருட்களை விளைவித்து அன்னபூரணியாக அனைத்து ஜீவராசிகளையும் காக்கிறது. அதனால் தான் மண்ணை நாம் வெறும் ஜடப்பொருளாகப் பார்க்காமல் ரத்தமும் சதையும் உயிர்ப்பும் கொண்ட பெண்ணாக எண்ணி பூமித்தாய் எனப் போற்றுகிறோம்.

அந்த வகையில் இந்த யோகினி மரத்தின் வடிவத்தில் காணப்படுவது வியப்பை ஏற்படுத்துகிறது. இந்தப் பெண் அழகானவள், இளமை பொருந்தியவள். அவளது கைகளும், கூந்தலும் மரத்தின் பசுமையான கிளைகள் மற்றும் இலைகளைப்போல பரந்து விரிந்து ஆகாயத்தில் படர்ந்திருக்கின்றன. மலர்களும், காய்களும், கனிகளும் வாழ்க்கையின் உயிர்ச்சக்தியாக உருவகப்படுத்தப்பட்டுள்ளன.

அவளது பிருஷ்டபாகம் தரையில் படிந்திருக்கிறது, இடைக்கு மேலே உள்ள உடல்பகுதி மரத்தின் நடுப்பகுதி போலக் காணப்படுகிறது. இடுப்புக்கு கீழே உள்ள தொடை மற்றும் கால்கள் விரல்கள் ஆகியவை மரத்தின் ஆணிவேராகவும், சல்லிவேராகவும் பூமிக்கு அடியில் கிளைத்துப் பரவி உள்ளன.

அவளது முகத்தில் தாய்மையின் கனிவு தெரிகிறது. உயிர்களின் மீது கருணை கொண்ட கண்கள் மூடிக் கிடக்கின்றன அவற்றின் வழியே அன்பும், அமைதியும் பிரவாகம் எடுத்து வருகிறது.

இந்த யோகினி அழகின் வடிவமாக இருக்கிறாள், மென்மையும், கவர்ச்சியும் கொண்டவளாகக் காணப்படுகிறாள். இயற்கையில் இருந்து கிடைக்கின்ற ஆற்றலையும், சக்தியையும் எங்கெங்கே இருக்கிறது என்று தேடி அவற்றைக் கண்டுபிடிக்கும் ஆற்றல் கொண்டவளாக இருக்கிறாள்.

மரம் என்பது இங்கே யோகினியின் அளப்பரிய ஆற்றலைக் காட்டும் குறியீடாக உள்ளது. பூமியின் மீது முளைத்தெழுந்த பெரிய மரம் தனது கிளைகள் மற்றும் இலைகளின் மூலமாக ஆகாயத்தை அளக்கிறது. அதன் நடுப்பகுதி பூமியோடு தொடர்புடையது. பூமிக்கு அடியில் உள்ள வேர்ப்பகுதியோ எங்கே தண்ணீர் கிடைக்கும் எனப் பல இடங்களிலும் தேடிச் செல்கிறது. இந்த வகையில் ஒரு மரம், பாதாளம், பூமி, ஆகாயம் என மூன்று உலகங்களிலும் தொடர்பு கொண்டுள்ளது.

இந்த லாவணி தேவியும் இந்த மண்ணில் இருந்து கொண்டே நாம் தெய்வீக ஆற்றல்களைப் பெற, மனத்தில் தேடல் வேண்டும் என்பதைச் சுட்டிக் காட்டுகிறாள். இருந்த இடத்தில் அசையாமல் இருந்துகொண்டே அண்ட பகிரண்டங்களை ஆட்டிப் படைக்கும் அபூர்வ சக்தியைப் பற்றிய பிரபஞ்ச அறிவை, மெய்யறிவை அடைவதற்கு ஒருவன் முயற்சி மேற்கொள்ள வேண்டும். அதே நேரத்தில் அவன் வாழ்க்கை யாருக்கும் உபயோகம் இல்லாமல் வீணாகி விடக்கூடாது.

மரம் தன்னை அண்டி வருபவர்க்கு வெயில் காலத்தில் நிழல் தருகிறது. பறவைகளுக்கும், உயிரினங்களுக்கும் வீடு போலப் பாதுகாப்பு தருகிறது. களைப்பைப் போக்கி, பசியைப் போக்கும் கனிகளைக் கொடுக்கிறது. தன்னை வெட்டுபவனையும் தாங்கிப் பொறுத்துக் கொள்கிறது.

ஒரு யோகிக்கு இந்த மனப்பான்மை மிக மிக அவசியம் என்பதை லாவணி யோகினி மரத்தின் வடிவத்தில் இருந்து தனது பக்தர்களுக்கு உபதேசிக்கிறாள்.

●●●

59 ஸ்ரீ விஷ்வா தேவி

விஷ்வம் என்றால் பிரபஞ்சம் என்று பொருள். விஷ்வத்தின் தலைவனாக இருப்பவன் விஷ்வநாதனாகிய இறைவன். இவளும் பிரபஞ்சத்தையும் தன்னை உபாசிக்கும் பக்தனையும் மிகவும் நேசிப்பதால் இந்தப் பெயரைப் பெற்றிருக்கிறாள்.

இவள் அழகான பெண் உடலும், வித்தியாசமாக தும்பியின் தலையும் கொண்டவளாக இருக்கிறாள். வண்டுக்கும் தும்பிக்கும் தமிழ் இலக்கியத்தில் அறுகால் சிறுபறவை என்ற பெயர் உண்டு. அவற்றுக்கு ஆறுகால்கள் இருப்பதை அவ்வாறு குறிப்பிடுவது வழக்கம். இந்த யோகினிக்கும் ஆறு கரங்கள் உண்டு. அமர்ந்த நிலையில் காணப்படும் இந்தத் தேவி தனது நான்கு கரங்களில் வெவ்வேறு விதமான நான்கு முத்திரைகளைக் காட்டுகிறாள். தனது இரண்டு கரங்களில் அமானுஷ்ய புதையல் ஒன்றை வைத்துக் கொண்டு அதைத் தனது மார்புக்கு எதிரே பிடித்தபடி காட்சி தருகிறாள்.

இவளது காலடியில் மிகப்பெரிய கருந்தும்பி காட்சி அளிக்கிறது. தும்பிக்கு மழை வரப்போவதை அறிவிக்கும் அபார ஆற்றல் உண்டு. அதோடு

நடுநாள் வந்து தும்பியும் துகைக்கும்

என்ற புறநானூற்று வரிகள் இவைகள் ஏதோ ஒரு கேடு நடக்கப்போவதை முன்கூட்டியே அறிவிக்கும் ஆற்றல் படைத்தவை எனத் தெரிவிக்கிறது.

பகல் நேரத்தில் பறக்க வேண்டிய தும்பிகள் நடுஇரவு நேரத்தில் பறந்தால் ஊருக்கு ஏதோ அசம்பாவிதம் ஏற்படும் என்ற சகுனமாகவும் கொள்ளப்படுகிறது. ஆகவே எதிர்காலத்தை அறிவதில் தும்பிக்கு ஆற்றல் உண்டு என்ற நம்பிக்கை அந்தக் கால மக்களிடையே இருந்ததை அறிய முடிகிறது.

இந்த நம்பிக்கையின் அடிப்படையில் இந்த யோகினி தும்பியின் தலையைப் பெற்றதோடு அதை வாகனமாகவும் கொண்டிருக்கிறாள். ஆகவே இவள் எதிர்காலத்தை உரைப்பதில் வல்லவளாகக் கருதப்படுகிறாள்.

தன்னை வேண்டி வழிபாடு செய்யும் பக்தர்களை அவள் யோக வழிகாட்டி அழைத்துச் செல்வதோடு, எதிர்காலத்தை உய்த்துணரும் ஆற்றலைத் தருவாள் என்பதையே இது தெரிவிக்கிறது.

இவள் தனது மற்ற நான்கு கரங்களிலும் பிராண முத்திரை, அபான முத்திரை, சின்முத்திரை, வஜ்ர முத்திரை ஆகியவற்றைப் பிடித்தபடி காட்சி தருவது வியப்பூட்டுகிறது. இப்போது இந்த முத்திரைகளைப் பற்றி மிகவும் சுருக்கமாகத் தெரிந்து கொள்வோம்.

பிராண முத்திரை

பஞ்ச பிராணன்களில் பிராண வாயு கபாலத்தை இடமாகக் கொண்டு கீழே இறங்கி தொண்டை, இதயம், நுரையீரல், உதரவிதானம் வரை செல்லும். பிராணன் சுவாசத்திற்கு பொறுப்பேற்றுக் கொள்கிறது. மேலும் இது மூளையின் செயல்பாட்டிற்கும், எண்ணங்கள், உணர்ச்சிகள் ஆகியவற்றை அடக்கி ஆள்வதற்கும் காரணமாக இருக்கிறது.

செய்யும் முறை: சுண்டுவிரல் மற்றும் மோதிரவிரல் ஆகியவற்றின் நுனிப்பகுதியால் பெருவிரலின் நுனிப்பகுதியைத் தொடவும். அதிக அழுத்தம் தரவேண்டிய அவசியம் இல்லை. மற்றைய இரண்டு விரல்களும் வளைவில்லாமல் நேராக இருக்கும்படியாகப் பார்த்துக் கொள்ளவும்.

பெருவிரல் நெருப்பு தத்துவத்தின் பிரதிநிதி, இவ்வாறே மோதிரவிரல் நிலம், சுண்டுவிரல் என்பது நீர் தத்துவத்தின் பிரதிநிதியாகச் செயலாற்றுகின்றன. இந்த மூன்று பூதங்களும் ஒரு புள்ளியில் இணையும் போது உடலில் உள்ள அழுக்குகள் நீக்கப்படுகின்றன. சக்தி ஓட்டத்திற்கு ஏற்படும் தடைகள் தகர்த்தெறியப்படுகின்றன. புதிய பிராணசக்தி அதிகமான அளவில் உற்பத்தி செய்யப்படுகிறது.

இந்த யோகினியும் தடைகளை நீக்கி பிராண சக்தியை அதிகப்படுத்தி ஞான மார்க்கத்தில் தொடர்ந்து செல்ல தனது பக்தனை ஊக்கப்படுத்துகிறாள்.

அபான முத்திரை

நமது உடலை இயக்கும் பிரதானமான பஞ்ச வாயுக்களில் பிராணனைப் போலவே அபானவாயுவும் மிக முக்கியமானது. குறிப்பாக நமது இதயம் நல்ல நிலையில் இயங்குவதற்கு இந்த முத்திரை பெரிதும் உதவுகிறது.

வலதுகை ஆட்காட்டி விரலை வளைத்து கட்டை விரலின் அடிப்பகுதியைத் தொட்டுக்கொண்டு இருக்குமாறு வைத்துக் கொள்ளவும். அதேநேரத்தில் நடுவிரல் நுனியும், மோதிரவிரல் நுனியும் கட்டைவிரலின் நுனியைத் தொட்டபடியே இருக்க வேண்டும். சுண்டு விரலை நீட்டிக் கொள்ளவும். இரண்டு கைகளிலும் இந்த முத்திரையை ஒரு நாளைக்கு மூன்று முறை, ஒவ்வொரு தடவையும் பதினைந்து நிமிடங்கள் செய்யலாம். இந்த முத்திரையை பத்மாசனம் அல்லது சித்தாசனத்தில் அமர்ந்து கொண்டு செய்யலாம்.

தரையில் உட்கார முடியாதவர்கள் நாற்காலியின் மீது அமர்ந்து செய்வதுண்டு. இந்தத் தேவி ஒரு காலை மடக்கி ஒரு காலை தரையை நோக்கி நீட்டி, பாறையின் மீது அமர்ந்து கொண்டு செய்கிறாள்

அபானவாயு முத்திரை பலவிதமான இதயத்தொடர்பான நோய்களைக் குணப்படுத்துகிறது. அதோடு மாரடைப்பு வந்தவர்கள் கூட இந்த முத்திரையைச் செய்தால் இது முதல் உதவி போல செயல்படுகிறது. மருத்துவமனைக்குச் செல்லும் வரை இந்த முத்திரையைத் தொடர்ந்து செய்து வந்தால் உயிர் இழப்பு நேரிடுவதைத் தடுக்கலாம். இந்த யோகினி இந்த முத்திரையைச் செய்வதன் மூலமாகத் தனது பக்தனின் இதயக் கமலத்திற்கு எந்தவிதமான கேடுகளும் வராமல் பாதுகாக்கிறாள்.

தீய எண்ணங்கள், பொறாமை, பேராசை, கபடம், பிறன்மனை ஆசை ஆகியவை இதயபாதிப்பைக் கொண்டுவருபவை. விஷ்வாயோகினி இவற்றில் இருந்து தனது பக்தனை விலக்கி சுகம் தருகிறாள்.

சின்முத்திரை எனப்படும் ஞான முத்திரை

இரண்டு கைகளையும் கால் முட்டியின் மேல், உள்ளங்கை ஆகாயத்தை நோக்கி இருக்குமாறு வைத்துக் கொள்ளுங்கள். ஆள்காட்டி விரலின் நுனியால் பெருவிரலின் நுனியைத் தொடுங்கள். லேசான அழுத்தம் கொடுக்கவும். மற்ற மூன்று விரல்களும் நேராக இருக்கட்டும்.

விரல்களின் முனை மேல்நோக்கி இருக்குமாறு இந்த முத்திரையைச் செய்தால் அது ஞான முத்திரை. விரல்களின் முனை கீழ்நோக்கி இருக்கும்படியாக வைத்துக் கொண்டு இந்த முத்திரையைச் செய்தால் அது சின்முத்திரை எனப்படும்.

தியானம் செய்யும் போதும், பிரார்த்தனை செய்யும் போதும் இந்த முத்திரை பெரிதும் பயன்படுத்தப்படுகிறது. இம்முத்திரைகள் மனத்தை ஒருமுகப்படுத்துவதற்கு உதவுகிறது.

நேரடியாக சஹஸ்ரார சக்கரத்தை விரல் முத்திரை மூலமாகத் தூண்ட முடியாது. இது மிகவும் உயர்நிலை சக்கரம். சஹஸ்ரார சக்கரம் உச்சி மண்டையில் இருப்பதால் தலையின் உச்சியைக் குறித்து தியானம் செய்து வந்தால், பூர்வ ஜென்ம புண்ணியத்தின் பலனாக சித்தர்கள் மற்றும் மகான்களின் தரிசனம் கிடைக்கும். உலகப் பற்றை விடுவதற்கும், வைராக்கியம் பெறுவதற்கும் உதவும் சின்முத்திரை மற்றும் ஞான முத்திரை இந்த வகையான தியானத்திற்குப் பயன்படும்.

மாணவர்களும் மாணவிகளும் ஞான முத்திரையைத் தினமும் எப்போது வேண்டுமானாலும் செய்வதற்குத் தங்களைத் தயார்படுத்திக் கொள்வது நல்லது. கைகளினால் வேலை எதுவும் செய்யாத நேரங்களில் விரல்களைப் பயன்படுத்தி ஞானமுத்திரையைப் போட்டுக் கொண்டு ஞான முத்திரையைச் செய்வதன் மூலமாக அவர்களது மனத்தில் நேர்மறையான எண்ணங்களின் சக்தி பெருகும். அதோடு அவர்களின் நரம்புமண்டலம் கூட உறுதி பெறும். ஞான முத்திரையைத் தினமும் நீங்கள் ஒரு நிமிடம் செய்தால் கூட அதனால் கிடைக்கும் பலன் அபாரமானதாக இருக்கும்.

இதை எல்லாம் நமக்கு உணர்த்தும் விதமாக விஷ்வாயோகினி தனது கரத்தில் ஞானமுத்திரை காட்டுகிறாள். அவளை முறையாக வழிபட்டால் சகலகலைகளும் சித்தியாகும்.

வஜ்ர முத்திரை வஜ்ரம் என்ற வார்த்தைக்கு மிக மிக உறுதியானது என்று பொருள். இந்திரனுடைய கையில் வைத்திருக்கும் ஆயுதம் வஜ்ராயுதம். இது ததீசி என்ற முனிவரின் முதுகுத்தண்டில் இருந்து செய்யப்பட்டது. மனிதனுக்கு வஜ்ரம் போல எலும்புகள் இருக்குமானால் உற்சாகத்துக்குக் குறைவே இல்லை.

வாழ்வில் எது குறைவாக இருந்தாலும் சமாளித்துக் கொள்ளலாம். ஆனால் உற்சாகம் குறைந்து விட்டால் வாழ்க்கையின் சுவை போய்விடும். அலுப்பும் சலிப்பும் ஆட்கொண்டு விடும்.

சிலரைப் பார்த்து எப்படி இருக்கீங்க ? என்று விசாரித்தால், ஏதோ ஓட்டிக்கிட்டு இருக்கேன் என்று சலிப்பாகச் சொல்வார்கள்.

எந்த வேலையைச் செய்ய ஆரம்பிச்சாலும் முடிய மாட்டேங்குது, ஒரே பிரச்சினை, டென்ஷன் என்று இன்னும் சிலர் அலுத்துக் கொள்வார்கள்.

இப்படிப்பட்டவர்களுக்கு மனத்தில் உற்சாகத்தைத் தந்து, உடலில் புது இரத்தம் பாயவைக்கும் ஆற்றல் மிகுந்த முத்திரை இது.

நடுவிரல், மோதிரவிரல், சுண்டுவிரல் மூன்றையும் இணைத்துக் கொள்ளவும். இப்போது நடுவிரல் நகத்தின் பக்கவாட்டில் கட்டைவிரலின் முனைப்பகுதி தொட்டுக் கொண்டு இருக்குமாறு வைத்துக்கொள்ளவும். ஆள்காட்டி விரலைத் தளர்வாக நீட்டி வைக்கவும். இரண்டு கைகளிலும் இந்த முத்திரையைச் செய்யவேண்டும்.

வஜ்ர முத்திரை ரத்த ஓட்டத்தைச் சீர் செய்கிறது, கைகால்களில் தோன்றும் தளர்ச்சியைப் போக்குகிறது.

ரத்த ஓட்டத்தின் குறைவால் வயிறு, மண்ணீரல், பான்கிரியஸ் ஆகியவற்றில் ஏற்படும் நோய் பாதிப்புக்களை இந்த வஜ்ர

முத்திரை சரிப்படுத்துகிறது. மேலும் பலவிதமான நோய்கள் வராமல் தடுக்கவும் உதவுகிறது. வஜ்ரமுத்திரையைச் செய்தால் இரத்த ஓட்டம் அதிகமாகும். ஆகவே உடலும் மனமும் உற்சாகமாகச் செயல்படும்.

விஷ்வயோகினி தனது கரத்தில் வஜ்ரமுத்திரையைப் பிடிப்பதன் மூலம் வாழ்க்கை வாழ்வதற்கே என்ற தத்துவத்தை உணர்த்துகிறாள். ஏதோ விதிப்பயனால் பிறந்து, வெந்ததைத் தின்று நொந்து வாழ்கிறோம் என்ற சலிப்போடு வாழ்வை வீணாக்கக் கூடாது.

உற்சாகத்தோடு இருந்து, தடைகளைத் தாண்டிச்சென்று சாதனை படைக்க வேண்டும். நாம் பிறந்த வீடும், வாழும் பொன்னாடும் சிறக்க உற்சாகத்தோடும் புத்துணர்ச்சியோடும் செயலாற்ற வேண்டும் என்பதை இந்த யோகினி தும்பியின் தலையை ஏற்று நமக்கு அறிவிக்கிறாள். தும்பி சுறுசுறுப்பாக தோட்டத்தில் சுற்றிவருவதைப் போல இந்த உலகமாகிய தோட்டத்தில் நாமும் பறந்து திரிந்து நமக்கு இறைவனால் அளிக்கப்பட்ட கடமைகளை நியதி தவறாமல் செய்ய வேண்டும் என்பதை உணர்த்துகிறாள்.

●●●

60 ஸ்ரீ பூரணிமாசி தேவி

நாள் என்றால் இரவும் பகலும் சேர்ந்தது தான், அது போல ஒரு மாதம் என்றால் அமாவாசையும் பௌர்ணமியும் சேர்ந்தது தான். இவள் அப்படித்தான் இரண்டு எல்லைகளையும் இணைத்து முழுமையான யோகினியாக விளங்குகிறாள். இவள் அழகான பெண்ணுருவம் கொண்டு நான்கு கரங்களோடு காட்சி தருகிறாள்.

இவள் படைக்கப்பட்ட அத்தனை உலகங்களையும் பாதுகாத்து அருளாசி தருகிறாள். பாதாளம், பூமி, சொர்க்கலோகம் மற்றும் அனைத்து உலகங்களிலும் இவளது பார்வை செல்லும்.

இவள் தனது கைகளில் நெளியும் பாம்பு, திரிசூலம் மற்றும் கபாலம் ஆகியவற்றை வைத்திருக்கிறாள். பாம்பு என்பது ஆண்

பெண் உடலுறவு, பிள்ளைப்பேறு, இனிய இல்லறம் ஆகியவற்றைக் குறிப்பது. திரிசூலம் நாம் மேலே பார்த்த மூவுலகிலும் இவள் ஆட்சி நடத்துகிறாள் என்பதைத் தெரிவிக்கிறது. அவளது கையில் உள்ள கபாலம் ஒரு ஞானியோ அல்லது யோகியோ அவளிடமிருந்து அடையத் தகுந்த கௌலஞானத்தைச் சுட்டுகிறது. அவள் இருட்டிலும், வெளிச்சத்திலும் பயணம் செய்யும் ஆற்றல் படைத்தவள்.

அவளை வழிபடும் யோகி, அறியாமை இருட்டைக் கண்டு அஞ்சவேண்டியதில்லை, பிரகாசமாக ஞானத்தினால் மனம் மயங்க வேண்டியதும் இல்லை. அவளது திருவருள் காப்பாற்றும். அவள் பிண்டமாகிய தனது உடலைப் பற்றி அறிந்தவள். அதுபோலவே அண்டமாகிய இந்தப் பிரபஞ்சத்தையும் உணர்ந்தவள். எனவே அவள் பரிபூரணமானவள். அவளுக்குப் பரிபூரணம் என்றால் என்ன என்று தெரியும். காரணம் அவளே பூரணமானவள்.

பூரணத்தில் இருந்த பூரணத்தை எடுத்த பின்னும் பூரணமே எஞ்சி நிற்கும் என்ற முண்டகோபநிஷத்தின் வாக்கியத்திற்கு எடுத்துக்காட்டாக விளங்குகிறாள். அவள் மூலமாக தெய்வீக ஆற்றல் வெள்ளமெனப் பெருக்கெடுத்துப் பாய்ந்து பக்தனின் உடலையும் உள்ளத்தையும் நிரப்புகிறது.

அவள் ஒரு சீறும் பாம்பின் மீது கால்களை வைத்திருக்கிறாள். விஷத்தை முறிக்கும் ஆற்றல் பெற்றவர்களைப் பாம்பின் விஷம் தாக்குவதில்லை. அவள் பாம்புகளை ஆட்டிவைக்கும் பாம்பாட்டி போன்றவள். ஐம்புலன்களாகிய பாம்புகளை அவள் அடக்கி தனது கட்டுப்பாட்டில் வைத்திருக்கிறாள். அதையே அவள் தன்கையில் ஒரு நெளியும் பாம்பினை பிடித்த குறிப்பினால் வெளிப்படுத்துகிறாள். அவளால் பாம்பின் மீது நிற்கவும் முடியும், அதை அடக்கி அதன் மீது நடனமாடவும் முடியும்.

●●●

61 ஸ்ரீ ஓங்கினி தேவி

மிக அழகான இளவயதுப் பெண்ணான இவள் தனது இரண்டு கரங்களையும் மார்புக்கு நேரே குவித்து வணக்கம் செலுத்தும் முறையில் காட்சி தருகிறாள். இவள் இனியவள், மென்மையானவள், நட்பை விரும்புகிறவள், முகமலர்ச்சியோடு வரவேற்பவள், எல்லாவற்றுக்கும் மேலாக அன்பும், கருணையும் கொண்டவள்.

இவள் அஞ்சலி முத்திரையோடு காட்சி தருவதன் மூலமாக வழிபாடு, இணக்கம், மரியாதை, சுமுகமான உறவு, நட்பு ஆகியவற்றின் பிறப்பிடமாகவும் இருப்பிடமாகவும் திகழ்வதை நமக்குச் சுட்டிக் காட்டுகிறாள்.

பிரார்த்தனையின் போது கைகளை நெஞ்சுக்கு நேராக வைத்து கூப்பி வணங்குகிறோம். இதனால் உடலும் மனமும் சமனிலை அடையும், நம்மைப் படைத்த இறைசக்தியின் மீது அன்பு பெருகும். இது நமஸ்கார முத்திரை என்றும் அழைக்கப்படுகிறது.

இரண்டு உள்ளங்கைகளையும் குவித்துக் கொண்டு, ஒன்றோடு ஒன்று தொடாமல் செய்து, விரல்களை மட்டும் தொட்டுக்கொள்ளுமாறு வைத்து, இரண்டு உள்ளங்கைகளுக்கும் இடையில் இடைவெளி இருக்குமாறு செய்தால் குவிந்த தாமரை மொட்டுப் போன்ற அமைப்பு ஏற்படுகிறது.

இது ஆன்மீக சக்தியை விழிப்படைய இறைவனை வேண்டுவதாக அமைகிறது. சூரியனைக் கண்டால் தாமரை மலர்வதைப்போல கடவுளின் அருளாகிய கிரணங்களை எதிர்பார்த்து இதயத்தாமரை காத்திருக்கிறது என்பதை விளக்குவதே நமஸ்தே முத்திரையின் உட்கருத்து.

இந்த முத்திரையை நமது மார்புக்கூட்டிற்கு எதிரில் இதயத்தின் அருகாமையில் வைத்து பயிற்சி செய்யும் போது இதயச் சக்கரமான அனாகதச் சக்கரம் தூண்டப்படுகிறது. இது இறைவனின் மீது அதிகமான பக்தியை, ஆர்வத்தை உண்டாக்கி ஆன்மீக முன்னேற்றத்தைத் துரிதப்படுத்துகிறது.

யோக சக்கரமாகிய அனாகத சக்கரத்தில் குண்டலினி சக்தி செயல்படும் போது தான் இறைவனின் பெருங்கருணை நம்மால் உணரப்படுகிறது.

நாயேனையும் ஒரு பொருளாக நயந்து வந்து நீயே நினைவின்றி ஆண்டு கொண்டாய், தாயே மலைமகளே, செங்கண்மால் திருத்தங்கச்சியே என்று அன்னை அபிராமியைப் பட்டர் பாடுகிறார்.

மெய்தான் அரும்பி விதிர்விதிர்த்து உன்விரை
யார்கழற்குஎன்
கைதான் தலைவைத்துக் கண்ணீர் ததும்பி
வெதும்பியுள்ளம்
பொய்தான் தவிர்ந்துன்னைப் போற்றி சயசய
போற்றியென்னும்
கைதான் நெகிழ விடேன்உடை யாய்என்னைக்
கண்டுகொள்ளே

எல்லாவற்றையும் உடையவனே! உனது, மணம் நிறைந்த திருவடியைப் பெறுதற்கு என் உடல் புளகித்து, நடுநடுங்கி கைகளைத் தலைமேல் வைத்து, கண்களில் நீர் வடிந்து, மனம் புழுங்கி, பொய் நீங்கி, உன்னைக் குறித்து வணங்கித் துதிக்கின்ற ஒழுக்கத்தை நான் தளர விட மாட்டேன். ஆதலால் எனது நிலைமையை, நீ நோக்கி உன் அடியாருள் ஒருவனாக ஏற்றுக் கொள்வாயாக!

என்று மாணிக்கவாசகர் நெக்குருகிப் பாடுவதும் அஞ்சலி முத்திரையில் குண்டலினி செயல்படும் போது தான் என்பதை நாம் உணர வேண்டும்.

அஞ்சலி முத்திரையின் போது இரண்டு உள்ளங்கைகளும் எதிர் எதிர்திசையில் இருந்து அழுத்தப்படும் போது மணிக்கட்டுக்களுக்கு மட்டும் இல்லாமல், விரல்கள், கைகள், முட்டிகள் ஆகியவற்றின் இறுக்கம் குறைந்து வளையும் தன்மை அதிகமாகிறது. கண்களை மூடிக்கொண்டு, பத்மாசனத்தில் அமர்ந்து அஞ்சலி முத்திரையைச் செய்வதால் மனஇறுக்கம் குறையும், உற்சாகம் உண்டாகும்.

மேலும் ஒரு குறிப்பிட்ட விஷயத்தின் மீது மனத்தைச் செலுத்துவதற்கு இந்த முத்திரை பெரிதும் உதவும். இதன் அடிப்படையில் தான் பிரார்த்தனையின் போது, இறைவன்மீது

நமது எண்ணங்களை ஒருமுகப்படுத்தும் விதத்தில் அஞ்சலி முத்திரையை நாம் பயன்படுத்துகிறோம்.

இந்தக் கருத்துக்களை நமக்கு உபதேசிக்கும் விதமாக ஓங்கினி யோகினி தானே அஞ்சலி முத்திரையைப் பிடித்துக் காட்டுகிறாள்.

இவளை வழிபடும் பக்தன் அனைத்து உயிர்களையும் நேசிக்கக் கற்றுக் கொள்கிறான். அவனுக்கு குளிர்ந்த நீரும், கொல்லும் புலியும் கூட நேசிக்கத் தகுந்தவைதான்.

காக்கை குருவி எங்கள் ஜாதி நீள்
கடலும் மலையும் எங்கள் கூட்டம்;
நோக்குந் திசையெலாம் நாமன்றி வேறில்லை;
நோக்க நோக்கக் களியாட்டம்.

என்ற முண்டாசுக் கவிஞன் பாரதியின் பாடலை ஒருமுறை படித்துப் பாருங்கள். அவன் இந்த உலகத்தையும், அதில் உள்ள ஒவ்வொரு உயிரினத்தையும் எத்தனை நேசித்தான் என்பதை அறிந்து கொள்ள முடியும்.

சங்ககாலப் புலவனும் இதே உணர்ச்சிப்பெருக்கில் தான்,

'யாதும் ஊரே யாவரும் கேளிர்' என்று பாடி வைத்தான். இந்த ஓங்கினி தேவியை வழிபடும் பக்தன் ஞானச் செருக்கோடு, பக்திப் பெருக்கும் கொண்டு உலக உயிர்களின் வாழ்க்கைக்காக தனது வாழ்வினை அர்ப்பணம் செய்வான்.

●●●

62 ஸ்ரீ கமடா தேவி

கமடம் என்றால் ஆமை என்று பொருள்.

மதுரையில் ஆட்சி செய்யும் மீனாட்சி அம்மை தனது பக்தர்களுக்கு திருவடி தீட்சை கொடுப்பதைப் போல கமட தீட்சையும் தருவாள். அதாவது ஆமை தனது முட்டைகளைக் கரையில் இட்டுவிட்டு அதனையே நினைத்துக் கொண்டிருக்கும். அந்த எண்ணங்களின் ஒருமித்த வெப்பத்தில் குஞ்சுகள் முட்டை பொரிந்து குஞ்சுகள் வெளிவரும். வெளிவந்த அத்தனை

ஆமைக்குஞ்சுகளும் அங்கே இங்கே என்று அம்மா இருக்கின்ற இடத்தை தேடி அலையாமல் அனைத்தும் நீர் இருக்கும் பக்கம் நோக்கியே வருமாம். ஒரு ஆமை கூட வேறு திசையில் செல்லாதாம், அனைத்தும், தனது தாய் ஆமை இருக்கும் நீர் பகுதியினை நோக்கியே பயணிக்குமாம். அதேபோல், இந்த உலகில்

தன்னால் படைக்கப் பட்டு, பிறவிப்பயனால் கிடந்து உழலும் உயிர்கள் அனைத்தும் தன் திருவடிக்கே வந்து சேரவேண்டும் என்று மனதால் நினைத்துக்கொண்டே இருப்பாளாம் அன்னை மீனாட்சி, அதன் விளைவாகவே ஜீவன்களுக்கு சுத்த ஞானம் சித்தியாகி கதி மோக்ஷம் கிடைக்கின்றது. ஆமை போல் தீட்சை தந்து ஆட்கொள்வதால் அன்னை விசாலாக்ஷி அருளும் தீட்சைக்கு கமட தீட்சை என்று பெயர்.

இதனைக் குறித்து அப்பர் சுவாமிகள் தனது தேவாரத்தில் ஒரு அருமையான தகவலைத் தருகிறார்.

குளிர்காலத்தில் ஒருநாள் ஆமையைப் பிடித்துவந்த வேடன், ஒரு பெரிய பாத்திரத்தை அடுப்பின் மீது வைத்து, அதில் தண்ணீரை நிரப்பினான். தண்ணீர் சூடாக ஆரம்பித்தது. தான் பிடித்து வந்த ஆமையை அந்தத் தண்ணீரில் போட்டான்.

இளஞ்சூட்டில் இருந்த தண்ணீர் குளிருக்கு இதமாக இருந்தது. அந்த உடலின்பத்தில் மூழ்கிக் களித்த ஆமை அங்கும் இங்கும் மகிழ்ச்சியோடு நீந்திக் களித்தது. இன்னும் கொஞ்ச நேரத்தில் அந்த தண்ணீர் கொதிக்க ஆரம்பித்து தன் உயிரை வாங்கப் போகிறது என்பதை அறியாமல் அந்த மூட ஆமை விளையாடுகிறது. அது போல இறைவா இந்த உடலில் உள்ள ஐம்புலன்களும் உலக இன்பத்தை தர, அவைகள் பிறவியாகிய நரகத்தில் அழுத்தப்போவதை அறியாமல் நான் உலக ஆசைகளில் சிக்கி சந்தோஷமாக வாழ்கிறேன் என்று வருந்துகிறார் அப்பர் சுவாமிகள்.

இந்த அரிய கருத்தை விளக்குவதற்கு அவர் ஆமையை உதாரணமாகக் காட்டுகிறார்.

வளைத்துநின் றைவர் கள்வர் வந்தெனை நடுக்கஞ் செய்யத்
தளைத்துவைத் துலையை யேற்றித் தழலெரி மடுத்த நீரில்
திளைத்துநின் றாடு கின்ற வாமைபோற் றெளிவி லாதேன்
இளைத்துநின் றாடு கின்றே னென்செய்வான் றோன்றி னேனே.

பொழிப்புரை:

ஐந்து கள்வர் போன்ற ஐம்பொறிகள் இவ்வுடம்பில் என் உள்ளத்தைச் சுற்றி நின்று கொண்டு என்னை நடுங்கச் செய்தலால், எங்கும் செல்லாதபடி பிணித்து வைத்துப் பாத்திரத்தில் நீரை நிரப்பி அப்பாத்திரத்தைத் தீயினால் சூடாக்க, அந்நீரிலே பிணியை அவிழ்த்து நீந்தவிட்ட அளவிலே மகிழ்வோடு நீந்தி விளையாடிக்கொண்டு சூட்டில் வெந்து உயிர் நீங்க இருக்கும் அவலத்தைப் பற்றிச் சிந்திக்க மாட்டாத ஆமையைப் போல உள்ளத்தெளிவு இல்லாதவனாய் வாழ்க்கையில் இளைத்து நின்று தடுமாறுகின்றேன். வேறு யாது செய்வதற்காகப் பிறப்பெடுத்தேன் நான்?

இப்போது கமடயோகினியிடம் வருவோம். அவள் அழகான பெண்ணாக வடிவம் கொண்டு அமர்ந்திருக்கிறாள். மனிதர்களைப் போல இரண்டு கைகள் உண்டு. இந்த யோகினி மத்தியப் பிரதேசத்தின் பெடாகட் ஆலயத்தில் மிக முக்கியமானவளாகக் கருதப்படுகிறாள்.

இவள் ஆமை மீது அமர்ந்திருக்கிறாள். சகலவிதமான வரங்களையும் அருளும் ஆற்றல் பெற்றவள் இவள். மகாவிஷ்ணு தேவர்களும், அசுரர்களும் பாற்கடலை மந்தாரமலையை நட்டு, வாசுகிப் பாம்பைக் கயிறாக்கிக் கடைந்த போது, மலை சரிய ஆரம்பித்தது. அப்போது பிரம்மாண்டமான ஆமை வடிவம் கொண்டு அடியில் சென்று திருமால் மந்தாரமலை சரியாமல் தாங்கினார். எப்பேற்பட்ட தடைகளையும் மிக அலட்சியமாகத் தாண்டிச் செல்லும் ஆற்றல் உடையதாக ஆமை கருதப்படுகிறது.

அதிகம் அலட்டிக் கொள்ளாமல் தனது குறிக்கோளை நோக்கி பயணம்செய்து கொண்டே இருப்பதில் ஆமைக்கு நிகர் ஆமைதான். அதனால் தானோ இந்த யோகினி ஆமை மீது அமர்ந்த அழகுப் பதுமையாகக் காட்சி தருகிறாள். தனது பக்தர்களைக் குறிக்கோளில் இருந்து வழுவாமல் பாதுகாக்கிறாள்.

ஆமை தரையிலும் தண்ணீரிலும் வாழும் ஆற்றல் கொண்டது. அது போலவே இந்த யோகினி தன்னை வழிபடும் பக்தனை இந்த மண்ணுலகத்தில் இருந்து கொண்டே விண்ணுலகமாகிய மோட்சத்திற்கு வழி நடத்துகிறாள்.

அவள் தனது இடது கரத்தில் ஒரு அழகான மலரை ஏந்தி இருக்கிறாள். மலர் அழகானது, மென்மையானது, மணம் நிரம்பியது. அதுபோல உங்கள் வாழ்வும் இனிமையானது, மென்மையானது என்று தெரிவிக்கிறாள்.

ஆனால் மலரின் வாழ்வு ஒருநாள் மட்டுமே, அது அடுத்த நாளே மணத்தை இழந்து ஒளிகுன்றி வாடி வதங்கி விடும். அது போல நீங்களும் ஒரு நாள் இளமையை, செல்வத்தை இழந்து, கிழப்பருவம் எய்தி, நோய்க்கு இரையாகி மரித்து விடுவீர்கள். அதற்குள் செய்ய வேண்டிய நல்ல காரியங்களைச் செய்து கொள்ளுங்கள்.

மனத்தை உலக இன்பங்களின் பின்னால் அலைய விடாமல் ஆமை தனது ஓட்டுக்குள் கால்களையும், தலையையும் இழுத்துக் கொண்டு அமைதியாக இருப்பதைப் போல, ஐம்புலன்களையும் அடக்கி மனத்தை உயர்ந்த சிந்தனைகளில் செலுத்துங்கள் என்று தெரிவிக்கிறாள்.

ஐம்புலன்களை அடக்கியவனை திருவள்ளுவர்,

ஒருமையுள் ஆமைபோல் ஐந்தடக்கல் ஆற்றின்
எழுமையும் ஏமாப் புடைத்து

ஒருவன் தன்னுடைய ஒரு பிறப்பில் ஐந்து புலன்களையும் அடக்கித் தவம் செய்யும் ஆற்றலைப் பெற்றுவிட்டால், அது அவன் எடுக்கின்ற அத்தனை பிறவிகளிலும் சிறப்பைத்தரும் என்கிறார்.

இதைத்தான் கமடயோகினியும் ஆமைமீது அமர்ந்தவண்ணம் போதிக்கிறாள்.

உலக இச்சைகளில் இருந்து தனது மனத்தை மீட்கத் தெரிந்த யோகி, அதை அமைதியாக வைத்துக் கொள்கிறான். அவனுக்கு படைப்பின் ரகசியங்கள் புரியத் தொடங்குகின்றன. அவன்

பிரபஞ்சத்தைப் படைத்தவனை நன்றாக அறிந்து கொள்வதால், நாளடைவில் அவனே படைப்பவனாகிறான்.

ஏத்தும் அடியார் ஈரேழ் உலகினையும் படைத்தும்
காத்தும் அழித்தும் திரிபவராம்

என்று இந்தக் கருத்தை அபிராமிப் பட்டர் பாடுகிறார். இந்த மாறுதல் ஏற்படும் போது அவன் நான் எனது என்ற வட்டத்திற்குள் இருந்து விடுபடுகிறான். மோட்சம் எளிதாகக் கிடைக்கிறது.

யான்எனது என்னும் செருக்கறுப்பான் வானோர்க்கு
உயர்ந்த உலகம் புகும்

உடல் பற்றையும், உலகப் பற்றையும் விட்டொழித்த யோகி, தேவர்களுக்கும் எட்டாத உயர்ந்த உலகத்தை அடைவது சர்வ நிச்சயம் என்று ஐயன் திருவள்ளுவர் உறுதி கூறுகிறார். இந்த உபதேசங்களை அழகான யோகினி வடிவத்தில் வந்து தனது பக்தர்களுக்கு அருள்பாலிக்கிறாள் மிகவும் புனிதமான கமடயோகினி.

காமத்திற்கான பெண் தெய்வம்

இவளை காமதா என்றும் அழைக்கிறார்கள். அதற்கேற்ப இவள் காமத்தைத் தூண்டுபவளாகச் சொல்லப்படுகிறாள். இவள் அமர்ந்திருக்கும் பீடத்தின் கீழ்ப்பகுதியில் பெண்உறுப்பின் வாய் போன்ற அமைப்பு காணப்படுகிறது. ஆகவே இவள் காமதேவதையாக உருவகப்படுத்தப்படுகிறாள். இவளை தாந்திரீக உபாசனையில் ஸ்திரீ வசியத்துக்குப் பயன்படுத்துவார்கள் என்றும், உடலுறவில் ஆசை கொண்டவள் என்றும் சொல்லப்படுகிறது.

பெண் என்பவள் ஒரு உயிரை உற்பத்தி செய்து தருபவள். ஆகவே அவள்

வளமைத் தெய்வம். ஆகவே அந்தக் காலத்தில் பெண் உறுப்பைக் காட்டும் தாய்தெய்வங்களை சிலைவடிவத்தில் அமைத்து வழிபாடுகள் செய்தனர். சக்ராயி மற்றும் லஜ்ஜாதேவி ஆகிய வடிவங்கள் அவ்வாறு வழிபடப்பட்டனர். சக்ராயி வழிபாடு இன்றும் கூட சக்தி வழிபாடாக வடஇந்தியாவில் நடந்து வருகிறது. ஆனால் நமது தமிழகத்தில் இது போன்ற வழிபாடோ அல்லது சிற்பங்களோ காண்பது அரிதாக இருக்கிறது.

சக்கரம் என்பது பெண் உறுப்பைக் குறிப்பது. இது ரகசியக்குறியீடாகும். இந்தக் குறியீட்டை ஒரு முக்கோணம் வரைந்து காட்டுவது வழக்கம். பெண் உறுப்பைக் காட்டும் தாய் தெய்வமான லஜ்ஜாதேவி தேவிக்கும் சக்ராயிக்கும் உருவ வேறுபாடுகள் இல்லை. லஜ்ஜா தேவியை லஜ்ஜா கௌரி என்றும் வடமாநிலங்களில் அழைக்கிறார்கள்.

இந்த யோகினி ஆமைமீது அமர்ந்தவளாகக் கொண்டு புலனடக்கம் போதிப்பவளா அல்லது புலனடக்கம் இல்லாமல் காமமயக்கத்தைத் தூண்டுபவளா என்பதை யாரே திட்டமாகச் சொல்ல முடியும்?

பெண் உறுப்பைக் கூடவா வழிபடுவார்கள் என்று வியப்படைகிறீர்களா? உங்களுக்கான கூடுதல் தகவல். இங்கே காமாக்யா கோயில் பற்றித் தெரிந்து கொள்ளுங்கள்.

காமாக்யா ஆலயம்

கௌஹாத்தி அஸ்ஸாம் மாநிலத்திலுள்ள மிகப்பெரிய நகரம். இங்கு அமைந்துள்ள காமாக்யா திருக்கோயில் மிக உன்னதமானது, அம்பிகையின் பெயர் காமாக்யாதேவி. ஈசனுடைய மனத்திற்கு இனியவள் அவள். இந்த சக்திபீடம் அஸ்ஸாம் கௌஹாத்திக்கு சமீபத்தில் பிரம்மபுத்திரா நதிக்கரையில் நீலாத்ரி என்னும் பர்வதத்தில் அமைந்துள்ளது. இந்த மலை சுமார் 600

அடி உயரம், ஆலயம் 500 அடி உயரத்தில் அமைந்துள்ளது.

அதை ஒட்டினாற்போல் ஒரு குகை அமைந்துள்ளது. அந்தக் குகையில் த்ரிகோணாகாரமாகவும், நீர் நிறைந்ததாகவும், ஒரு சிறிய குளம்போல முப்பத்திரண்டு அங்குல அளவில் இந்த சக்திபீடம் விளங்குகிறது.

தலவரலாறு:

நான்முகன் தான் படைப்புத் தொழில் செய்வதால் அகம்பாவம் கொண்டு அலைந்தான். எனக்கும் ஈசனைப்போல ஐந்து முகங்கள், மகாவிஷ்ணுவைப்போல நானும் உலகங்களை ரட்சிப்பேன். எனக்கு நிகர் யார்? என்ற அகந்தை அவனை நோய்போல பீடித்தது.

பார்த்தாள் தேவி, தலையிருக்க வால் ஆடலாமோ. உடனே அதற்குப் புத்தி புகட்ட வேண்டும் என நினைத்தாள், தன் கூந்தலில் இருந்து ஒரு அசுரனை சிருஷ்டித்தாள். அவன்தான் கேசிகன் அவனைக் கண்டு தேவர்கள் மட்டும் அல்ல பிரம்மனும் நடுநடுங்கினான். தனது சாமர்த்தியங்கள் இங்கே செல்லாது என்பதை அறிந்து தாயே நீயே துணை என்று பராசக்தியின் பாதங்களில் விழுந்து பணிந்தான்.

உடனே சக்திதேவி தான் உண்டாக்கிய அசுரனைத் தானே சாம்பலாக்கி, அந்தச் சாம்பலால் ஒரு மலையை உண்டாக்கி, அதில் தனக்கு ஒரு ஆலயம் எழுப்புமாறு நான்முகனிடம் கூற, அப்படியே நீலாத்ரி மலையையும் அங்கே நிறைய துளசிச் செடிகளோடு கூடிய நந்தவனமும் அமைத்தான் நான்முகன் என்று ஒரு புராணம் கூறுகிறது.

மற்றொரு கதையும் சொல்லப்படுகிறது. சிவபெருமான் தவத்தில் இருந்தபோது தேவர்களின் வேண்டுகோளுக்கு இணங்க அவரது தவத்தைக் கலைக்க முயன்றான் மன்மதன். அப்போது தான் பார்வதியும் பரமேஸ்வரனும் இணைந்து சூரபத்மனை அழிக்க புத்திரன் தோன்ற முடியும்? ஆனால் நினைத்தது ஒன்று நடந்தது ஒன்று, சிவபெருமானுக்கு நிஷ்டை கலைந்ததும் மோகம் பிறக்கும் முன்னால் கோபம் பிறந்து விட்டது. அவர் நெற்றிக் கண்ணைத் திறந்து மன்மதனை எரித்துச் சாம்பலாக்கி விட்டார்.

கணவனை இழந்து ரதிதேவி கலங்கினாள், தவித்தாள், தேவியிடம் முறையிட்டாள். ரதியின் வேண்டுகோளுக்கிணங்கி மன்மதனை உயிர்ப்பித்தாள் பராசக்தி. அதற்கு நன்றிக்கடனாக மன்மதன் இத்தலத்தைக் கட்டியதாக வேறொரு புராணம் இந்த சக்திபீடம் அமைந்ததற்குச் சொல்லப்படுகிறது. சக்தி பீடங்களிலேயே தலையாயதும், முதன்மையானதுமாகிய இந்தத் தலத்தில் வீற்றிருக்கும் அம்பிகையை காமேஸ்வரி, காமரூபிணி, காம, காமாக்யா என்றும் அழைக்கின்றனர்.

வழிபாடு பெண் குறிக்கே

இவள் அன்பின் உறைவிடம். கருவறையில் யோனி வடிவமாக ஒரு பாறை உள்ளது. அப்பாறையில் உள்ள தேவியின் யோனிக்கே

வழிபாடு நடைபெறுகிறது. மாதம் மூன்று நாட்கள் தேவி வீட்டு விலக்காக இருக்கும் நாட்களில் இப்பீடத்திற்கு பூஜைகள் நடப்பதில்லை. அப்போது அதை ஒரு சிவப்பு பட்டுத்துணி சாத்தி மூடிவிடுகின்றனர். அந்தத் துணியை பிரசாதமாகப் பெறுவோர் வாழ்வில் பெறற்கரிய பேறு பெற்றவர்கள் என்பது ஐதீகம்.

இத்திருத்தலத்தில் அன்னைக்கு உருவம் கிடையாது. தேவியின் யோனியே சக்தியின் வடிவமாக வணங்கப்படுகிறது.

ஆலயத்தின் உள்ளேயே அழகான திருக்குளம் ஸௌபாக்ய குண்ட் எனும் பெயரில் உள்ளது. இந்தக் குண்டத்தில் நீராடி அன்னையைத் தரிசித்தால் சகல சௌபாக்யங்களும் கிட்டும் என்பது ஐதீகம். ஆலயத்தின் மைய மண்டபத்தின் ஒருபுறம் தாழ்வான குகை போன்ற அமைப்பு உள்ளது. அதில் நுழைந்து பத்து படிகள் கீழிறங்க புனிதமான கருவறையைக் காணலாம்.

அங்கே முப்பத்திரண்டு அங்குல நீளத்தில் த்ரிகோணமாக அமைந்துள்ள தொட்டி உள்ளது. தொட்டியின் மையத்தில்தான் கல்லால் வடிவமைக்கப்பட்ட யோனி அங்கம் உள்ளது. இவ்வங்கம் வெளியே தெரியாமலிருக்க அந்தத் தொட்டியிலே எப்போதும் நீர் நிரம்பி மறைத்துக் கொண்டிருக்கும். அத்தொட்டியின் அருகிலேயே இந்நீர் சுரக்கிறது என்பது அற்புதமான தகவல். தேவியின் 51 சக்தி பீடங்களுள் இப்பீடம் யோனி பீடமாகத் திகழ்கிறது. யோனி பீடத்திற்குப் பக்கத்திலேயே லக்ஷ்மி, சரஸ்வதி இருவரும் சுயம்பு வடிவில் அருள்கின்றனர்.

இன்றைக்கும் இரவு நேரங்களில் பல தெய்வீக ஒலிகள் அங்கே கேட்பதுண்டு. இந்த காமாக்யா தேவி திருமண வரமருள்வதில் நிகரற்றவளாகக் கருதப்படுகிறாள். இங்கு தேவியின் கௌலமார்க்கம் அனுஷ்டிக்கப்படுகிறது. இது சாக்தர்களுக்கும், ஞானிகளுக்கும் முக்தி அளிக்கவல்லது. அணிமாதி அஷ்ட ஸித்திகளும் இத்தலத்தில் ஸித்திக்கும் என்பது ஐதீகம்.

●●●

63 ஸ்ரீ அசேஷாபயா தேவி

மெய்யுணர்வைப் பெற்றவர்களின் மனம் ஆழமான கடல் போல அமைதியோடு விளங்குவது இயல்பு. இந்த யோகினி மிக உயர்ந்த சாந்தமான அல்லது ஆழ்ந்த அமைதியின் பிரதிபலிப்பாகக் காணப்படுகிறாள். அழகான பெண் உருவம் கொண்டு அமர்ந்த நிலையில் காணப்படுகிறாள். இவள் அருகே புராண விலங்காகிய மகரம் காணப்படுகிறது.

மகரம் என்பது இந்து சமயத்தில் கடலில் வாழும் மிருகமாகும். இந்த மிருகமானது முன்பாதி முதலை, யானை, மான் போன்ற விலங்குகளின் வடிவங்களையும், பின்பாதி மீனைப் போன்றும் அமையப்பெற்றது. ஆசியா முழுவதும் பல்வேறு வடிவங்களைக் கொண்டதாக மகரம் உள்ளது. இந்து சோதிடத்தில், இராசிச் சக்கரத்தில் பத்தாவது ராசியாக உள்ளது.

இந்துக் கடவுள்களில் கங்கை, வருணன் ஆகியோரின் வாகனமாக இந்த மகரம் அமைந்துள்ளது. இந்துக் கோயில்களில் காவலர்களாகவும், பொக்கிஷப் பாதுகாவலர்களாகவும் மகரங்கள் அமைக்கப்படுகின்றன. இந்து சமயக் கோயில்களிலும் பௌத்தக் கோயில்களிலும் மகரங்கள் காணப்படுவதை இன்றும் பார்க்கலாம்.

மகரக்குண்டலம் என்பது மகரத்தின் உருவ அமைப்பினைக் கொண்ட காதணியாகும். இந்த மகரக் குண்டலத்தினை மணமகனுக்குப் பரிசாகத் தருகின்ற வழக்கம் பண்டையக் காலத்தில் இருந்துள்ளது. இந்து சமயக் கடவுளான சிவபெருமான் வலதுக் காதில் இந்த மகரக் குண்டலத்தினை அணிந்துள்ளார். திருமால், சூரிய தேவன், சண்டி ஆகியோரும் இந்த அணிகலனை அணிவர். காதலின் கடவுளான காமதேவன் மகரக்கொடியோன் என்று அழைக்கப்படுகிறார்.

இவள் சகலவிதமான கலைஞானத்திற்கும் பிறப்பிடமாகவும், இருப்பிடமாகவும் திகழ்கிறாள். அவைகளைப் பாதுகாப்பதற்கு மகரம் போலச் செயல்படுகிறாள். சிருஷ்டி மற்றும் அழிவு ஆகியவற்றின் அடிப்படையில் இவள் அனுக்கிரகம் செய்கிறாள்.

தன்னை முறையோடு வணங்கும் பக்தனுக்கு எண்ணங்களை ஆக்கவும் பிறகு அழிக்கவும் வல்ல ஆற்றல்களை வழங்குகிறாள். இவள் அமர்ந்த நிலையில் தனது இரண்டு கைகளையும் கோர்த்து மடியில் வைத்து தியான முத்திரை காட்டுகிறாள்.

இப்போது தியானமுத்திரை பற்றியும் அதன் பலன்கள் குறித்தும் அறிந்து கொள்வோம்.

தியான முத்திரை

உங்கள் இரண்டு கைகளையும் இணைத்து மடியில் வைத்துக்கொள்ளுங்கள். கட்டை விரல்களை இணைத்து மேலே தூக்கியபடி பொருத்திக் கொள்ளுங்கள். இப்போது உங்கள் இரண்டு கைகளும் இணைந்த நிலையில் ஒரு பிட்சா பாத்திரம் போலத் தோற்றம் தருகிறது. இந்த நிலையில் தியானம் செய்தால் மனம் அமைதியாகும்.

கடவுளே என்னிடம் எதுவும் இல்லை நான் என் மனத்தை காலியான பாத்திரம் போல சுத்தமாகவும், புனிதமாகவும் வைத்துக் கொண்டிருக்கிறேன். உன்னுடைய கருணையை, ஆசிகளை அதில் நிரப்பு என்பதே தியான முத்திரையின் தத்துவம்.

நமது மனத்தில் போட்டி, பொறாமை, சுயநலம் போன்ற கீழான குணங்கள் இல்லாமல் அவைகளைச் சுத்தமாகத் துடைத்தெறிந்து விட்டு, எளிமையோடும், அமைதியோடும், மனத்தை வைத்துக் கொண்டால் இறைவன் கருணை வெள்ளம் அதில் பாயும். பணிவும் அடக்கமும் உள்ளவனை அத்தனை ஐஸ்வர்யங்களும் தேடிவரும் என்பதை புத்தரின் தியான முத்திரை நமக்குத் தெரிவிக்கிறது.

திருமூலர் முதல் இன்றைய சித்தர்கள் வரையில் பலரும் இந்தத் தியான முத்திரை நிலையில் அமர்ந்திருப்பதை நீங்கள் கோயில் சிலைகளில் பார்க்கலாம்.

நமது அன்றாட வாழ்க்கையில் கூட இந்த முத்திரையைப் பயன்படுத்தி அதிகமான பலன்களை அடையலாம். உங்களிடம் நேர்மையாகவும், மிகவும் அன்பாகவும் பழகக்கூடிய நண்பர்கள் மற்றும் உறவினர்களிடம் நீங்கள் ஒரு உதவியை அல்லது பொருளைக் கேட்க விரும்பினால் இந்த முத்திரையில் அமர்ந்து

கொள்ளுங்கள். மனத்தை ஒருநிலைப்படுத்தி உங்கள் நண்பரை மனக்கண்ணில் கொண்டு வந்து, அவரிடம் எனக்கு உன்னால் இந்த உதவி ஆக வேண்டியிருக்கிறது. நீ மறுக்காமல் வந்து உதவி செய் என்று வேண்டிக் கொள்ளுங்கள். ஆச்சரியப்படும் விதமாக அந்த நபர் உங்களைப் பார்த்து நான் ஏதாவது செய்ய வேண்டுமா? இருந்தால் சொல்லுங்கள் என்று கேட்பார்.

உங்களது நியாயமான விருப்பங்களை தியான நிலையில் அமர்ந்து இறைசக்தியிடம் தெரிவிப்பதன் மூலம் அது மேற்கொண்டு எந்தவிதமான பேச்சுவார்த்தைகளும் தேவையில்லாமலேயே நிறைவேற்றப்படும். இதை அனுபவத்தில் உணர்ந்து நீங்கள் மகிழலாம். தியான முத்திரை அத்தனை ஆற்றல் வாய்ந்தது.

இதைத்தான் இந்த யோகினி கற்றுக் கொடுக்கிறாள். இறைவனிடம் கையேந்தி அவனையே தானமாகப் பெறுவதற்கு உபதேசம் செய்கிறாள். ஆசை வயப்பட்டவர்கள் இறைவனைப் பிரார்த்தனை செய்து பொன் வேண்டும், பதவி வேண்டும், பொருள் வேண்டும் என்று கேட்பார்கள். நீங்கள் ஏமாளியாக இருக்காதீர்கள், நீங்கள் அவனையே வேண்டும் என கேட்டு பிறவாவரம் பெறுங்கள் என்று அறிவுறுத்துகிறாள்.

●●●

64 ஸ்ரீ பைரவி தேவி

பைரவி என்றால் அற்புதம் என்றும், பயங்கரம் என்றும் பொருள் உண்டு. இந்தத் தேவி காலபைரவரின் மனைவியாகக் கருதப்படுகிறாள். உக்கிரகமான பெண் தெய்வமான பராசக்தியின் அம்சத்தில் தோன்றியவளே பைரவி.

சிவபெருமானின் மனைவி என்பதால் இவள் புலித்தோல் ஆடை அணிந்து, முகத்தில் மூன்று கண்களோடு காணப்படுகிறாள். இந்த யோகினியை வணங்கி வழிபட்டால் பகைவர்களினால் தொல்லைகள் ஏற்படாது. முகத்தில் வசீகரம் அதிகமாகும். இவள் வல்லமை கொண்ட மெல்லியள். எதையும் சாதிக்கும் ஆற்றல் படைத்தவள். அழகோடு துணிவும் கொண்ட அணங்கு.

இவள் அமைதியான மனத்தோடு எச்சரிக்கை உணர்வோடு ஒரு கையில் தண்டத்தை ஏந்தி அமர்ந்திருக்கிறாள். பார்ப்பதற்கு காவல் தேவதை போலக் காட்சி தருகிறாள். அவளது காலடியில் பைரவ மூர்த்தியின் வாகனமாகிய கறுப்பு நாய் காட்சி தருகிறது.

வைராக்கியத்தோடு, மோட்சத்தை குறிக்கோளாகக் கொண்டு யோகப் பயணம் மேற்கொள்ளும் யோகிக்கு ஐம்புலன்களாகிய வேடர்களினால் அடிக்கடி ஆபத்து உண்டாகும். கண் அழகான பெண்ணைப் பார்க்க ஆசைப்படும். நாக்கு ருசியான உணவைத் தேடும். காதுகள் இனிய ஒலிகளைக் கேட்க ஆர்வம் காட்டும். மூக்கு நறுமணமுள்ள பொருட்களையும் அதை அணிந்தவர்களையும் விரும்பும். உடலோ பற்றற்ற இந்த வாழ்க்கையை விடுத்து, பகட்டான வாழ்வுக்கு ஓட நினைக்கும்.

இவ்வாறு அவனை உயர்ந்த குறிக்கோளில் இருந்து விலகிச்செல்ல ஐம்புலன்களாகிய எதிரிகளின் கொட்டத்தை அடக்கி, நல்வழிப்படுத்தும் ஆற்றலும் கருணையும் கொண்டவள் பைரவி.

சொர்ண பைரவி, லிங்க பைரவி, திரிபுரா பைரவி, வீர பைரவி, கால பைரவி என்று பல பெயர்களில் பல வடிவங்களில் அவள் பக்தர்களுக்குக் காட்சி தருகிறாள்.

இந்த யோகினியை வழிபாடு செய்யும் பக்தன் ஆணவத்தின் பிடியில் இருந்து விடுவிக்கப்படுகிறான். அதோடு எதிர்மறை எண்ணங்களின் தாக்குதலில் இருந்து தப்பிக்கிறான். சூழ்நிலையே இது நல்லது என்றும் இது கெட்டது என்றும் நாம் தரம் பிரிக்கக் காரணமாக அமைகிறது. இந்த யோகினியை வழிபாடு செய்வதன் மூலமாக அந்த யோகியின் உடலில் பலவிதமான தெய்வீக மாற்றங்கள் தோன்றுகின்றன, அவனது மனத்தில் கௌலஞானம் பெருக்கெடுக்கும். இதன் காரணமாக ஒரே வெள்ளை நிறமானது, பனித்துளியின் தந்திரத்தினால் ஏழு வண்ணங்களாகப் பிரிந்து அழகான வானவில்லாகத் தோற்றம் அளிக்கிறது என்று அறிவதைப் போல ஒரே பரம்பொருள் நல்லதாகவும், கெட்டதாகவும் தோற்றம் அளிக்கிறது என்ற ஞானத்தைப் பெறுகிறான்.

ஆகவே அவன் நன்மை தீமை, இருட்டு வெளிச்சம், வளமை மற்றும் வறுமை ஆகிய இரட்டைகளை வென்று மோட்சத்தை நோக்கி பயணம் செய்கிறான். இதற்கு அவனுக்கு அருகில் இருந்து தாய்ப்பாசத்தோடு பைரவி யோகினி உதவுகிறாள்.

யோகினிகளுக்கு இந்தியாவின் பல ஊர்களிலும் கோயில்கள் இருப்பது போலவே அவர்களுடைய பெயர்களும் ஊருக்கு ஊர் மாறி இருப்பதைக் காணலாம். ஒவ்வொரு குழுவிலும் இடம் பெற்றுள்ள யோகினிகளின் பெயர்கள் வெவ்வேறாக இருக்கின்றன. குழப்பம் அதிகரிக்கிறது. இதற்கு என்ன காரணம்?

யோகினிகளின் எண்ணிக்கை வெறும் 64 மட்டுமே என்று வைத்துப் பார்க்கும்போது மற்றப் பெயர்கள் பொய்யானவையோ என்று தோன்றும். ஆனால் அந்தப் பெண்களின் எண்ணிக்கை நாம் அறிந்திருப்பதை விட மிக மிக அதிகம் என்ற உண்மையின் அடிப்படையில் சிந்தித்தால் இந்தக் குழப்பத்திற்கு விடை கிடைக்கும்.

பாஸ்கரராயர் சக்தி உபாசகர். அவர் தேவியின் பரிவார தேவதைகளான யோகினிகள் எண்ணிக்கை அற்றவர்கள் என்று

தெரிவித்தார். அறுபத்தினான்கு கோடி யோகினிகளினால் தேவி உபாசிக்கப்படுகிறாள் என்றார். இதை சிலர் நம்ப மறுத்தபோது அவர் தேவியிடம் முறையிட்டார். நான் யோகினிகளின் பெயர்களைச் சொல்கிறேன், எழுதிக் கொள்ளச் சொல் என்று திருவாய் மலர்ந்தாள் அன்னை.

அவரும் அப்படியே செய்ய, யோகினியின் ஒவ்வொரு பெயராக அம்பாள் அவருக்குச் சொல்ல, அவர் அதை அப்படியே திருப்பிச் சொல்ல அங்கிருந்தவர்கள் பனைஓலையில் எழுத ஆரம்பித்தனர்.

ஒன்றா இரண்டா, ஆயிரக்கணக்கான பெயர்கள். எழுதுபவர்களுக்குக் கை வலித்தது. பாஸ்கரராயர் முன்னால் இருந்த திரையை விலக்கிப் பார்த்தபோது, அவரது தோளில் அமர்ந்த வண்ணம் அன்னை பராசக்தி யோகினியின் பெயர்களைச் சொல்லும் அழகைக் கண்டு மெய்சிலிர்த்தனர்.

இந்த நிகழ்ச்சியின் அடிப்படையில் யோகினி குழுக்களையும், அந்தக் குழுக்களில் உள்ள பெயர்களையும் ஆராய்ந்தால், நிச்சயம் அவை உண்மை என்பதை அறியலாம்.

ஒவ்வொரு ஊரிலும், ஒவ்வொரு காலக்கட்டத்திலும் இருக்கின்ற யோகியோ அல்லது மக்களோ தங்கள் வழிபாட்டுக்கும், பரம்பரைக்கும், தங்கள் குலமரபுக்கும் ஏற்றவகையில் யோகினிகளின் பெயர்களைத் தேர்வு செய்து வழிபட்டனர். இதன் காரணமாகத்தான் ஒரு குழுவில் இடம்பெற்ற சில யோகினிகள் மற்றொரு குழுவில் இடம் பெறவில்லை. ஆகவே இந்தக் குழுவின் பெயர் தான் உண்மையானது, மற்றவை போலியானவை என்ற பேச்சே தேவையற்றது. இதனை உணர்ந்து கொண்டால் போதும்.

இவர்களின் பெயர் வரிசையும் இடத்திற்கு இடம் மாறுபடுகின்றது. ஹீராபூரில் உள்ள தேவியரின் பெயர்கள் பகுரூபா, தாரா என்று தொடங்கி பத்ரகாளியில் முடிகிறது. தென்னாட்டுப் பூஜையில் ஜயா, விஜயா என்று தொடங்கி விஷலங்யா என்று முடிகிறது. பழங்குடி மக்களிடம் இருந்து பெறப்பட்ட யோகினியர் பெயரும் வடிவமும் உக்ரமானதாக இருக்கின்றன.

இது நாட்டின் பல இடங்களில் பலவிதமான ஆச்சார்யர்களால் ரகசிய தந்திரங்களாக உபதேசிக்கப்பட்டதால் இப்படி பலவகையான பேதங்களைக் கொண்டுள்ளது. மகாபைரவர் சக்ரத்தில் 64 யோகினிகளும் 64 பைரவர்களுடன் சேர்த்தே வழிபடப்படுகின்றனர். அறுபத்து நான்கு தேவியர் வழிபாடு ரகசிய வழிபாடாகவே இருந்து வந்ததால் அவர்களைப் பற்றிய செய்திகளைத் தெளிவாக அறிய முடியவில்லை என்றாலும், இவர்கள் வழிபாட்டால் மண்ணும் மனித குலமும் பெருகி நலம் பெறுகின்றது.

யோகினியை வழிபாடு செய்வது முக்கியமே தவிர, இந்தப் பட்டியல் உண்மையா அல்லது பொய்யா என்ற ஆராய்ச்சி காலவிரயமே தவிர பலன் ஏதும் தரப்போவதில்லை.

இப்போது வேறு சில குழுவில் உள்ள யோகினிகள் பற்றியும் அறிந்து கொள்வோம்.

●●●

சௌஷாட் யோகினி ஆலயம்

கீழே உள்ள பட்டியலை ஆங்கிலத்தில் இருந்து மொழி பெயர்த்து சாந்திப்பிரியா என்பவர் இணையத்தில் வெளியிட்டு இருக்கிறார். அதை நன்றியோடு எடுத்தாள்கிறோம்.

சோன்சட் யோகினி ஆலயத்தில் உள்ள சிலைகளின் விவரம்:

1. **ஸ்ரீகணேஷா** உட்கார்ந்த நிலையில் உள்ள கடவுள்
2. **ஸ்ரீசாத்ரா சம்வாரா** சம்பார் எனும் இடத்தைச் சேர்ந்த மானின் உருவம் உட்கார்ந்த நிலையில் உள்ள யோகினியின் பீடத்தில் காணப்படுகின்றது. ஆனால் சாத்ரா என்ற பெயரின் காரணம் தெரியவில்லை.
3. **ஸ்ரீஅஜிதா** உட்கார்ந்த நிலையில் உள்ள பெண் கடவுள். அது அஜிதாசிவனைக் குறிப்பதாம். அவளுடைய வாகனம் மிகப் பெரிய சிங்கம்.
4. **ஸ்ரீசண்டிகா** எலும்புகளையும் கீழே விழுந்து கிடக்கும் மனிதனையும் காட்டியபடி உக்ரக உருவில் உள்ள யோகினி என்பவள் துர்கா மகேஸ்வரி. நின்றிருக்கும் நிலையில் உள்ள இவள் துர்கையின் எட்டு சக்திகளில் ஒருவளாம்.

5. **ஸ்ரீ மானந்தா** தாமரைப் பூவின் மீது உட்கார்ந்தபடி உள்ள இந்த யோகினி ஆனந்த நிலை அல்லது மகிழ்ச்சியைக் குறிப்பவள்.

6. **ஸ்ரீகமாடி** பாற்கடலைக் கடைந்தபோது வெளிவந்த காமதேனுவைக் குறிப்பவளே அமர்ந்த நிலையில் உள்ள இந்த யோகினி. கமாடி எனும் அவள் நமக்குத் தேவையான அனைத்தையும் தருபவள். பீடத்தில் இரண்டு ஆண்கள் அவளை வணங்கியபடி நிற்க யோனி முத்திரையைக் கைகளால் காட்டியபடி நிற்கும் அவள் நமது காம இச்சைகளைப் பூர்த்தி செய்து தருபவள்.

7. **ஸ்ரீ ப்ரஹ்மணி** இவள் பீடத்தில் காணப்படும் அன்னத்தின் உருவம் அவளை சக்தி எனும் பெண் தெய்வம் அல்லது பிரம்மாவின் மனைவி என எண்ண வைக்கின்றது.

8. **ஸ்ரீமகேஸ்வரி** இந்தத் தேவியின் பீடத்தில் காணப்படும் நந்தி எனும் மாடு இவளைச் சிவனின் மனைவியான சக்தி என்பதாகக் காட்டுகிறது.

9. **ஸ்ரீதங்கரி** போர் வாள் அல்லது கோடரி எனப்படும் ஆயுதங்களைத் தன்னிடம் உள்ள பத்து கைகளில் இரண்டில் ஏந்தி நிற்கும் யோகினி. அவளுடைய வாகனமும் பெரிய சிங்கமே.

10. **ஸ்ரீஜயனி** வெற்றி தேவதை எனப்படும் இவள் அமர்ந்த நிலையில் காட்சி தருகிறாள். அவளுடைய வாகனம் பூனை போன்ற பிராணி.

11. **ஸ்ரீபத்மா ஹன்ஸா** உட்கார்ந்த நிலையில் உள்ள இந்தக் யோகினி யார் எனத் தெரியவில்லை. ஆனால் அவள் மலர்களைக் குறிப்பவள்.

12. **ஸ்ரீரணஜிரா** அமர்ந்த நிலையில் உள்ள இவள் பக்கத்தில் ஒரு யானையுடன் காட்சி தருகிறாள். இவள் ஒருயுத்த தேவதை.

13. பெயர் தெரியவில்லை நாகினிகளுடன் (பெண் நாகங்கள்) அமர்ந்து கொண்டுள்ளவாறு இந்தத் தேவதை காட்சி தருகிறாள்.

14. **ஸ்ரீஷஹன்சினி** அல்லது ஹன்சினிரா ஒரு வாத்து எனும் பறவையுடன் அமர்ந்து கொண்டிருக்கும் நிலையில் உள்ள இவளுடைய பெயர் தெரியவில்லை.

15. பெயர் பொறிக்கப்படவில்லை 16 கைகளும் 3 கண்களையும் உடைய சிவன் (ஆண் தெய்வம்).

16. **ஸ்ரீஈஸ்வரி** அமர்ந்து கொண்டு உள்ள இந்த யோகினி லஷ்மி அல்லது துர்காவைக் குறிக்கும் சக்தி தேவதை.

17. **ஸ்ரீதானி** அழிக்க முடியாத பெண் தெய்வம். ஸ்தானு அதாவது ஸ்திரம் என்பது அழிக்க முடியாத சக்தியான சிவனைக் குறிப்பது. ஸ்தா என்பதில் இருந்து அந்த வார்த்தை வந்ததினால் அவளை மலை முகட்டிற்கு ஒப்பானவள் என்கிறார்கள்.

18. **ஸ்ரீஇந்த்ராஜலி** உட்கார்ந்த நிலையில் உள்ள அவள் சூது வாது நிறைந்தவள். பீடத்தில் காணப்படும் யானைச் சின்னம் அவள் சூது வாது நிறைந்தவரான தேவலோக இந்திரனைச் சேர்ந்தவளாக இருப்பாள் என எண்ண வைக்கின்றது.

19. உடைந்த நிலையில் உள்ளது. உட்கார்ந்த நிலையில் உள்ள இந்த யோகினி தன்னுடன் மாடு ஒன்றையும், பல எலும்புகளையும் வைத்தபடி காட்சி தருகிறாள்.

20. சிலை காணப்படவில்லை.

21. **ஸ்ரீ தாகினி** இந்தத் தேவி யார் என்பது தெரியவில்லை. ஆனால் அவள் பீடத்தில் ஒட்டகம் காணப்படுகின்றது. ஆகவே அவளை ஆராய்ச்சியாளர்கள் ஒட்டகத்தை வாகனமாகக் கொண்ட உஷ்ட்ரகினி தேவி என்கிறார்கள்.

22. ஸ்ரீ தனேன்த்ரி இதன் அர்த்தம் ஓசை. பற்களை நறநறவெனக் கடித்து பயமுறுத்தும் ஓசையை எழுப்புபவள். அமர்ந்த நிலையில் காணப்படும் இவள் பீடத்தில் தரை மீது சாஷ்டாங்கமாகப் படுத்து வணங்கும் ஒரு மனிதரின் உருவம் உள்ளது.

23. சிலை காணப்படவில்லை.

24. **ஸ்ரீஉட்டாலா** துரிதமாகச் செயல்படும் யோகினி என்பதை அவளுடைய சின்னமான மான் எடுத்துக் காட்டுகின்றது. அவள் அமைந்த நிலையில் காட்சி தருகிறாள்.

25. **ஸ்ரீ லம்பதா** இவள் பீடத்தில் தரை மீது சாஷ்டாங்கமாக படுத்து ஒருவர் வணங்கும் காட்சியில் உருவம் உள்ளது. இவள் அமர்ந்துள்ள நிலையில் காட்சி தருகிறாள். அவள் நடத்தைக் கெட்ட பெண்மணி போன்றவளாம்.

26. **ஸ்ரீ உஹா** இந்தத் தேவி சரஸ்வதி நதியைக் குறிப்பவளாம். எண்கள் 29 மற்றும் 68 இல் காணப்படும் யோகினிகள் கங்கை மற்றும் யமுனையைக் குறிப்பவர்களாம். உஹா என்றால் விவேகம் என்பது. அந்தப் பெயருக்கு ஏற்றார்போல பேசும் சக்தி மற்றும் பேச்சுத் திறமையைத் தரும் சரஸ்வதியே இவள் என்பதை அவள் வீற்று உள்ள பீடத்தில் காணப்படும் மயில் வாகனம் காட்டுகின்றது. சரஸ்வதி நதியின் வாகனம் மயிலாம்.

27. **ஸ்ரீத்சமட** இந்த யோகினியின் பீடத்தில் பன்றியின் உருவம் காணப்படுகின்றது. அவள் பெயரில் உள்ள முதல் எழுத்து என்ன எனத் தெரியவில்லை. யோகினி அமர்ந்த நிலையில் உள்ளாள்.

28. **ஸ்ரீ காந்தாரி** குதிரை அல்லது கழுதையை வாகனமாகக் கொண்டும் இறக்கைகளைக் கொண்டும் உள்ள இந்த யோகினியின் பெயர் குதிரை என்று அர்த்தம் தரும் கந்தர்வா என்ற எழுத்தில் இருந்து வந்திருக்கலாம். மேலும் அவள் விரைந்து செயல்படுபவள் என்பதை அவளுக்கு உள்ள இறக்கைகளில் இருந்து அறிந்து கொள்ளலாம்.

29. **ஸ்ரீஜானவி** இது கங்கை நதியின் பிரசித்தி பெற்றப் பெயர். அவளது வாகனம் முதலை என்பதினால் அவள் கங்கை தேவியாகவே இருக்க வேண்டும்.

30. **ஸ்ரீதாகினி** அமர்ந்த நிலையில் உள்ள இந்த யோகினி ஒரு பெண் அரக்கியாக இருக்க வேண்டும். அவளது

சின்னம் ஒரு மனிதன் மற்றும் எலும்புக் கூடு.

31. **ஸ்ரீபந்தனி** பந்தன் என்றால் பிணைத்தல், இணைத்தல் என்று அர்த்தம். மேலும் காயப்படுத்துதல், உயிரை அழிப்பது போன்ற குணங்களைக் கொண்டவள் இவள் என்பதினால் அமர்ந்த நிலையில் காணப்படும் இவளை பந்தினி என்கிறார்கள். அவள் பீடத்தில் காணப்படும் மனிதர் சிறை பிடிக்கப்பட்ட கைதியாம்.

32. **ஸ்ரீதர்ப்பஹரி** தர்ப்பா என்றால் ராக்ஷஸா அல்லது அசுரன் என்று அர்த்தம். அவள் பீடத்தில் சிங்கத்தின் உருவம் உள்ளது. அவளது முகமும் சிங்க முகம் ஆகும்.

33. **ஸ்ரீவைஷ்ணவி** விஷ்ணுவின் மனைவியே இவள். அவளது பீடத்தில் கருடனின் உருவம் உள்ளது.

34. **ஸ்ரீதங்கினி** உட்கார்ந்து கொண்டு இருக்கும் யோகினி ஒரு கருடனுடன் காட்சி தருகிறாள். அவள் பெயரின் முதல் எழுத்து தெரியவில்லை.

35. **ஸ்ரீரிக்ஷினி** இந்த யோகினியின் பீடத்தில் முதலையின் உருவம் உள்ளது. முதல் எழுத்து என்ன எனச் சரியாகத் தெரியவில்லை. முதலையின் சின்னம் நதியைக் காட்டுகின்ற அமைப்பில் உள்ளது. ஆகவே அவள் ரிக்ஷா மலையில் இருந்து வெளி வரும் ரிக்ஷினி எனப்படும் நர்மதையாக இருக்கலாம். முதலை மீது நிற்கும் பெண்மணியை நர்மதா மாய் அல்லது நர்மதை தாய் என்கிறார்கள்.

36. **ஸ்ரீ சாகினி** வில்சன் என்பவர் இந்த பெண் யோகினியை குறிப்பிட்டு 'அவள் நல்ல குணம் உள்ளவள் அல்ல என்றாலும் சிவன் மற்றும் துர்க்கை என்ற இருவருக்கும் சேவகம் செய்து வந்தவள்' என்று கூறுகிறார். மேலும் சுடுகாடுகளைப் பற்றி எழுதப்பட்டு உள்ள குறிப்புக்களில் மன்னன் விக்ரம் அந்த யோகினி இறந்து போனவர்களின் உடல்களைத் தின்று கொண்டு இருந்ததைப் பார்த்துள்ளதான செய்தியைக் கூறுகின்றது. அந்த யோகினியின் பீடத்தில் காணப்படும் கழுகின் உருவம் அந்தச் செய்திக்கு வலு சேர்கின்றது.

37. **ஸ்ரீகண்டாவி** இந்த யோகினியின் பீடத்தில் ஒரு மணி அதாவது கண்டா எனப்படும் ஆலய மணி போன்ற உருவம் காணப்படுகின்றது.

38. **ஸ்ரீதத்டாரி** இந்த பெயர் 'டிரம்பட்' (Trumpet) எனப்படும் மூக்குள்ள பாத்திரம் போன்ற இசை வாத்தியத்தின் பெயரைக் குறிக்கின்றது. ஒரு யானையின் தலை மீது அமர்ந்து உள்ள சிலையின் பீடத்திலும் யானையின் உருவம் காணப்படுகின்றது. தத்டா என்பது அந்த வாத்தியத்தில் இருந்து வெளிப்படும் ஒரு ஓசை என்று நினைக்க வேண்டி உள்ளது.

39. பெயர் காணவில்லை நடனமாடும் யோகினியின் சிலை.

40. **ஸ்ரீகங்கினி** முதல் எழுத்து புரியவில்லை. அந்த யோகினியின் சின்னம் ஒரு மாடு.

41. **ஸ்ரீபிஷாணி** பயங்கர குணமுடைய யோகினி. பிஷானா என்பது சிவனைக் குறிப்பது. தலை விரித்த பயங்கரக் கோலத்தில் காட்சி தரும் அவள் அமர்ந்து கொண்டு உள்ளாள்.

42. **ஸ்ரீசடனு** சாம்பரா சம்பாரா என்பது ஒரு காட்டு மானின் பெயர். அமர்ந்த நிலையில் காட்சி தரும் அவள் பீடத்தில் காட்டு மானின் உருவம் உள்ளது.

43. **ஸ்ரீகஹனி** இந்த யோகினியின் பீடத்தில் செம்மறிக் கடாவின் உருவம் உள்ளது. அவள் பெயரின் முதல் எழுத்து சந்தேகத்திற்கு உரியது. அவள் அழிக்கும் குணம் கொண்டவள்.

44. பெயர் காணவில்லை காளியைப் போன்று நடனமாடும் நிலையில் உள்ள யோகினி.

45. **ஸ்ரீதுடுரி** இந்தப் பெயர் வந்ததின் காரணம் தெரியவில்லை. 'து' என்றால் தீயது அல்லது துன்பத்தைத் தருவது என்று அர்த்தமாம். ஆகவே இந்த யோகினி துன்பத்தைத் தருபவளாகவே இருக்க வேண்டும். ஆனால் இவளது சின்னமாக சேணம் பூட்டப்பட்ட (முகத்தின் இருபுறமும்

கண்களை நேராக மட்டுமே பார்க்க முடிந்தவாறு போடப்பட்ட முகமூடி) குதிரை காணப்படுவது நம்மை குழப்புகின்றது.

46. **ஸ்ரீவராஹி** வராஹ அவதாரம் எடுத்த விஷ்ணுவின் துணைவி. அமர்ந்த நிலையில் காணப்படும் அவளது பீடத்தில் காட்டுப் பன்றியின் உருவம் காணப்படுகின்றது.

47. **ஸ்ரீநளினி** நல் என்றால் பிணை என்று அர்த்தம். அவளது பீடத்தில் ஒரு மாடு மற்றும் பசுவின் உருவம் உள்ளது. உட்கார்ந்துள்ள அந்த யோகினியின் தலை பசு மாட்டின் உருவமாக உள்ளது.

48. தென் கிழக்கு வாயில்

49. சிலை காணப்படவில்லை.

50. **ஸ்ரீநந்தினி** உட்கார்ந்து உள்ள யோகினி பார்வதி என்பதற்கு அடையாளமாக அவளது பீடத்தில் நந்தி மாட்டின் உருவம் காணப்படுகின்றது.

51. **ஸ்ரீஇந்த்ராணி** அமர்ந்துள்ள நிலையில் உள்ள இந்த யோகினி தேவலோக மன்னனான இந்திரனின் துணைவி யாகவே இருக்க வேண்டும்.

52. **ஸ்ரீஎருரி** அல்லது இஜாரி இந்த யோகினியின் முகம் பசுமாட்டின் முகம். அவள் பீடத்தில் பசுவின் உருவம் காணப்படுகின்றது.

53. **ஸ்ரீஷண்டீமி** ஷண்டா என்றால் காளை மாடு. ஆனால் உடைந்த நிலையில் உள்ள இந்தச் சிலையின் பீடத்திலோ ஒரு கழுதையின் உருவமே காணப்படுகின்றது.

54. **ஸ்ரீஜங்கினி** இவளது பீடத்தில் யானையின் தலையைக் கொண்ட ஒருவனின் உருவம் இருக்க அந்த யோகினி யானைத் தலையுடன் காட்சி தருகிறாள். இங்கா என்றால் அசைவது அல்லது அங்கும் இங்கும் போவது என்று பொருள்.

55. பெயர் காணப்படவில்லை. உட்கார்ந்த நிலையில் உள்ள இந்த யோகினி ஒரு காட்டுப் பன்றியின் தலையுடன்

காட்சி தருகிறாள். அவள் பீடத்திலும் பன்றியின் உருவம் உள்ளது.

56. **ஸ்ரீடேரண்டா அல்லது டேசண்டா** இவளுடைய பீடத்தில் மகிஷாசுரனின் உருவம் உள்ளதினால் இருபது கைகளிலும் ஆயுதங்களை ஏந்திக் கொண்டு அமர்ந்த நிலையில் காணப்படும் இவள் மகிஷாசுரமர்தினி எனும் துர்கையாகவே இருக்க வேண்டும்.

57. **ஸ்ரீபரானி** இந்தப் பெயர் பார்வதியைக் குறிப்பதாகவே எண்ணத் தோன்றுகின்றது. பத்துக் கைகளைக் கொண்டு அமர்ந்தபடி காட்சி தரும் இவள் துர்கையின் அவதாரமாகவே இருக்க வேண்டும்.

58. **ஸ்ரீவாயுவேன** உடைந்த நிலையில் உள்ளது இந்த யோகினியின் சிலை. அவள் காற்றைப் போல பறப்பவள் என்ற பெயருடன் உள்ளதின் காரணம் அவள் பீடத்தில் காணப்படும் காட்டு மானின் உருவமே.

59. **ஸ்ரீஉபேர வர்த்தனி** ஒளியைத் தருபவள் என்ற பெயர் கொண்டுள்ள இவளது சிலையும் உடைந்த நிலையில் உள்ளது. இவளுடன் காணப்படும் அபஸ்வராக்கள் எனப்படும் 64 குட்டி தேவதைகள் அவர்கள் 64 யோகினிகளைச் சேர்ந்தவர்களாகவே இருக்க வேண்டும் என எண்ணத் தோன்றுகின்றது. இவளது பீடத்தில் காணப்படும் பறவையின் உருவம் நமக்கு வேறு கோணத்தில் ஆராய உதவி செய்யவில்லை.

60. பெயர் காணப்படவில்லை. பீடத்தில் யானையின் உருவம் உள்ள இவள் நடனமாடிக்கொண்டு உள்ள காட்சி தருகிறாள்.

61. **ஸ்ரீசர்வடோ முக்ஷி** இந்த யோகினி 12 கைகளும் மூன்று தலைகளையும் கொண்டு இருக்கின்றாள். அவளது ஒரு முகம் அவளது மார்பகங்களுக்கு இடையே காணப்படுகின்றது. அவளது பீடத்தில் தாமரை மலரும் ஆறு இரட்டை முக்கோணங்களும் உள்ளன. அதனால் அவள் பெயர் அப்படி அமைந்து இருக்கலாம்.

62. **ஸ்ரீமண்டோதரி** மண்டோதரி என்பவள் சொர்க்கத்தில் இருந்த நடன மாதுவான ஹேமா மற்றும் மாயாசுரனின் மகள். அவள் மிகவும் பக்தி மிக்கப் பெண்மணி. பொய் கூறுவது பிடிக்காது. அது போல தவறு செய்வதையும் விரும்பாதவள். அவள் அழகில் மயங்கிய ராவணன் அவளைத் தன்னுடைய மனைவிகளில் முதன்மையானவளாகக் கருதினான். அவள் வீற்றிருக்கும் பீடத்தில் இரண்டு ஆண்கள் அவளைக் கைகூப்பி வணங்கிய நிலையில் நிற்கிறார்கள்.

63. **ஸ்ரீக்ஷெஹமுக்கி** உடைந்து உள்ள இந்த யோகினி சிலையின் பீடத்தில் காணப்படும் நீண்ட அலகைக் கொண்ட பட்ஷியினால் அவளுக்கு அந்தப் பெயர் வந்திருக்கலாம். அதன் அர்த்தம் பெரும் தீனி தின்னும் வாயைக் கொண்டவள் என்பதே.

64. **ஸ்ரீஜாம்பவி** இந்த யோகினி கிருஷ்ணருடைய மாமனாரான கரடிகளின் தலைவரான ஜாம்பாவட்டின் மனைவியாக இருக்கலாம். அந்தச் சிலையின் உடல் உடைந்து உள்ளது என்றாலும் அவள் கரடியின் முகத்தைக் கொண்டு இருந்துள்ளவளாகத் தெரிகின்றது.

65. **ஸ்ரீஔரக** உடைந்து உள்ள இந்த சிலையின் பெயரின் முதல் எழுத்து சரிவரப் புரியவில்லை. அவள் பீடத்தில் காணப்படும் நிர்வாண மனிதனின் உருவத்தைக் கொண்டு நம்மால் இந்த சிலையைப் பற்றி எந்த முடிவுக்கும் வர முடியவில்லை.

66. சிலை காணப்படவில்லை

67. **ஸ்ரீதிர சிட்டா ஸ்திரச் சித்தா** அதாவது நிலையான சிந்தனை கொண்டவள் என்பதைக் காட்டும் வகையில் அமர்ந்து கொண்டுள்ள நிலையில் உள்ள இந்த யோகினியின் பீடத்தில் அவளைக் கைகூப்பி வணங்கிய ஒரு மனிதர் நிற்கும் உருவம் உள்ளது.

68. **ஸ்ரீயமுனா** இந்தச் சிலைக்கு உரியவள் ஜமுனா நதி தேவி. அவள் பீடத்தில் காணப்படும் ஆமையின் உருவமே அவளுடைய சின்னமாகும்.

69. சிலை காணப்படவில்லை

70. **ஸ்ரீவிபாஸ** பயங்கரமான அல்லது உடலைத் துளைப்பவர் என்ற பொருள் தரும் இந்த யோகினியின் பீடத்தில் அவளை நமஸ்கரித்தபடி ஒருவர் இருக்க, அதனுடன் எலும்புகளும் கிடப்பதைப் பார்த்தால் அவளும் துர்கையின் படைப்பே என எண்ணத் தோன்றுகிறது.

71. **ஸ்ரீசின்ஹா** சிங்க முகத்தைக் கொண்ட யோகினியின் பீடத்தில் சிங்க முகத்தைக் கொண்ட நரசிம்மாவைப் போல ஒருவர் உள்ளார். ஆகவே இவள் நரசிம்ஹா அவதாரத்தில் வந்த விஷ்ணுவின் துணைவியாக இருக்கலாம்.

72. **ஸ்ரீநிலதாம்பரா** இந்த யோகினியின் பீடத்தில் கருடனின் உருவம் உள்ளதினால் விஷ்ணுவுடன் தொடர்பு கொண்டவளாக இருக்கலாம் என்றாலும் இந்த யோகினி நிலம்பரா எனும் துர்தேவதை.

73. சிலை பழுதடைந்து உள்ளது. அமர்ந்து உள்ள நிலையில் காட்சி தரும் இந்த யோகினிச் சிலையின் பீடத்தில் கொழுந்து விட்டு எரியும் தீ ஜ்வாலையின் உருவம் காணப்படுகின்றது.

74. **ஸ்ரீஅந்தகாரி** விழுங்கி விடுவது போல வாயைத் திறந்து வைத்துக் கொண்டு அமர்ந்து கொண்டு இருக்கின்றாள் இந்த யோகினி. அந்தா என்ற பெயர் யமனுக்கும் உண்டு. அவரைச் சேர்ந்தவளாக இவள் இருக்கலாம். அவள் பீடத்தில் காணப்படும் பசுபதி எனும் மாடு அவள் சிவனை சேர்ந்தவளோ என்றும் எண்ணத் தோன்றும். பசுபதியும் மரணத்தைத் தருபவர் என்பதினால் அவளுடன் சம்மந்தப்பட்டவளாகவும் இவள் இருக்கலாம்.

75. பெயர் தெரியவில்லை. இந்த யோகினி சிலையின் பீடத்தில் உள்ள மாட்டின் உருவத்தில் அதன் மூக்கு நீண்டு உள்ளது.

76. **ஸ்ரீபிங்களா** இந்தப் பெயரின் அர்த்தம் பழுப்புக் கலந்த மஞ்சள் நிறம் அல்லது கேசரி நிறம் எனப்படும் பழுப்பு கலந்த சிவப்பு நிறம். இந்தச் சிலையின் பீடத்தில் உள்ள

மயில் இவள் ஸ்கந்த குமாரன் அல்லது கார்த்திகேயர் என்பவற்றின் சக்தி தேவதையாக இருக்கலாம் என எண்ண வைக்கின்றது.

77. ஸ்ரீஅன்க்கலா இந்த யோகினி சிலையின் பீடத்தில் இருவர் கைகூப்பி வணங்கியவாறு நிற்கின்றார்கள். ஆனால் இந்தப் பெயருக்கான அர்த்தம் விளங்கவில்லை.

78. பெயர் பொறிக்கப்படவில்லை. நடன மாதுவின் உருவில் உள்ள இந்த சிலைக்கு அடியில் ஒரு பறவை காணப்படுகின்றது.

79. ஸ்ரீஷத்ர தர்மினி இந்த வார்த்தை இரண்டும் ஒன்றாகச் சேர்த்தால் அதாவது ஷத்ரதர்மா என்றால் வீரனின் கடமை அதாவது வீரம் என்பதே. ஆனால் ஷத்ர என்பதில் இருந்து வரும் ஷத் என்பதின் அர்த்தம் நார்நாராகக் கிழித்து விடுவது மற்றும் அப்படியே விழுங்கி விடுவது என்றும் அர்த்தம். இந்தச் சிலையின் அடியில் தலையில் எலும்பு மாலைகளைப் போட்டுக் கொண்டு பல பெண்கள் அமர்ந்து உள்ளதைப் போலவும், பீடத்தில் சங்கிலி போட்டுப் பிணைத்த மாட்டின் உருவமும் உள்ளன. ஆகவே இந்த யோகினி மரணத்தைக் கொடுப்பவளாக இருக்கலாம்.

80. ஸ்ரீவிரேந்ரி இந்தப் பீடத்தின் மீது கையில் வாட்களும் கேடயமும் வைத்துக் கொண்டு பல பெண்கள் அமர்ந்து உள்ளனர். இந்த யோகினி பகை உணர்வைக் கொண்டவள். இவள் பீடத்தில் ஒரு குதிரையின் தலையும் எலும்புத் துண்டுகளும் உள்ளன.

81. சிலை காணப்படவில்லை

82. ஸ்ரீரித்தாலி தேவி இந்த யோகினி தீமையைச் செய்பவள் என்பது அவள் அமர்ந்துள்ள பீடத்தில் காணப்படும் கூரிய நகங்களுடனான விலங்குகளின் உருவங்களில் இருந்து தெரிய வருகின்றது.

83-84 மேற்கு நுழைவாயில்

ஆக மேற் கூறப்பட்டுள்ள சிலைகளை ஐந்து பிரிவுகளாகப் பிரிக்கலாம்

(a) அஷ்ட சக்தி மற்றும் சக்தி தேவதைகள் = 8 சிலைகள்

(b) கங்கை, யமுனை மற்றும் சரஸ்வதி நதிகள் = 3

(c) காளியைப் போல நடனமாடும் தேவதைகள் = 4

(d) சிவன் மற்றும் விநாயக =2

(e) யோகினிகள் (சோன்சட் யோகினி)

நல்ல நிலையில் உள்ளவை =57

காணாமல் போனவை=7

மொத்தம் =64

'e' யில் உள்ள அனைத்தும் சேர்ந்து =81

(f) இரண்டு நுழை வாயில்கள் [= 3 இடைவெளிகளுடன்) = ஆக e+f என்ற இரண்டும் சேர்ந்து மொத்தம் = 84

●●●

பைரவர்களும் யோகினிகளும்

64 பைரவர்களின் மனைவிகளாக அறியப்படும் யோகினிகளைப் பற்றியும் இங்கே தெரிந்து கொள்வோம்.

பைரவரின் திருக்கோலங்களைப் பற்றி சிவாகமங்களும், சிற்ப நூல்களும் 64 பைரவ மூர்த்தங்கள் இருப்பதாகத் தெரிவிக்கின்றன. ஆனால் அனுபவத்தில் மேலும் பல பைரவ மூர்த்திகள் இருப்பதை அறிகிறோம். சிவபெருமானின் மூர்த்தங்கள் 64 ஆக இருக்க, இந்தப் பைரவருக்கு மட்டுமே 64 பேதங்கள் இருப்பதாக அறிவது ஆச்சரியம் தருகிறது. சிறப்பாக எட்டு பைரவர்களைப் பற்றி நாம் அறிவோம்.

1. அசிதாங்க பைரவர்
2. ருரு பைரவர்
3. சண்ட பைரவர்
4. குரோதன பைரவர்
5. உன்மத்த பைரவர்
6. கபால பைரவர்
7. பூஷண பைரவர்
8. சம்ஹார பைரவர்

இவர்கள் அஷ்ட பைரவர்கள் எனப்படுகிறார்கள். முதலில் தோன்றிய பைரவர் சொர்ண பைரவரே ஆவார். ஒரு வடிவம்

பின்பு 8 பைரவர்களாக மாறியது. பின்னர் 8 பைரவ வடிவங்கள் ஒவ்வொன்றும் 8 வடிவங்களாக மாறி 64 பைரவர்களாக வெளிப்பட்டனர். 64 யோகினிகளே 64 பைரவர்களின் சக்திகளாக மாறினர். இப்போது 64 பைரவர்களையும் அவரது பத்தினிகளாக அறியப்படும் யோகினிகளைப் பற்றியும் அறிந்துகொள்ளலாம்.

வ.எண்		பைரவர் யோகினி
1.	நீலகண்ட பைரவர்	ஜயா
2.	விசாலாட்சி பைரவர்	விஜயா
3.	மார்த்தாண்ட பைரவர்	ஜயந்தி
4.	முன்டனப்பிரபு பைரவர்	அபராஜிதா
5.	ஸ்வஸ்சந்த் பைரவர்	திவ்யமோகினி
6.	அதிசந்துஷ்ட பைரவர்	மகாயோகினி
7.	கேசர பைரவர்	ஸித்தமோகினி
8.	ஸம்ஹார பைரவர்	கணேஸ்வர யோகினி
9.	விஸ்வரூப பைரவர்	ப்ரேதாஸின்யை
10.	நானாரூப பைரவர்	டாகினி
11.	பரம பைரவர்	காளி
12.	தண்டகர்ண பைரவர்	காளராத்ரி
13.	ஸீதாபத்ர பைரவர்	நிசாசரி
14.	சிரீடன் பைரவர்	டங்கார்ரீ
15.	உன்மத்த பைரவர்	வேதாள்யா
16.	மேகநாத பைரவர்	ஹுஂகாரி
17.	மனோவேக பைரவர்	ஊர்த்துவகேசி
18.	க்ஷேத்ரபாலக பைரவர்	விருபாட்சி
19.	விருபாஷ பைரவர்	சுஷ்காங்கீ
20.	காரள பைரவர்	நரபோஜினி
21.	நிர்பய பைரவர்	பட்சார்ரி
22.	பிசித பைரவர்	வீரபத்ரா
23.	ப்ரேஷ்த பைரவர்	தூம்ராக்ஷி

24.	லோகபால பைரவர்	கலகப்ரியா
25.	கதாதர பைரவர்	கோர ரத்தாட்சி
26.	வஜ்ரஹஸ்த பைரவர்	விச்வரூபி
27.	மகாகால பைரவர்	அபயங்கிரி
28.	பிரகண்ட பைரவர்	வீரகௌமாரி
29.	ப்ரளய பைரவர்	சண்டிகை
30.	அந்தக பைரவர்	வாராஹி
31.	பூமிகர்ப்ப பைரவர்	முண்டதாரணி
32.	பீஷண பைரவர்	ராக்ஷஸி
33.	ஸம்ஹார பைரவர்	பைரவி
34.	குலபால பைரவர்	த்வாங்க்ஷிணி
35.	ருண்டமாலா பைரவர்	தூம்ராங்கி
36.	ரத்தாங்க பைரவர்	பிரேதவாகினி
37.	பிங்களேஷ்ண பைரவர்	கட்கினி
38.	அப்ரரூப பைரவர்	தீர்க்கலம் போஷ்யா
39.	தராபாலன பைரவர்	மாலினி
40.	ப்ரஜாபாலன பைரவர்	மந்திரயோகினி
41.	குல பைரவர்	காளி
42.	மந்திரநாயக பைரவர்	சக்ரிணி
43.	ருத்ர பைரவர்	கங்காளி
44.	பிதாமஹ பைரவர்	புவனேஸ்வரி
45.	விஷ்ணு பைரவர்	த்ரோடகீ
46.	வடுகநாத பைரவர்	மகாமாரீ
47.	கபால பைரவர்	யமதூதி
48.	பூதவேதாள பைரவர்	காளி
49.	த்ரிநேத்ர பைரவர்	கேசினி
50.	திரபுராந்தக பைரவர்	மர்த்தினி
51.	வரத பைரவர்	ரோமஜங்கே
52.	பர்வதவாகன பைரவர்	நிர்வாணி

53.	சசிவாகன பைரவர்	விசாலி
54.	கபாலபூஷன பைரவர்	கார்முகி
55.	ஸர்வக்ஞ பைரவர்	தோத்யமினம
56.	ஸர்வதேவ பைரவர்	அதோமுக்யை
57.	ஈசான பைரவர்	முண்டாக்ரதாரிணி
58.	ஸர்வபூத பைரவர்	வியாக்ரிணி
59.	கோரநாத பைரவர்	தூங்ஷிணி
60.	பயங்கர பைரவர்	பிரேதரூபிணி
61.	புத்திமுக்திபலப்ரத பைரவர்	தூர்ஜட்டை
62.	காலாக்னி பைரவர்	கோர்யா
63.	மகாரௌத்தர பைரவர்	கராளி
64.	தட்சிணாபிஸ்தித பைரவர்	விஷலங்கர்யா

தேவையான அளவுக்கு யோகினிகளைப் பற்றித் தெரிந்து கொண்ட நாம் இப்போது அந்த யோகினிகள் அமர்ந்து ஆட்சி செய்த கோயில்களைப் பற்றியும் சுருக்கமாகத் தெரிந்து கொள்வது அவசியம்.

●●●

யோகினி ஆலயங்கள் ஒரு பார்வை

இப்படிப் பல பெருமைகளைத் தன்னகத்தே கொண்ட இந்த 64 யோகினியருக்கும் ஒரு காலத்தில் தனியே கோயில்கள் இருந்திருக்கின்றன. நம் நாட்டில் மொத்தம் 9 இடங்களில் இத்தகைய கோயில்கள் இருந்திருக்கின்றன என ஆராய்ச்சிகள் தெரிவிக்கின்றன. தமிழ்நாட்டிலும் பண்டைக்காலத்தில் இத்தகைய கோயில் இருந்திருக்கலாம். இப்போது கிட்டத்தட்ட வடஇந்தியாவில் நான்கே நான்கு கோயில்களே உள்ளன. அதிலும் சில மிகவும் இடிபாடான நிலையில் இருக்கின்றன.

1. ஒடிசா மாநிலத்தில், குத்திரா மாவட்டம் ஹிராஸ் பூரில் உள்ளது. (புவனேஸ்வரிலிருந்து 15 கி.மீ.), 2. ஒடிசா மாநிலம் பலாங்கிர் மாவட்டம் ராணிப்பூர் ஜரியலில் உள்ளது. 3. மத்தியப் பிரதேச மாநிலம் கஜுராகோ மலைப்பகுதியில் உள்ளது. 4. ஜபல்பூர் ஜில்லா பெக்காட் என்னும் இடத்தில் உள்ளது. அவற்றில் தனிச்சிறப்பு வாய்ந்தது பெக்காட் இல் உள்ள கோயில். இதை பேராகாட் என்றும் அழைக்கிறார்கள். வட்டமாக அமைந்த மண்டலம் போன்ற சுவர். அதில் 64 யோகினிகளின் வடிவங்களையும் காண்கிறோம். பத்தாம் நூற்றாண்டில் அமைந்த கோயில். அதாவது தஞ்சை பெரிய கோயில் உருவாவதற்கு முன்பு அமைந்த கோயில்.

இங்குள்ள யோகினியர் சிற்பத்தின் கீழே அவர்களின் பெயர்களும் பொறிக்கப்பட்டுள்ளன. காமதா, அந்தகாரி, சர்வதோமுகி, அஜிதா, ஆனந்தா.. என்று பெருகின்றன அவர்களின் பெயர்கள். இந்த யோகினி வழிபாட்டு முறையில் யோகாவும் இணைந்துள்ளது. மூலாதாரத்திலுள்ள குண்டலினி சக்தியை எழுப்பி உடலிலுள்ள அதன் ஏழு விதமான பீடங்களுக்கும் எடுத்துச் செல்வதாகும். இந்த வழிபாடு மிகவும் கடினமான ஒன்று. ஆனாலும் இந்த வழிமுறையில் பெண்கள் அதிகம் ஈடுபட்டு சிறந்து விளங்கினார்கள் என்பது பழைய சுவடிகளிலிருந்து தெரிய வருகிறது.

பொதுவாக கந்தர்வர்களை பெண்கள் உபாசனை செய்ய வேண்டும். யட்சிணிகளை ஆண்கள் உபாசிக்க வேண்டும். அப்போது தான் அபரிமிதமான பலன்கள் கிடைக்கும் என்பது பொதுவான விதி. இருந்த போதிலும் யோகினியைப் பொறுத்தவரையில் ஆண் பெண் இருபாலரும் வழிபடலாம். சொல்லப்போனால் பெண்களுக்கு ஏற்றம் தரும் விதமாக மச்சேந்திரநாதரால் உருவாக்கப்பட்டதே இந்த யோகினிகளின் ரகசிய வழிபாட்டு முறைகள். அவர்களுக்காக உருவாக்கப்பட்ட ஆலயங்களில் பெண்கள் பூசைகள் செய்திருப்பதை குறிப்புக்கள் தெரிவிக்கின்றன.

யோகினிகள் அமர்ந்து ஆட்சி செய்த அற்புத ஆலயங்களைப் பற்றி கல்வெட்டு அறிஞர் டாக்டர் இ.ரா. நாகசாமி அவர்கள் எழுதிய கட்டுரையைக் கீழே தருகிறேன். அவர்களுக்கு எங்கள் நன்றியினையுடன் சமர்ப்பிக்கின்றோம்.

●●●

64 யோகினிகள் அமர்ந்த கோயில்

[தவம் செய்த தவம்: இரா.நாகசாமி]

நர்மதை ஆற்றங்கரையில் பைரவ கட்டத்தில் நின்று கொண்டிருந்தான் சாலிவாஹனன். அந்தக் கரையின் இருமருங்கிலும் பளிங்குப் பாறைகள். அவற்றின் மீது நர்மதையின் துல்லியமான நீர் வீழ்ந்து சிதறி மேலே திவலைகளாகப் பறப்பதை என்றும் பார்த்துக் கொண்டே இருக்கலாம். அந்த அழகுக்கு ஈடான இடம் இவ்வுலகில் எங்கும் இல்லை என்பதில் ஐயமில்லை. அத்துடன் பவன்கங்கா என்ற மற்றொரு ஆறும் சங்கமம் ஆகும் இடம் அது. கேட்க வேண்டுமா? சாலிவாஹனனது படை காசியிலிருந்து வாரணாசி பைரவகட்டம் வரை தில்லி அரசனது படையைத் துரத்தியடித்துக் கொண்டு வந்துள்ளது.

தோற்று ஓடிய தில்லிப்படை நர்மதை ஆற்றைக் கடந்து அக்கரைக்கு ஓடிவிட்டது. அப்படையை நிர்மூலமாக்க வேண்டும் என்ற வேகத்தில் தனது படையை நர்மதையாற்றில் இறக்கி அக்கறை செல்லப் பணித்துக் கொண்டிருந்தான். ஆனால் என்ன ஆச்சரியம் அவனது படைகள் அனைத்துமே நீரில் இறங்கியவுடன் மாயமாக மறைந்துவிட்டன. சாலிவாஹனன் மட்டும் தனி ஒருவனாகக் கரையில் நின்றான். அப்பொழுதுதான் அவனுக்கு சிவபெருமான் குறிப்பிட்டிருந்த எச்சரிக்கை நினைவுக்கு வந்தது. அவனது படைகள் யார்? அவன் தான் யார்?

காசியில் வாழ்ந்த செல்வந்தனின் அருமை மகளாகப் பிறந்தவள் அவனது தாய். மிகவும் எழில் வாய்ந்தவள். பருவமடைந்த அவ்வெழில் நங்கை கங்கையில் குளிக்கச் சென்றாள். அவளது அழகில் மயங்கியது மக்கள் மட்டுமல்ல. ஒரு சர்ப்பமும் கூட! அவளைப் பின்தொடர்ந்தது. பயந்து ஓடினாள் நங்கை. ஆனால் அந்த சர்ப்பம் ஆண் உருக்கொண்டு அவளை பலாத்காரமாகப் பற்றி இன்பம் துய்த்தது. கருவுற்றாள் அப்பெண். அறிந்த பெற்றோர்கள் அவளை வீட்டை விட்டுத் துரத்தினர். அவ்வபலைப் பெண்ணுக்கு புகலிடம் அளித்தான் ஒரு வயதான கிழவன். அங்கு அவள் ஒரு ஆண் மகவை ஈன்றாள். குயவன் மகனாக வளர்ந்தான் குழந்தை. ஏழு ஆண்டுகள் நிறைந்தன.

தில்லியின் அரசன் காசி மீது படையெடுத்து ஏராளமான கப்பம் அளிக்க வேண்டும் என்று காசி மன்னனை அச்சுறுத்தினான். செய்வதறியாது ஆலோசனை நடத்தினான் மன்னன். அப்பொழுது கலயங்கள் கொடுக்க வந்த அச்சிறுவன் போரிடுவதே சிறந்தது எனக் கூறினான். அன்று மாலை விளையாட்டாகக் காட்டுக்குள் சென்றவன் இருளில் சிக்கி கொண்டான். திரும்ப வழி தெரியாது திகைத்தது ஒருபுறம். மறுபுறம் தம் மன்னனை போரிடச் சொல்லிவிட்டு தான் ஏதும் செய்ய முடியாது போய்விட்டதே என்ற ஏக்கம் வேறு! சிறுவனாதலால் "ஓ" வென்று கதறினான்.

சிவபெருமானும் பார்வதியும் அவன் முன் தோன்றினர். அவன் திரும்புவதற்கு வழிகாட்டி ஒரு வரமும் அளித்தனர். அவன் வைத்து விளையாடிக் கொண்டிருக்கும் மண் பொம்மைகள் மீது விபூதியைத் தூவினால் ஒன்று ஆயிரம் வீரராக மாறி அவனுக்கு உதவுவர் என்று கூறினர். ஒன்றில் மட்டும் அவன் எச்சரிக்கையாக இருக்க வேண்டும். அவர்கள் மண்ணில் இருந்து தோன்றியவர்கள் ஆதலால் நீரில் இறங்கினால் கரைந்து விடுவர் என்று கூறி சிவபெருமான் தேவியுடன் மறைந்தார். மறுநாள் சாலிவாஹனன் தனது மண் பொம்மைகளை வீரர்களாக மாற்றி தனது அரசனுக்காக தில்லி அரசனுடன் போரிட்டான்.

தில்லிப்படை தோற்று ஓடி நர்மதையின் கரையைத் தாண்டியது. வெற்றிப் பெருமிதத்தில் என்ன செய்கிறோம் என்று எண்ணாமல் தன் படையை ஆற்றில் இறக்கினான் சாலிவாஹனன். முடிவு!

அவனது வீரர்கள் ஆற்றில் கரைந்து போயினர். காசிக்குத் திரும்பினான். காசிமன்னன் அவனது உதவியை மெச்சி அவனை பதல்கார் பகுதியின் அரசனாக்கினான். சாலிவாஹனன் நர்மதைக் கரையில் உள்ள பைரவ கட்டடத்துக்கு மீண்டும் வந்து நன்றிப் பெருக்கோடு சிவபெருமானுக்கு ஒரு கோயில் எடுத்தான்.

இது சரித்திரம் அல்ல கதை. நூறு ஆண்டுகளுக்கு முன்னர் அலெக்சாண்டர் கன்னிங்ஹாம் என்பவர் ஜபல்பூரிலிருந்து 20 கல் தொலைவில் உள்ள பேராகாட் என்ற இடத்தில் உள்ள ஒரு விசித்ரமான கோயிலைக் காணச் சென்றபோது அந்தக் கோயிலைப் பற்றி மக்கள் கூறிய கதைதான் இது. இதை அவர் குறித்து வைத்துள்ளார்.

இங்குள்ள கோயில் இப்பொழுது உலகப் பிரசித்தி பெற்றுள்ளது. மற்ற கோயில்களைக் காட்டிலும் மாறுபட்டது. வட்டமான மண்டலம் போல் ஒரு சுவர் எழுப்பப்பட்டுள்ளது. அவற்றில் 64 பெண் தேவதைகளின் உருவங்கள் உள்ளன. இந்தப் பெண் தெய்வங்களை யோகினிகள் என்பர். ஆதலால் இக்கோயிலை 64 யோகினிகளின் கோயில்கள் என்று "சௌஷட் யோகினி மந்திர்" என்று அழைக்கிறார்கள். இது போன்ற யோகினி கோயில்கள் இந்தியாவிலேயே 5 கோயில்கள் தான் இருந்ததாகத் தெரிய வருகிறது. இங்கு வழிபாடு வாமாசார வழியில் ரகசியமாக நடைபெறும்.

இந்த மண்டலத்தின் நடுவே ஒரு ஆலயம் இருந்தது. அதில் வைரவக் கடவுள் வைரவியுடன் இருந்திருக்கக் கூடும். இந்தக் கோயில் கி.பி. பத்தாம் நூற்றாண்டில் கட்டப்பட்டது. அதாவது தமிழ்நாட்டில் இராஜராஜன் தஞ்சாவூரில் பெரியகோயிலைக் கட்டுவதற்கு ஒரு 50 ஆண்டுகளுக்கு முன் கட்டப்பட்டது. அப்பொழுது இந்தப் பகுதியை கலசூரி வம்சத்து அரசர் ஆண்டார். தமிழ்நாட்டில் சோழர், பாண்டியன், பல்லவர் போல மிகவும் புகழ் வாய்ந்தவர்களாக கலசூரி அரசர்கள் கி.பி. 850 லிருந்து 1350 வரை 500 ஆண்டுகள் ஆண்டிருக்கிறார்கள். அவர்கள் இக்கோயிலைப் போற்றியிருக்கிறார்கள்.

இங்கு வாமமார்க்கத்தில் வழிபாடு நடைபெற்றது என்று கூறினேன். வாமமார்க்கம் என்றால் தேவியை முழுமுதல்

கடவுளாகக் கொண்டு வழிபடுவது. இதையே சாக்த வழிபாடு என்பர். இந்த வாமமார்க்கத்தை கௌளலமார்க்கம் என்றும் கூறுவர். லலிதா திரிபுரசுந்தரியைப் போற்றும் லலிதா சஹஸ்ரநாமத்தில் தேவி 64 வகையான உபசாரங்களால் பூஜிக்கப்படுகிறாள்; 64 கலைகளின் உருவமாகத் திகழ்பவள்; 64 கோடி யோகினி கணங்களால் ஸேவிக்கப்படுபவள் என்று

சதுஷ் ஷஷ்டி உபசாராட்யா
சதுஷ் ஷஷ்டி கலா மயீ
மஹா சதுஷ் ஷஷ்டி கோடி யோகீனி கண ஸேவிதா

என்றும் கூறுகிறது. யோகினிகள் என்ற பெண் தேவதைகள் தேவியை உபாஸிக்கும் தேவதைகள். இவர்கள் எப்பொழுதும் கூட்டமாக ஒரு வட்டமாகக் கைகோத்துச் செல்வர். ஆடிப் பாடிக் கொண்டிருப்பார்கள். ஆகாய மார்க்கமாகச் செல்லும் இவர்கள் பயங்கரமான சக்தி வாய்ந்தவர்கள். எதிரிகளைச் சின்னாபின்னமாக மிகவும் கொடூரமாக அழித்து விடுவர். ஆயினும் தமது அன்பர்களை அன்னை போலக் காத்தளிக்க வல்லவர்கள். 64 வகையான கலை வடிவில் நீ திகழ்கிறாய் என்று திரிபுரசுந்தரியை லலிதா ஸஹஸ்ரநாமம் கூறுவதிலிருந்து, 64 யோகினிகள் என்ற உருவங்கள் கலைகளின் அம்சங்கள் என்று தெரிய வருகிறது.

ஒப்பற்ற முனிவர்களின் மனத்தில் ஒவ்வொரு கலையும் ஒரு தேவதையாக உருவகிக்கப்பட்டு வழிபடப்பட்டிருக்கக் கூடும். இத்தேவதை வழிபாட்டில் இரண்டு வகைகள் உண்டு. ஒன்று ரகசியமாக மது, மத்ஸ்யம், மாம்சம், முத்திரை, மைதுனம் என்னும் பஞ்சமகாரங்களால் உபாசிப்பது. மற்றொன்று இவை அனைத்தையும் துறந்து யோகமார்க்கத்தில் மனத்திலே பராசக்தியை ஆவஹித்து, அவளுக்குத் துணையாக 64 யோகினிகளை அங்கங்களில் ஆவஹித்து, யோகியாகி, ஞானியாகி மலர்தலாகும். இவ்விரு மார்க்கங்களில் ஞானயோக மார்க்கமே சிறந்தது என்பது இவ்வழிபாட்டின் உண்மைத் தத்துவம்.

பத்தாம் நூற்றாண்டில் கட்டப்பட்ட இந்தக் கோயிலில் உள்ள யோகினிகளின் சிற்ப உருவங்கள் கலை வரலாற்றில் மிகச் சிறந்த இடம் பெறுகின்றன. எழிலான உடற்கட்டும், வெவ்வேறு

நிலைகளும், வாஹனங்களும், யோகியரும், முனிவர்களும் கரம் கூப்பி வணங்கும் பாங்கும், அருள் ததும்பும் முகங்களும் உடையவையாக இவை திகழ்கின்றன.

ஆயிரம் ஆண்டுகளுக்கு முன் வடித்தெடுக்கப்பட்ட இவை கடைந்தெடுத்த அழகு என்பார்களே அப்படித் திகழ்கின்றன. அதனால் தான் இவற்றின் அழகை உலகம் முழுவதும் புகழ்கின்றன. இவற்றில் பல சிற்பங்களின் அடியில் அந்தந்த யோகினிகளின் பெயர்கள் எழுதப்பட்டுள்ளன. காமதா, அந்தகாரி, சர்வதோமுகி, மண்டோதரி, அஜிதா, ஆனந்தா, இந்திரஜாலி, என்றெல்லாம் பெயர்கள் உள்ளன. மகிஷாசுரமர்த்தினியாகிய துர்க்கை "தெரம்சா" என்று அழைக்கப்படுகிறாள். திரி அம்பா என்பதின் திரிபாக இது தோன்றுகிறது. இந்த யோகினிகளின் உருவைத் தவிர ஸப்தமாதாக்கள், நடனமாடும் நிருத்த கணபதி முதலிய உருவங்களும் உள்ளன. கங்கை, யமுனை, ஸரஸ்வதி, நர்மதை ஆகிய நதி தெய்வங்களும் இங்குள்ளன.

நர்மதை ஆற்றங்கரையில் மனதுக்கு இன்பமான ஒரு பளிங்குக் குன்றைத் தேர்ந்தெடுத்து அதன் உச்சியில் இந்தக் கோயிலைக் கட்டியிருக்கிறார்கள். சாக்த வழிபாட்டில் மிகச் சிறந்த கோயிலாகத் திகழ்ந்த இந்தக் கோயிலை அது தோன்றி 200 ஆண்டுகளுக்குப் பிறகு கி.பி.1155 ம் ஆண்டில் கலசூரி அரசன் நரசிம்மன் என்பவனின் தாய் அல்லன தேவி என்பவள் திருப்பணி செய்து இந்த மண்டலத்தின் நடுவில் பைரவருக்குப் பதிலாக உமையொருபாகனாக சிவபெருமானைப் பிரதிஷ்டை செய்தாள். அதை கௌரிசங்கர் என்று வணங்குகிறார்கள். வாமமார்க்கம் மறைந்து சைவக் கோயிலாக அதுமாறிய போதினும், யோகினிகளின் வழிபாடு தொடர்ந்தது.

கி.பி. 14 ஆம் நூற்றாண்டில் வந்தானய்யா பாவிகள்! வேறு சமயத்தான். இந்த வழிபாட்டைப் பாராட்ட வேண்டாம். இதன் கலையையாவது ரஸிக்கக் கூடாதா! ஒரு சிற்பம் விடாது காலையோ கையையோ மூக்கையோ உடைச்சே தீர்த்தான். அவ்வளவு வெறி! இந்தப் பின்னமான நிலையில் கூட இவை எவ்வளவு எழில் சிற்பங்களாகப் பொலிகின்றன பாருங்கள்.

யோகினிகளுக்கென்று தனித்தன்மை வாய்ந்ததாகக் கட்டப்பட்ட கோயில் "பேராகாட்" சௌஷட் யோகினி கோயில். ஒன்று சொல்ல மறந்து விட்டனே! தமிழ் நாட்டில் இது போன்ற கோயில் இருந்ததா? கோயம்பத்தூருக்கு அருகில் வட்டமான யோகினி கோயில் ஒன்று நூறு ஆண்டுகளுக்கு முன்னர் இருந்ததாகக் குறித்துள்ளார்கள். அது எங்கிருந்தது என்று தெரியவில்லை. ஆனால் ஒன்று நிச்சியம், தமிழ்நாட்டிலும் யோகினிகளைப் போற்றியிருக்கிறார்கள். தக்கயாகப்பரணி என்னும் நூலில் ஒட்டகூத்தர் யோகினிகளைக் குறித்துள்ளார்.

அடையாளமுளரித் தலைவி ஆதிமடவார்
உடைய திருவகம்படியில் யோகினிகளே

என்றும் இன்னும் பலவாகப் பாடியுள்ளார். காஞ்சீபுரத்துக்கு அருகில் காவேரிப்பாக்கம் என்ற ஊரில் இது போன்ற ஒரு கோயில் 8ம் நூற்றாண்டில் இருந்தது. அதை அலங்கரித்த சிற்பங்களை சுமார் 70ம் ஆண்டுகளுக்கு முன்னர் மேலை நாடுகளுக்கு எடுத்துச் சென்று விட்டனர். பாரீஸ், லண்டன், நியூயார்க் என பல மியூசியங்களில் இவை உள்ளன.

தேவியைத்தான் எத்தனை கோலங்களில் உருவகித்து கற்பித்து தாயாகப் போற்றியுள்ளது இந்தப் பாரத புண்ணிய பூமி! காண்பதெல்லாம் தெய்வம். செயலனைத்தும் அதன் வழிபாடு என உணர்ந்து வழிபட்ட ஞானபூமி இது.

என்று தொல்பொருள் ஆய்வாளர் நாகசாமி அவர்கள் தெரிவித்துள்ளார். இனிமேல் நாம் யோகினி ஆலயங்களின் வடிவம் பற்றி ஒரு சிறிது அறிந்து கொள்வோம்.

●●●

யோகினி ஆலயங்களின் கட்டமைப்பு

ஒரு காலத்தில் நமது பாரத தேசத்தில் சாக்த வழிபாடு உச்சநிலையை எட்டியிருந்தபோது யோகினிகளுக்கான வட்ட வடிவக் கோயில்கள் பெருங்கிணறு போன்ற அமைப்பில் நாடெங்கிலும் உருவாக்கி வழிபடப்பட்டன. கால ஓட்டத்தில் வழிபாடு நின்றதாலும், பராமரிப்பு இன்மையாலும், அந்நிய தேசத்தினர் படையெடுப்பினாலும் அந்தக் கோயில்கள் அழிந்து பட்டன, அழகான யோகினி சிலைகள் வெறிகொண்டு சிதைக்கப்பட்டன.

ஒரு காலத்தில் சிற்பக் கலையின் பலவிதமான கலை நுணுக்கத்தோடு அழகோடு விளங்கிய யோகினியரது சிற்பங்கள் இன்று, கைகால்கள், முகம், மார்பகங்கள் சிதைக்கப்பட்டு மனிதர்களின் வெறியாட்டத்தின் சின்னமாக குற்றுயிரும் குலைஉயிருமாகக் காட்சி அளித்து வருகின்றன.

ஒடிசாவில் இருப்பவற்றில் முதலாவது ஆலயம் ஒரிசாவின் தலை நகரான புவனேஸ்வரில் இருந்து 15 கி.மீ. தொலைவில் உள்ள ஹீராபூரில் இருப்பதாகும். மற்றது ராணிப்பூரில் (ஜாரில்) இருக்கிறது.

காஞ்சிபுரத்தை அடுத்த காவேரிப்பாக்கத்தில் சதாசிவ மூர்த்தியைச் சுற்றி அறுபத்து நான்கு யோகினிகளின் திருவுருவங்களைக் கொண்ட ஆலயம் இருந்ததாகக் கூறுகின்றனர்.

காலப்போக்கில் அவை காணாமல் போய்விட்டன. விழுப்புரம் மாவட்டத்தில் உள்ள வரலாற்றுச் சிறப்பு மிக்க எசாலம் என்னும் ஊருக்கு அருகில் புகழ்பெற்ற ஐயனார் கோயில் உள்ளது. அதன் அருகில் உள்ள அம்மன் கோயிலில் வரிசை வரிசையாக பெண் தெய்வ வடிவங்கள் புடைப்புச் சிற்பங்களாக அமைக்கப்பட்டுள்ளன. இதில் எண்பதுக்கும் மேற்பட்ட வடிவங்கள் இருக்கின்றன.

யோகினி ஆலயங்கள்

ஒடிசா மாநிலத்தில், குத்திரா மாவட்டம் ஹிராஸ்பூரில் உள்ளது. (புவனேஸ்வரிலிருந்து 15 கி.மீ.),

2. ஒடிசா மாநிலம் பலாங்கிர் மாவட்டம் ராணிப்பூர் ஜரியலில் உள்ளது.

3. மத்தியப் பிரதேச மாநிலம் கஜுராகோ மலைப்பகுதியில் உள்ளது.

4. ஜபல்பூர் ஜில்லா பெக்காட் என்னும் இடத்தில் உள்ளது.

ஹீராபூர்

ஒடிசாவின் தலைநகரான புவனேஸ்வரில் இருந்து தெற்கே 15 கிமீ தொலைவு பயணித்தால் ஹுராபூர் வருகிறது. பத்தாம் நூற்றாண்டில் அரச குடும்பத்தைச் சேர்ந்த ஹீராதேவி என்ற பெண்மணியினால் இக்கோயில் கட்டப்பட்டதால் இதற்கு அவளது பெயரையே அந்த ஊருக்கும் வைத்து மக்கள் சிறப்பித்தனர்.

இது வட்ட வடிவமானது. மேற்கூரை இல்லாதது. கட்டிடம் வட்டமாக அமைக்கப்பட்டு வெளியே திறக்கும் வாயிலோடு அமைந்திருக்கிறது. மேலும் வெளிச்சுவற்றை ஒட்டி சிறிய உள் வட்டமும் அமைந்திருப்பதால் மேலே இருந்து பார்ப்பதற்கு பெண்ணின் யோனி போன்ற வடிவத்தில் இருப்பதை அறிய முடிகிறது.

உள்வட்டத்தில் யோகினிகளின் சிலைகள் உயர்தரமான கற்களினால் செதுக்கப்பட்டுள்ளன. கோயிலின் நடுவே மகாமாயா என்ற தேவியின் சந்நிதி இருக்கிறது. இவள் நம்ம ஊர் மகிஷாசுர மர்த்தினியாக இருக்கிறாள்

மொத்தம் 67 சன்னதிகளைத் தன்னுள்ளே கொண்டிருக்கும் இந்தக் கோயிலில் 64 சன்னதிகளிலும் 64 யோகினி ரூபங்கள் ஸ்தாபிக்கப்பட்டிருக்கின்றன. இவற்றில் பெரிய அளவில் அமைக்கப்பட்டிருக்கும் சன்னதியில் மகிஷாசுரமர்த்தினி தெய்வம் வீற்றிருக்கிறது. ஏனைய சன்னதிகளில் மத்ரிகாஸ் பிராமணி மற்றும் மஹேஷ்வரி போன்ற யோகினி வடிவங்கள் காட்சியளிக்கின்றன. கஜுராஹோ சுற்றுலா ஸ்தலத்தில் அமைந்துள்ள மிகப் புராதனமான கோயில்களுக்குள் இந்த சௌஸத் யோகினி கோயிலும் ஒன்று. இந்தியாவிலுள்ள மிகப் பழமையான யோகினி கோயிலாக இது அறியப்படுகிறது.

இந்தக் கோயிலில் சப்தமாதர்களும், நவ துர்க்கைகளும் இடம் பெற்றிருப்பது சிறப்பு. நவராத்திரியின் போது ஊர்மக்கள் அதிக அளவில் வந்து தரிசனம் பெறுவது வழக்கம்.

பெரும்பாலும் யோகினிகள் கோயில் வட்ட வடிவிலேயே அமைக்கப்படுகின்றன. உள் வட்டத்தில் மையத்தை நோக்கியவாறு யோகினிகளின் திருவுருவங்கள் நிலைப்படுத்தப்படுகின்றன. பீடத்தில் அவர்களது வாகனமும் செதுக்கப்பட்டுள்ளது. வட்டத்தின் நடுவில் சிறிய கோயில் அமைக்கப்பட்டு, அதில் துர்க்கை அல்லது கௌரி சங்கரர் அமைக்கப்படுகிறார். இந்த நான்கு கோயில்களிலும் உள்ள அறுபத்து நான்கு தேவியர் வடிவங்கள் ஒரே மாதிரியாக இல்லை.

பெடாகாட்

மிகுந்த கலைக்கோயிலாக இருக்கும் சதுஷ்சஷ்டி யோகினியரின் மற்றொரு கோயில் மத்திய பிரதேசத்தில் ஜபல்பூருக்கு அருகில் 5 கி.மீ. தொலைவில் பெத்தகாட் என்னுமிடத்தில் குன்றின் உச்சியில் உள்ளது. இது சிவப்பு நிறக் கற்களினால் கட்டப்பட்டுள்ளது. கஜுராகோ பாணியிலான நுட்பமான சிற்பச்செறிவு கொண்ட கூம்புக்கோபுரமும் அழகிய தூண்களுக்கு மேல் கவிழ்தாமரை வடிவக் கூரை கொண்ட முகமண்டபமும் நம்மை வியக்க வைக்கிறது.

இந்தப் பெரும் ஆலயம் வட்ட வடிவமாக அமைந்திருக்கின்றது. உள்வட்டமாக மண்டபம் அமைந்துள்ளது. ஒவ்வொரு யோகினிக்கும் ஒரு அறை அமைக்கப்பட்டுள்ளது. நடுவில் உள்ள சந்நிதியில் கௌரிசங்கர் எழுந்தருளி இருக்கிறார். சிவனும் பார்வதியும் விடைமேல் அமர்ந்த தோற்றத்தில் தரிசனம் தருகின்றனர். ரிஷபம் நிற்கிறது. அதன் மேல் அமர்ந்த

சிவபெருமான் திரும்பி பார்வதியை காதலுடன் நோக்குகிறார். மிக அழகான நுணுக்கமான சிற்பம் இது. தேவி மிகச் சிறிய பெண்.

இந்த ஆலயத்தில் யோகினியர் வாகனங்களின் மீது அமர்ந்துள்ளனர். இவை கலை நுணுக்கம் கொண்டவைகளாகும். இங்குள்ள தேவியரின் பீடத்தில் அவர்களது பெயர்கள் பொறிக்கப்பட்டுள்ளன

மத்தியப் பிரதேசத்திலுள்ள கஜூராஹோவில் மற்றொரு யோகினி ஆலயம் அமைந்துள்ளது. மொரீனா பகுதியில் மித்வாலி எனுமிடத்தில் சிறிய மலைமீது எழில் கொஞ்சும் தோற்றத்தில் இந்த ஆலயம் உள்ளது. இதன் வடிவம் நமது நாடாளுமன்றக் கட்டிடத்தின் வடிவத்தில் இருப்பதாகக் கூறுகின்றனர். இதில் வட்டமான மண்டபம் உள்ளது. நடுவில் வட்டமான மண்டபத்துடன் கூடிய கருவறை உள்ளது.

இது காலசூரிகள் என்னும் அரச வம்சத்தால் அமைக்கப் பட்டதாகும். கஜூரோஹோ கோயில்களில் உள்ள கலைநுணுக்கத்தை இங்கே காண முடிகிறது.

யோகினிகளின் சிலை ஒவ்வொன்றும் ஒவ்வொரு மாதிரியாக இருக்கிறது. இவர்கள் பல வகைகளில் காட்சி தருகின்றனர். ஹீராபூரில் உள்ள யோகினியர் அவரவர் வாகனங்களின் மீது நிற்கிறார்கள், ரைன்பூர்ஜாரியில் இருப்பவர்கள் நடன கோலம் காட்டி

நம்மை வியக்க வைக்கிறார்கள். பெத்தகாட்டில் இருப்பவர்கள் பரிவாரங்களுடன் லலிதாசனத்தில் வீற்றிருப்பவர்களாகவும் இருக்கின்றனர்.

ஒரு வகையில் இந்த யோகினிகள் பூக்களைப் பறிப்பது போலவும், உணவு சமைப்பது போலவும், வில் வித்தைகளைப் பயிற்சி செய்பவர்கள் போலவும் காட்சி தருகின்றனர். எனவே இவர்கள் அடக்கமும், அமைதியும் கொண்டு விளங்குகிறார்கள். இரண்டாவது வகையில் பலவிதமான ஆயுதங்களை ஏந்திய போர்க் கடவுளராக இருக்கின்றனர்.

மூன்றாவது வகையில் அவர்கள் யானை, குரங்கு, ஆந்தை, பேரண்ட பக்ஷி, மயில், கழுகு போன்ற முகங்களை உடையவர்களாகவும், வற்றிய வயிறு, அச்சமூட்டும் உருட்டும் கண்கள் போன்ற தோற்றத்தைக் கொண்ட பயங்கரமானவர்களாகவும் காட்சி தருகின்றனர். இவர்களின் பெயர் வரிசையும் இடத்திற்கு இடம் மாறுபடுகின்றது. மக்களின் குலப்பெயர்களையும், அந்தந்த ஊரில் வழங்கப்படும் பெண்களின் பெயர்களையும் சில யோகினிகளின் பெயர்களாக நாம் பார்க்க முடிகிறது.

நாம் மேலே பார்த்த பல யோகினி ஆலயங்களில் இருந்த அழகால் நம்மை மயக்கும் சிலைகள் வெளிநாடுகளுக்குக் கடத்தப்பட்டுள்ளன. நமது யோகினிகளின் சிலைகள் கடல்கடந்து பல நாடுகளுக்குப் பயணம் செய்த அதிசயக் கதைகள் இப்போது வெளிச்சத்திற்கு வந்திருக்கின்றன. அவைகள் குறித்து அறிந்து கொள்வோம்.

●●●

சிலை சிலையாம் காரணமாம்

பத்தூர் நடராஜர் சிலை தொடர்பான மண் ஆய்வுகள் வெவ்வேறான முடிவுகளைச் சொன்னதால், 'இது பத்தூர் நடராஜர் இல்லை' என வாதிட்டது கனடா ஆர்ட் கேலரி. அப்போது குறுக்கிட்ட தொல்லியல்துறை ஆய்வாளர் நாகஸ்வாமி, 'பேரிடர் அல்லது தீ விபத்து சம்பவங்கள் நிகழும்போது, குழி வெட்டி அதில் மணல் பரப்பி அதன் மீது சுவாமி சிலைகளை வைத்து மீண்டும் அவற்றின் மீது மணலைப் போட்டு மூடி, அதன் மீது மண்ணைத் தள்ளி மூடி சிலைகளைப் பாதுகாக்க வேண்டும் என்பதுதான் ஆகம விதி.

அந்நியர் படையெடுப்பின் போது தமிழகக் கோயில்களில் இருந்த ஐம்பொன் சிலைகளும் விலை மதிப்பற்ற பொருட்களும் கொள்ளையடிக்கப்பட்டன. பேரிடர் நிகழ்வுக்கு நிகரான அந்தத் தருணத்தில் சிவபுரம் சிலைகள் ஆகம விதிப்படி மண்ணுக்குள் வைத்து மூடப்பட்டிருக்கின்றன. அதனால்தான் சிலையில் இருக்கும் மணலும் சிலை இருந்த இடத்தில் எடுக்கப்பட்ட மண் மாதிரியும் வெவ்வேறாக இருக்கின்றன' என்று வாதிட்டார்.

இப்படி மொத்தம் 29 கேள்விகளுக்கு தகுந்த ஆதாரங்களுடன் அவர் எடுத்துவைத்த வாதத்தை ஏற்றுக் கொண்ட நீதிபதி, 'தொல்லியல் துறையின் இணையற்ற நிபுணர் (Unparalleled Expert in this Field) என நாகஸ்வாமியைப் பாராட்டியதுடன் நடராஜர் சிலையையும் இந்தியா வசம் ஒப்படைக்க ஆணையிட்டார்.

ஆனால், இந்தத் தீர்ப்பை ப்ரிவி கவுன்சிலுக்குக் கொண்டுபோனது கனடா ஆர்ட் கேலரி. அங்கேயும் நீதிமன்றத் தீர்ப்பு உறுதி செய்யப்பட்டதால் 1991ல் பத்திரமாக தாயகம் திரும்பினார் பத்தூர் நடராஜர்.

லண்டனைச் சேர்ந்தவர் பி.பி.சி. செய்தியாளர் பீட்டர் வாட்சன். தனது ஸ்டிங் ஆபரேஷன் மூலம் சிலைக் கடத்தல் புள்ளிகள் ஒன்பது பேரைச் சிறைக் கம்பிகளுக்குள் சிக்க வைத்த துணிச்சலான பத்திரிகையாளர் இவர். சிலைகள் மற்றும் பழமையான கலைப் பொருட்கள் கடத்தல் உலகின் மர்மங்களை அம்பலப்படுத்துவதற்காக 1991ல் ஸ்டிங் ஆபரேஷன் ஒன்றில் இறங்கினார் வாட்சன்.

நியூயார்க்கில் பிரபல கலைப் பொருள் நிறுவனம் சத்தபிஸ் ஆக்ஷன் ஹவுஸ். இதன் லண்டன் கிளையில் பணியில் இருந்த ஜேம்ஸ் ஹாட்ஜஸ் என்பவரை திருட்டு பட்டம் கட்டி பணி நீக்கம் செய்தது சத்தபிஸ். அந்த ஜேம்ஸ் ஹாட்ஜஸைத் தான் தனது ஸ்டிங் ஆபரேஷனுக்குத் தூண்டிலாக்கினார் வாட்சன். சத்தபிஸ் நிறுவனம் எந்தெந்த வழிகளில் எல்லாம் கலைப் பொருட்களைக் கடத்திக் காசாக்குகிறது என்பதை வாட்சனுக்கு கச்சிதமாகச் சொல்லிக் கொடுத்தார் ஜேம்ஸ்.

ஜேம்ஸின் தகவல்களை உள்வாங்கிக் கொண்டு ஆக்ஷனில் இறங்கிய வாட்சன், இத்தாலியில் பழமையான ஓவியம் ஒன்றை விலைக்கு வாங்கினார். அந்த ஓவியத்தை சத்தபிஸிடம் கொடுத்து, அதை விற்றுத் தரும்படிக் கேட்டார். 'இத்தாலி கலைப் பொருட்களை வெளி நாடுகளுக்குக் கொண்டு செல்லத் தடை இருப்பதால் இந்தப் பொருட்களை இங்கே அதிக விலைக்கு விற்க முடியாது' என்று சொன்ன சத்தபிஸ் நிர்வாகம், இந்த ஓவியத்தை கள்ள வழியில் சுவிச்சர்லாந்துக்கு அனுப்பி அங் கிருந்து லண்டனுக்கு தருவித்து நல்ல விலைக்கு விற்றுத் தரு கிறோம்' என்று சொன்னது. அதன் படியே அந்த ஓவியத்தை சுவிட்ஸர்லாந்து வழியாக லண்டனுக்குக் கடத்திக் காசாக்கியும் கொடுத்தார்கள்.

இது தொடர்பான நடவடிக்கைகள் அனைத்தையும் தனது கேமராவில் ஆவணப்படுத்திக் கொண்ட வாட்சன், அடுத்த

கட்டமாக இந்தியாவின் பழமையான கலைப் பொருட்கள் மீதான தனது ஆர்வத்தை சத்தபிஸிடம் வெளிப்படுத்துகிறார். இந்தியா சம்பந்தப்பட்ட கலைப்பொருட்கள் கடத்தல்களைக் கவனிப்பதற்காக லண்டன் அலுவலகத்தில் ஆலிவர் ஃபோர்ஜ், பிரிண்டன் லிஞ்ச் என்ற இருவரை பிரதிநிதிகளாக வைத்திருந்தது சத்தபிஸ் நிறுவனம். இவர்கள் இருவரும் இந்தியாவில் மும்பையைச் சேர்ந்த ஷாம் பிரதர்ஸ், ராஜஸ்தானைச் சேர்ந்த வாமன் நாராயண் கியா (Vaman Narayan Ghiya) ஆகியோருடன் தொடர்பில் இருந்தனர். இவர்களின் வழிகாட்டலுடன் இந்தியா வருகிறார் பீட்டர் வாட்சன்.

இந்தியாவில் தொன்மையான இடங்களுக்கு அவரை அழைத்துச் சென்று நோட்டம் காட்டுகிறார்கள் சத்தபிஸ் ஏஜெண்டுகள். 'இங்கிருந்து எதை வேண்டுமானாலும் எளிதில் எடுத்துச் சென்று விட முடியுமா?' என்று கொக்கியைப் போடுகிறார் வாட்சன். 'தாஜ்மஹாலில் இருந்து வேண்டுமானால்கூட ஒரு சிறு பகுதியை எங்களால் எடுத்துக் கொண்டுவர முடியும்' என்று தங்களது திறமையின் உச்சத்தைச் சொல்லி அவரை அசர வைத்த சத்தபிஸ் தூதுவர்கள், தங்களது கேட்லாக்கை எடுத்துக் காட்டினார்கள்.

உ.பி. யோகினி சிலை

அவர்கள் காட்டிய 1988ம் ஆண்டு விற்பனைக்கான சத்தபிஸ் யின் கேட்லாக்கில் 92வது பொருளாக உத்தரப்பிரதேசத்தைச் சேர்ந்த விருஷ்னான யோகினி அம்மன் சிலைகளும் இருந்தன. 10ம் நூற்றாண்டைச் சேர்ந்த இந்தக் கற்சிலைகள் சுமார் ஐந்தடி உயரம் கொண்டவை. உடல் பெண் வடிவிலும் தலை மட்டும் மிருக வடிவிலும் வடிக்கப்பட்ட இந்த சிலைகள் உ.பியின் பாந்தா மாவட்டத்தின் சொத்து. 65 சிலைகள் இருந்த இடத்தில் இப்போது 13 சிலைகள் மட்டுமே உள்ளன. கேட்லாக்கில் இருந்த யோகினி சிலைகளின் படங்களை எடுத்துக் கொண்டு பாந்தா நோக்கிப் புறப்பட்டார் பீட்டர் வாட்சன்.

இந்தப் பத்திரிக்கை தகவலுக்குப் பிறகு தான் யோகினிகள் குறித்து மக்களிடையே பேசப்பட்டது. இதுநாள் வரையில் யோகினிகளை மந்திரவாதிகள், குறி சொல்பவர்கள்,

தொல்பொருள் ஆராய்ச்சி செய்பவர்கள் மட்டுமே அறிந்தனர். நமது கலாசார வேர்களின் அடிப்பகுதியாக இருந்த தாய்த் தெய்வ வழிபாட்டின் எச்சமாக விளங்கிய இந்த யோகினிகள் பல சமயங்களில் தவறான கண்ணோட்டத்தில் பார்க்கப்பட்டும் விமர்சிக்கப்பட்டும் இருக்கிறார்கள்.

நன்றி: தமிழ் இந்து 13 ஜீன் 2017

●●●

யோகினி வழிபாடு மலர்ந்ததும் மறைந்ததும்

யோகினிகளின் எண்ணிக்கை அறுபது, அறுபத்தினான்கு, எண்பத்தியொன்று என பலவகையாகக் கணக்கிடப்பட்டுள்ளது. இவற்றுள் 64 என்பதே பொதுவாக அனைத்து மந்திர மாந்திரீகப் பயிற்சியாளர்களாலும், சாக்த பக்தர்களினாலும் ஏற்றுக்கொள்ளப்படும் எண்ணிக்கையாக இருந்து வருகிறது.

ஏற்கெனவே நாம் பார்த்த அஷ்ட மாத்ரிகா என்ற எட்டு பேர் அடங்கிய குழுவின் வளர்ச்சிப்படியே இந்த அறுபத்தினான்கு ஆகும். எட்டு குழுக்கள் கொண்ட இந்த யோகினிகளின் கூட்டம் பராசக்தியின் ஆணைப்படி இயங்குகின்றன. மேலும் இந்த அறுபத்தினான்கு என்னும் எண்ணிக்கை, ஆயகலைகள் அறுபத்தினான்கு என்பதையும் குறிக்கின்றன. மனிதர்களின் ஆன்மீக மூச்சுக்காற்றோடு தொடர்புடையதாக எண்கணிதம் மற்றும் தாந்திரீக வழிபாடுகளில் சொல்லப்பட்டுள்ளது.

தாந்திரீகக் கோயில்களில் எட்டு இதழ்கள் கொண்ட தாமரைப்பூவில் அறுபத்து நான்கு யோகினிகளும் இருப்பதாகக் காட்டப்படுகிறது. ஒரு இதழ் எட்டு யோகினிகளைக் குறிக்கும் விதமாக எட்டு மாத்ருகாக்களைக் கொண்டதாக இது அமைந்திருக்கிறது.

அவர்கள் எட்டு பேரும் எட்டு திசைகளில் ஆட்சி செய்கிறார்கள். தெற்கு திக்கு கௌமாரிக்கும், கிழக்கு திசை பிராம்மணி, தென்கிழக்கு திசைக்கு மகேஸ்வரியும், தென்மேற்கு திசைக்கு வைஷ்ணவியும் அதிகாரம் செலுத்துகின்றனர். இவ்வாறே மேற்கு திசைக்கு வாராகியும், வடக்கு திசைக்கு சாமுண்டியும், வடமேற்கு திசைக்கு இந்திராணியும், வடகிழக்கு திசைக்கு யோகேஷ்வரியும் தலைவிகளாக இருக்கிறார்கள்.

தாமரைப்பூவின் ஒவ்வொரு தனி இதழ், திசை, மாத்ரிகா, எட்டு உருவங்கள் கொண்ட யோகினிகள் என்று இவைகள் எட்டின் பெருக்கமாக அறுபத்தினான்கு என்ற எண்ணிக்கையிலேயே யோகினி கோயில்கள் வடிவமைக்கப்பட்டுள்ளன. இதன் மூலமாக ஆதிபராசக்தியே அறுபத்தினான்கு வடிவம் கொண்டு எட்டு திசைகளிலும் ஆட்சி செலுத்துகிறாள் என்பது வலியுறுத்தப்படுகிறது.

சிவபெருமான் எட்டுத் திசைகளை ஆடையாக அணிந்தவன், அவனது தேவியாகிய பராசக்தி அவனுடன் இணைந்து வாமபாகத்தைப் பெற்று ஆட்சி நடத்துகிறாள். இதனை எட்டுத்திக்கே அணியும் திருவுடையான் இடம் சேர்பவளே என்று பாடுகிறார் அபிராமிப் பட்டர். மேலும் அவள் அண்டபகிரண்டங்களை ஆட்சி செலுத்துகிறாள். உலகத்தின் திசைகள் எட்டு. ஆனால் அவள் ஒன்பதாவது திசையிலும் வியாபித்திருப்பவள் என்பதை ஒளிநின்ற கோணங்கள் ஒன்பதும் மேவி உறைபவளே என்று வியக்கிறார் அபிராமிப் பட்டர் மற்றொரு அந்தாதிப் பாடலில்.

மகாராஷ்டிரத்தில் பொதுமக்களால் வழிபாடு செய்யப்பட்ட யோகினிகள் குழந்தைகளுக்கு ஏற்படும் திருஷ்டி தோஷங்களைப் போக்குபவள் என்று சொல்லப்படுகிறது. அதே யோகினியை அரசர்களும் தங்களுடைய அரசியல் செல்வாக்கு செழிப்பதற்காக வழிபட்டனர். கஜுரோஹோவில் உள்ள மகிஷாசுர மர்த்தினி சிலைக்கு ஹிங்லாஜீ என்ற பெயர் காணப்படுகிறது. இது அந்த ஊரில் பெண் குழந்தைகளுக்குச் சூட்டப்படும் பழங்குடிகளின் பொதுப்பெயராகும். இதே மகிஷாசுரமர்த்தினி பெடாகட்டில் உள்ள ஆலயத்தில் தேரம்வாதேவி என்ற பெயரில் வழிபாடு செய்யப்பட்டிருக்கிறாள்.

ஜைனர்களின் பெண் தெய்வமாக வணங்கப்பட்ட யோகினிகள் 52 பைரவர்களின் மனைவிகளாகச் சொல்லப்படுகின்றனர். ஸ்ரீ சக்கரத்தின் யோகினி பூசையில் மிக உயர்ந்த தாந்திரீக மற்றும் தத்துவக் கோட்பாடுகள் அமைந்திருப்பதைப் பார்க்க முடிகிறது.

இத்தனை உச்சத்தில் இருந்த யோகினி வழிபாடு கொஞ்சம் கொஞ்சமாக நலிவடைந்ததற்கு என்ன காரணம்?

யோகினிகளை ரகசிய முறைகளில் வழிபாடு செய்பவர்கள், இவர்களை நல்லவர்களாக தெய்வாம்சம் பொருநதியவர்களாகப் பார்ப்பதை விட, துர்தேவதைகளை விரட்டும் அழிவு சக்தியாகப் பார்க்க விரும்பினர். இதனால் நாளுக்கு நாள் இவர்கள் மீது அச்சம் அதிகப்பட அவர்களைச் சாந்தி செய்யும் விதமாக வழிபாட்டு முறைகள் மாறின. மாமிசம், மது, மாது என இந்தப் பட்டியல் ஊருக்கு ஒரு விதமாக மாறிவிட்டது. ஆடு, மாடு, கோழி முதலான உயிர்ப்பலி கொடுப்பதும், ரத்தத்தை நிவேதனம் செய்வதும் ஏராளமான எண்ணிக்கையில் நடந்தன.

இந்த வழிபாட்டின் உச்சமாக நரபலி கொடுப்பதும், தன் தலையைத் தானே அரிந்து அன்னைக்குக் காணிக்கையாக்குவதும் நடைமுறைக்கு வந்தது. இதன் மூலமாக யோகினிகளை வசப்படுத்தலாம் என்ற நம்பிக்கை யோகினி வழிபாடு செய்வோரிடம் பெருகியது. யோகினியை வசப்படுத்திக் கொண்டால் நினைத்த காரியங்களைத் தடையில்லாமல் நிறைவேற்றிக் கொள்ளலாம்.

நினைத்த பெண்களை வசியம் செய்யலாம், ஏராளமான பொருள் குவிக்கலாம், பூமிக்கு அடியில் உள்ள புதையல்களை எடுக்கலாம், தனது பகைவர்களை நிர்மூலம் செய்யலாம் என்று பேராசை வளர்ந்தது. அதை நிறைவேற்ற எத்தனை பெரிய தடைகள் வந்தாலும் தான் வணங்கும் யோகினி கவசமாக இருந்து காப்பாள் என்பது அவர்களது நம்பிக்கையாக இருந்தது. இதனால் ஊரில் இருப்பவர்களுக்குச் சில சமயங்களில் நன்மைகள் ஏற்பட்ட போதிலும், பல நேரங்களில் விரும்பத்தகாத விளைவுகளே ஏற்பட்டன.

பெண்களுக்கும் குழந்தைகளுக்கும் பாதுகாப்பு இல்லாத நிலை உருவானது. மந்திரம், மாந்திரீகம் ஆகியவற்றின் மூலமாக

தங்கள் தோஷங்களை மாற்றிக் கொண்டு வாழ்க்கையை இனிமையாக்க விரும்பிய சிலர் இந்த யோகினி வழிபாடு செய்வோரை அணுகினர். அவர்களுக்கு அந்த மந்திரவாதிகளின் மூலமாக சில பிரச்சனைகள் தீர்ந்தன. அதற்கு விலையாக அந்த மந்திரவாதிகள் கேட்டவற்றைக் கொடுக்கின்ற நெருக்கடிக்கு மக்கள் தள்ளப்பட்டனர். இதனால் பெண்கள் கற்பிழந்தனர், தலைச்சன் குழந்தைகள் யோகினிகளுக்குப் பலி கொடுக்கப்பட்டன. யோகினி வழிபாடு முற்றிலும் ஒழிவதற்கு இது வழி ஏற்படுத்தியது. இதற்கு மற்றொரு காரணமும் சொல்லப்படுகிறது.

அந்தக் காலத்தில் போர்களின் காரணமாக கணவனை இழந்த பெண்கள் ஆயிரக்கணக்கில் இருந்தனர். இளமை கொழிக்கும் அவர்களை அந்த ஊரில் பெரும்புள்ளிகள் தங்களது பள்ளியறைப் பாவைகளாக்கத் திட்டம் தீட்டினர். எனவே அவர்களை குடும்பத்தில் இருந்து பிரித்து, ஊருக்கு வெளியே ஒரு தனியிடத்தை ஏற்படுத்தி வசிக்கச் செய்தனர். அவ்வப்போது தங்கள் இச்சையைத் தீர்த்துக் கொள்ள அந்தப் பெண்களை இரவு நேரங்களில் தேடிச் சென்றனர்.

ஊரில் இருப்பவர்கள் அது குறித்து கேள்வி கேட்காமல் இருக்க யோகினி வழிபாடு என்ற ரகசிய வழிபாட்டை போர்வையாக்கிக் கொண்டனர். அதனால் தான் மது, மங்கை, மாமிசம், மைதுனம் என்ற உடலுறவு, மச்சம் போன்றவை இந்த வழிபாட்டில் கோலோச்சின. யோகினிகளின் ரகசிய பூசை என்ற பெயரில் மன்மத பூசையை அவர்கள் செய்தனர்.

தங்கள் ரகசிய உறவு யாருக்கும் தெரியக்கூடாது என்பதற்காக அந்த விதவைப் பெண்களுக்கு டாகினி என்று பெயரிட்டு அழைத்தனர். டாகினி கோயிலுக்கு இன்று இரவு போக வேண்டும் என்றோ அந்த டாகினி பூஜை இன்று உண்டா? என்றோ ரகசிய வார்த்தைகளில் தகவல்களைப் பரிமாறிக் கொண்டனர். யோகினி அல்லது டாகினி ஆகிய இரண்டு சொற்களும் ஒரே பொருள் தருவன. டாகினி என்ற சொல்லுக்கு டெமான் என்கிற பேய் அல்லது பிசாசு என்று பொருள் என ஆங்கில ஆராய்ச்சியாளர் ஒருவர் யோகினிகளைப் பற்றிய கட்டுரையில் குறிப்பிடுகிறார்.

யோகினி வழிபாடு ரகசிய வழிபாடாக மாறியதற்கும், அதில் பல ஒழுக்கக் கேடான செயல்கள் இடம் பெறுவதற்கும் காரணம் எதுவாக இருந்த போதிலும், அந்த வழிபாடு அழிந்து போவதற்கு பின்பற்றப்பட்ட நடைமுறைகளே காரணம். மக்கள் அவற்றை வெறுத்தனர், பெண்கள் அந்தக் கோயில்களுக்குச் செல்வதைத் தவிர்த்தனர். மக்களைப் பயமுறுத்துவதற்காக பல அமானுஷ்ய சடங்குகள் அவற்றில் இடம்பெற ஆரம்பித்தன. இவைகள் எல்லாம் சேர்ந்து யோகினி வழிபாட்டை முற்றிலும் அழித்து விட்டது என்றே சொல்ல வேண்டும். அதன் மிச்ச மீதிகளாக இன்று வடமாநிலத்தில் காணப்படும் சில கோயில்களே யோகினிகளின் பழைய பெருமையைப் பறைசாற்றிக் கொண்டிருக்கின்றன.

●●●

36. யோகினியரின் பல்வேறு வடிவங்கள்

Maya Bahurupa -chandikaM

Tara

Matrika

Yamuna

யோகினியரின் பல்வேறு வடிவங்கள்

Shanti Kanti - Lakshmi

Vrddhi-Kriya-Varuni

Gauri - Ksemankari

Aindri - Indrani

யோகினியரின் பல்வேறு வடிவங்கள்

Varahi

Ranavira- Padmavati

Ostrar udha- Vanaamukhi

Vaishnavi

யோகினியரின் பல்வேறு வடிவங்கள்

Kalaratri- Panchavarahi

Vadyaupa

Charchika

Marjari-Vetali

யோகினியரின் பல்வேறு வடிவங்கள்

Chinnamasta

Vrshabhananaa- Vindhya Vasini

Jalakamini

Ghatavara

யோகினியரின் பல்வேறு வடிவங்கள்

Vikarali - Kakarali

Saraswati

Virupa

Kauvery

யோகினியரின் பல்வேறு வடிவங்கள்

Varahi - Bhalluka

Narasimhi-Simhamukhi

Viraja

Vikatanana

யோகினியரின் பல்வேறு வடிவங்கள்

Mahalakshmi

Kaumari

Mahamaya

Usha-Rati

யோகினியரின் பல்வேறு வடிவங்கள்

Karkari

Sarpashya-Chittala

Yasha

Aghora-Vaivasvati

யோகினியரின் பல்வேறு வடிவங்கள்

Bhadrakali-Rudrakali

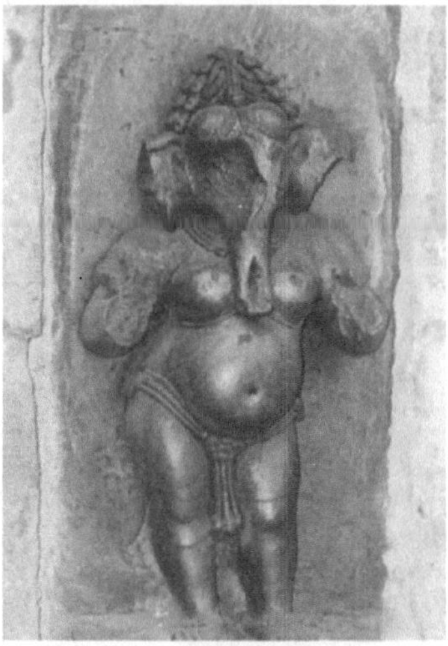

Matangi-Vainayaki-
Ganeshani-Gajanananaa

Vindhyavalini

Abhaa - Virakumari

யோகினியரின் பல்வேறு வடிவங்கள்

Maheswari

Kamakshi - Ambika

Kamayani

Ghatabari

யோகினியரின் பல்வேறு வடிவங்கள்

Stuti

Kali

Uma

Narayani

யோகினியரின் பல்வேறு வடிவங்கள்

Samuda

Brahmani

Jwala mukhi

Agneyi

யோகினியரின் பல்வேறு வடிவங்கள்

Aditi

Chandrakanti

Vayuvega

Chamunda

www.ingramcontent.com/pod-product-compliance
Lightning Source LLC
LaVergne TN
LVHW060550051026
849519LV00002B/359
* 9 7 8 9 3 8 7 6 5 5 6 0 7 *